अस्वस्थ मनाला शांत करून,
आनंदी जीवन जगण्यासाठी प्रेरणा देणारा मार्गदर्शक

सर्वांसाठी
मानसिक प्रथमोपचार

— मानसशास्त्रावर आधारित एक कला —

डॉ. प्रतिभा देशपांडे

Manasik Prathamopachar
© Dr. Pratibha Deshpande, 2022

मानसिक प्रथमोपचार
© डॉ. प्रतिभा देशपांडे

प्रथम आवृत्ती	:	ऑक्टोबर, २०२२
प्रकाशक	:	सकाळ मीडिया प्रा. लि.
		५९५, बुधवार पेठ,
		पुणे ४११ ००२
मुखपृष्ठ	:	चैतन्य कुबल
रेखाटने	:	रेश्मा बर्वे
अक्षरजुळणी व मांडणी	:	अनुज आर्ट्स
मुद्रणस्थळ	:	

ISBN	:	978-93-95139-07-6
संपर्क	:	020-2440 5678 / 88888 49050
		sakalprakashan@esakal.com

Disclaimer :

The views expressed in this book are those of the Authors and do not necessarily reflect the views of the Publishers.

कुठल्याही प्रसंगी न डगमगता धीराने परिस्थितीचा सामना करत
त्याकडे संधी म्हणून पाहावं,
ही शिकवण देणारे माझे आईबाबा
पुरुषोत्तम आणि पुष्पलता
सुख-दु:खाच्या प्रत्येक प्रसंगी सावलीसारखा सोबत असणारा
माझा जिवलग सखा आणि जीवनसाथी
गुरुदत्त (दिलीप)
कठीण प्रसंगी माझा हात घट्ट धरून ठेवणारी माझी मुलं
भूषण आणि परिमल
आयुष्याच्या या टप्प्यावर मी आनंदी आणि
समाधानी आहे ती तुमच्यामुळे
हे पुस्तक तुम्हां सर्वांना अर्पण

शारीरिक आरोग्याइतकेच मानसिक आरोग्य महत्त्वाचे असते याची समज सर्व समाजात स्वीकारली जात असताना, कोविड-१९ या महासाथीने आणखी नवीनच समाजजागृती निर्माण झाली आहे. मन अस्वस्थ होणे, चिंतेने व्याकूळ होणे, सैरभैर होणे, निराश वाटणे, गलितगात्र होणे या मनाच्या अवस्था म्हणजे मानसिक दुर्बलता नव्हे, कमकुवतपणाची लक्षणे नव्हेत, याचीही जाणीव निर्माण झाली.

मनाच्या अशा विकल अवस्थेत, मन:स्वास्थ्य मिळवण्याकरता प्रियजनांचा सहवास, धीराचे शब्द, पाठीवरचा हात आणि मानसिक पाठिंबा बहुमोल मदत करतात, याविषयी समज निर्माण झाली आहे. मनाच्या अशा व्याकूळ अवस्थेकडे स्वजनदेखील चुकीच्या दृष्टिकोनातून पाहत असतात. 'तू रड्या आहेस', 'उगीच जास्त विचार करतोस', 'अरे बिनधास्त राहायचे,' अशी शेरेबाजी करून या मानसिक अवस्थांकडे क्षुल्लक गोष्ट म्हणून पाहिले जाते.

प्रत्यक्षात मनाची ही एकाकी आणि चिंताग्रस्त अवस्था एखाद्या शारीरिक दुखण्याची पूर्वलक्षणे असू शकतात. खोक पडली, जखम झाली, ताप आला, सर्दी, खोकला झाला किंवा हात-पाय मोडला, तर अशा शारीरिक अडचणींवर मात करण्यासाठी आपण धावून जातो, आता प्रथमोपचाराची तातडीने गरज आहे, हे समजून-उमजून मदतीचा हात देतो. अगदी त्याच प्रकारे मनावर आघात झाल्यास, दुर्दैवी घटनेला सामोरे जावे लागल्यास मानसिक प्रथमोपचार करावे लागतात. शारीरिक प्रथमोपचार करण्यासाठी व्याधी, विकार आणि आजार यांची जुजबी माहिती असावी लागते. शारीरिक प्रथमोपचाराचे शास्त्र आहे, काय करावे आणि करू नये, याचे नियम आहेत, त्याचप्रमाणे मानसिक प्रथमोपचाराचे स्वतंत्र विज्ञान आहे. आणि ती कलाही आहे. डॉ. प्रतिभा देशपांडे यांनी आपल्या 'सर्वांसाठी मानसिक प्रथमोपचार' या पुस्तकात या शास्त्र आणि कलाकौशल्याची नेमकेपणाने मांडणी केली आहे.

शारीरिक प्रथमोपचारासाठी छोटीशी पेटी (First Aid Box) अतिशय महत्त्वाची असते.

त्यात तातडीने लागणाऱ्या गोष्टींचा समावेश असतो. काही वेदनाशामक औषधे, अवयवांना आधार देण्याकरिता साधने असतात आणि त्यांचा वापर कसा करावा, याच्या थोडक्यात सूचना असतात. डॉ. प्रतिभा देशपांडे यांनी मांडलेल्या मानसिक प्रथमोपचार पेटीमध्ये असेच उपाय आहेत. मनाला त्वरित आराम मिळण्यासाठी काय करावे? कोणते शब्द वापरावे? आपला ॲप्रोच कसा असावा? या विषयी अतिशय महत्त्वाची माहिती दिली आहे. अनेक लहानमोठ्या प्रत्यक्ष उदाहरणांच्या मदतीने त्याचे विवेचन केले आहे.

आणि विशेष म्हणजे हे प्रथमोपचार स्वतःवर कसे करावेत? चिंता, भीती अथवा निराशा यांमुळे हतबल झाल्यास स्वतःशी कसा संवाद साधावा? त्याची स्वगते कोणती? स्वतःला धीर देणारे, आधार देणारे शब्द कोणते? यासंबंधीही विचार मांडला आहे. अर्थात, सर्वात उत्तम प्रथमोपचार कोणता? तर मुळात आजारीच पडू नये! पण प्रत्यक्षात ते अशक्य आहे. म्हणून स्वतःला योग्य वेळी कसे सावरायचे? स्वतःला दोष न देता, आत्मवंचना आणि आत्मनिर्भर्त्सना टाळून मैत्रीपूर्ण संवाद कसा करावा, याचे वस्तुपाठ इथे मांडले आहेत.

मानसशास्त्र हा विषय खरं तर सर्वांच्या कुतूहलाचा होतो आहे; पण त्या कुतूहलापलीकडे, जिज्ञासा आणि माहितीच्या पलीकडे शहाणपण असते, हे समजणे आवश्यक आहे; हे या पुस्तकातून जाणवते. विशेष म्हणजे विषय सोपा करताना त्यातले गांभीर्य यथार्थपणे सांभाळले आहे. महत्त्वाच्या संकल्पना उलगडून दाखवताना, सहज सोप्या पायऱ्या आणि एका मागोमाग उलगडत जाणारी सत्रे विशद करून सांगितली आहेत. या सर्वांमधून विलक्षण करुणा जाणवते. जवळकीचा पण सुस्पष्ट संवाद साधला आहे. मानसशास्त्राच्या अभ्यासात फार मोठी कामगिरी या पुस्तकाद्वारे होत आहे.

डॉ. राजेंद्र बर्वे
मानसोपचारतज्ज्ञ

शुभेच्छा

ठिकाण : चेंबूर हायस्कूल!

माध्यमिक शाळेत एका वर्गात आम्ही दोघं होतो. तेव्हाचा माझा आणि प्रतिभाचा परिचय. वर्गमैत्रीण म्हणावं असं काही आम्हां मुलामुलींमध्ये मैत्र नव्हतं. १९६५-७०च्या दशकात त्याला सामाजिक आणि शालेय मान्यताही नव्हती म्हणा. त्याबाबतीत बहुधा सर्वांनाच असंख्य मानसशास्त्रीय अडचणी असाव्यात. समजावून सांगेल इतकी काही सिग्मंड फ्रॉईड, कार्ल युंग, एरिकसन या मानसशास्त्रज्ञांशी पुस्तकी ओळख झाली नव्हती. काही वर्गमित्रांना तेव्हा मुलींशी मैत्री नसल्याचा मनस्तापही होत असावा, असं आज मागे वळून पाहताना वाटतं (तेव्हा एकही मागे वळून पाहणारी नसावी, उलट काही जणी मुलांच्या तक्रारी करण्यात पुढे सरसाव्यात हे आमचे दुर्दैव!) तेव्हा आमच्यात कुणी मानसशास्त्रज्ञ असण्याची शक्यताच नव्हती, त्यामुळे अनेक मानसिक समस्यांबाबत मानसिक प्रथमोपचार आमच्यातीलच काही स्वयंभू 'मनस्ताप तज्ज्ञ' करीत असत!!

आज आमच्यातील प्रतिभा एक मानसशास्त्रज्ञ आणि मी एक मानसोपचार तज्ज्ञ म्हणून वैद्यकीय क्षेत्रात वावरत आहोत. तिच्या विषयात ती उच्च पदवीधर आहे, अनेक व्यक्ती तिच्या मानसोपचारांनी आयुष्यात स्वत:ला सावरू शकल्या आहेत, प्रगती करू शकल्या आहेत. आजवर तिच्या मानसिक प्रथमोपचारांमुळे, समुपदेशाने, सल्ल्याने, तिने दिलेल्या मार्गदर्शनामुळे अनेक जण अपयशातून, दु:खातून, नैराश्यातून सावरले आणि पुढे जीवनातील अडथळे स्वबळावर पार करू शकले आहेत.

प्रतिभाचे लिहिणे वाचकांना आवडेल, कारण यातून मनस्ताप आणि दु:ख निवारण्याची तिची कळकळ प्रगल्भपणे समोरी येते. ती मानसशास्त्रज्ञ आणि साधक यांतील व्यावसायिक अंतर जपूनही त्यांची खूप जवळची प्रिय व्यक्ती होऊन जाते. विवेकी मार्गदर्शन तर ती करतेच, पण त्याच वेळी, ती साधकाचे विचारदोष, भावनिक असंतुलन अचूकपणे टिपते आणि संवेदनशीलतेने ते समोरच्या निराश मन:स्थितीतील व्यक्तीचे मन सांभाळत लक्षात आणून देते, त्यावरील उपाय आणि कृती कार्यक्रम टप्प्याटप्प्याने समजावून देते.

हे जे मनाची निरगाठ हळुवार उलगडून देण्याचे काम आहे, ते साधे सोपे नाही. स्वत: मानसोपचार तज्ज्ञालाही ते थकवू शकते. पण प्रतिभापाशी अनेक सहजसोपी, रोजच्या व्यवहारातील तंत्रे आहेत, लहान मुलाचे दुःख शब्दांविना समजू शकणारे आईचे मन आहे, मनात आश्वासक करुणा आहे (त्यातही क्लिनिकमध्ये हे सारे करताना ती कॉफी, सँडविचही देत असते!) हे सारे नसेल तर केवळ तंत्र उपयुक्त ठरू शकणार नाही, असेही नाही ; पण असा प्रथमोपचार, अशी थेरपी, मनात रेंगाळत राहणारा सुखद अनुभव ठरण्यात कदाचित कमी पडू शकेल. मानसिक प्रथमोपचार शिकताना, शिकवताना प्राथमिक गरजा-अटी-पूर्वतयारी काय लागते, हे पुस्तक वाचताना समजेलच. परंतु तरीही मला इथे लेखिकेबाबत थोडक्यात सांगावेसे वाटले. पुस्तक वाचायला घेतानाची ही पूर्वतयारी समजायला हरकत नाही.

या लेखनातील साऱ्याच मुद्द्यांबाबत मतैक्य होऊ शकेल, असे नाही. मतांतरे आपल्या चिकित्सक मनाची ग्वाही देत असतात.

प्रतिभाची 'गोल्डन मानसिक प्रथमोपचार योजना,' तिने समजावून दिलेला बुद्धिबळाचा खेळ, 'फिश! फिलॉसॉफी' हे समजून घ्यायला आणि रोजच्या जीवनात वापरायला वाचकांना उपयुक्त ठरेल यात शंका नाही.

आज समाजात मनाने त्रस्त मंडळींची संख्या खूप मोठी आहे आणि मानसशास्त्रातील तज्ज्ञांची संख्या अतिशय अपुरी आहे. मानसिक प्रथमोपचाराच्या उपलब्धतेसाठी, समाजमानसाच्या संतुलनासाठी स्वयंसेवकांच्या रूपात जनमानसाचा मोठा सहभाग अत्यंत गरजेचा आहे. अशा वेळी डॉ. प्रतिभाचे हे पुस्तक या विषयाच्या ओळखीसाठीच नव्हे, तर अभ्यासासाठीदेखील मोठे योगदान ठरू शकेल, असा मला विश्वास वाटतो.

लेखक, प्रकाशक, वितरक आणि वाचक सर्वांप्रति सदिच्छा! अशी चांगली पुस्तके वाचकांपर्यंत पोहोचवण्याच्या कामात लगे रहो!!

डॉ. प्रदीप पाटकर
मानसोपचारतज्ज्ञ

मनोगत

ती समुपदेशनासाठी आली तो दिवस होता—१३ जानेवारी, २०१५. तिची व्यथा ऐकल्यावर जाणीव झाली की, या घटकेला ती समुपदेशन घेण्याच्या मनःस्थितीत नाही, मग करायचं काय?

ती येण्याच्या काही महिन्यांआधी 'मानसिक प्रथमोपचार' ही संकल्पना वाचनात आली होती. 'नॅशनल सेंटर फार पोस्ट-ट्रॉमॅटिक स्ट्रेस डिसऑर्डर'ने मानसिक प्रथमोपचार (Psychological First Aid : PFA) बद्दल म्हटलं आहे : 'आपत्ती आणि दहशतवादाच्या काळानंतर लोकांचा प्रारंभिक त्रास कमी करण्यासाठी आणि अल्पकालीन आणि दीर्घकालीन अनुकूल कार्यप्रणाली वाढवण्यास मदत करण्यासाठी केलेली यंत्रणा म्हणजे मानसिक प्रथमोपचार.' यामध्ये सम-अनुभूतीने त्यांची मानसिक स्थिती स्थिर करणे, तणाव वाढण्यापासून रोखणे, मानसिक क्लेश कमी करणे, अशा स्वरूपाचे उपचार समाविष्ट होतात.

मानसिक प्रथमोपचाराची संकल्पना प्रथम २००६मध्ये 'यूएस डिपार्टमेंट ऑफ वेटरन्स अफेअर्स'च्या फेडरल कॅबिनेट लेव्हल एजन्सी (NC-PTSD)द्वारे सादर केली गेली. नंतर 'इंटरनॅशनल फेडरेशन ऑफ रेड क्रॉस सोसायटीज' आणि 'रेड क्रिसेंट' या दोन्ही संस्थांनी त्याचा स्वीकार केला. लवकरच 'अमेरिकन सायकोलॉजिकल असोसिएशन' (APA), 'सेंट्रल इमर्जन्सी रिस्पॉन्स टीम' (CERT) आणि अनेक संस्थांनी त्यांचे अनुसरण केले. दोन दिवसांच्या सखोल चर्चेनंतर मानसिक प्रथमोपचाराचे स्वरूप तयार झाले. या मानसिक प्रथमोपचार निर्मितीमध्ये दोन डझनहून अधिक आपत्ती व्यवस्थापन मानसिक आरोग्य संशोधकांनी भाग घेतला. परिणामी, ऑनलाइन सर्वेक्षण तयार करण्यात आले. हे लवकरच 'PFA' (Psychdogical First Aid) म्हणून ओळखले जाऊ लागले.

जॉन्स हॉपकिन्स युनिव्हर्सिटी सांगते, 'मानसिक प्रथमोपचार ही तीव्र मानसिक त्रास कमी

करण्यासाठी तयार केलेली एक यंत्रणा आहे. एखाद्या त्रासदायक परिस्थितीत एखाद्या गरजू व्यक्तीला दिलेली तत्काळ मदत असे त्याचे स्वरूप आहे. जेव्हा योग्य समुपदेशन शक्य नसते किंवा व्यक्ती निष्क्रिय अवस्थेमध्ये असते, तेव्हा हे उपचार दिले जातात.'

या युनिव्हर्सिटीने मानसिक प्रथमोपचार शिकवणारा एक अभ्यासक्रम तयार केला. हा अभ्यास नैसर्गिक आपत्तीमुळे झालेले मानसिक आघात कमी करण्यासाठी कुठल्या उपाययोजना करायच्या यावर होता. मला ही संकल्पना खूप आवडली आणि मी तो कोर्स पूर्ण केला; आणि मग मनात आले, जे कोणी मानसिक आघात झाल्यामुळे समुपदेशनासाठी येतात, त्यांच्यावर या प्रकारे उपाय-योजना करून बघायची.

१३ जानेवारीची ती संपूर्ण रात्र मी विचार करत होते. रात्रभराच्या चिंतनातून एक योजना आकाराला आली, जी भारतीय विचारधारेवर आधारित होती. याचे कारण म्हणजे, माझ्याकडे समुपदेशनासाठी येणारे बहुतेक जण भारतीय आहेत.

माझे मानसशास्त्रीय शिक्षण, माझे अनुभव आणि वयामुळे आलेली विचारांची परिपक्वता या सर्वांचा उपयोग करून समुपदेशनासाठी आलेल्या या मुलीशी मी सर्वप्रथम फक्त संवाद साधणार होते. सल्ला, उपदेश यांना फारकत देऊन तिच्याशी हितगुज करणार होते.

दुसऱ्या दिवशी 'ती' आली. तिच्या वागण्याचा अंदाज घेत घेत मी सत्र पुढे नेत होते. तिच्यातले बदल टिपत होते. तिला होणारा माझा आश्वासक आणि मायेचा स्पर्श; कॉफी पिताना, वडिलकीच्या पण मैत्रीच्या नात्याने होणाऱ्या गप्पा यांमुळे आमच्यातले अंतर कमी होत गेले. तिला मी एक देवदूत वाटायला लागले. तिला जे हवं आहे, ते मी तिला देऊ शकते, हा विश्वास तिला माझ्याबद्दल वाटला. प्रत्येक टप्प्यावर मला जणू तिचे अंतरंग समजायला लागले. हा अनुभव माझ्यासाठी नवा होता. तिच्याबरोबरच्या प्रत्येक सत्रानंतर एक-एक खात्रीशीर उपचारपद्धती (Unique Feature) माझ्या मानसिक प्रथमोपचाराच्या पोतडीत जाऊन बसत होत्या.

दिवसेंदिवस पोतडीत भर पडत गेली. २०१८ साल उजाडले. मग ठरवले, यावर संशोधन करायचे. यासाठी हवे होते एक माध्यम, ज्यामुळे या संकल्पनेला मान्यता मिळेल. कामाला लागले. 'या वयात PhD मिळवून काय साधणार?' या लोकांच्या कुत्सित प्रश्नाला महत्त्व न देता पुढची तीन वर्षे या विषयावरचे भरपूर वाचन, शोधनिबंध, राष्ट्रीय-आंतरराष्ट्रीय परिषदा, तज्ज्ञांशी विचारविनिमय यांनी मी झपाटले होते. मानसशास्त्र, तत्त्वज्ञान, समाजशास्त्र अशा विविध शाखांमधील वाचनातून लक्षात आले, हे तर ज्ञानाचे भांडार आहे. आधी मी ते सर्व आत्मसात केले. मग काही वेचक आणि आवश्यक अशा संकल्पना वापरून साधकाला एखाद्या मार्गदर्शिकाप्रमाणे वाट दाखवत गेले. २०२१च्या

सप्टेंबर महिन्यात यावरील संशोधनावर शिक्कामोर्तब झाले. आता मानसिक प्रथमोपचार 'गोल्डन मानसिक प्रथमोपचार' झाला.

माझे काम इतकेच होते की, या सुस्थावस्थेत असलेल्या यंत्रणेला खतपाणी घालायचे, साधकाला जगण्याचे बळ द्यायचे आणि त्याच्यातल्या मौल्यवान गुणांची, कौशल्यांची जाणीव त्याला करून द्यायची.

प्रगती की अधोगती, या प्रश्नाचे उत्तर दैवावर-नशिबावर हवाला ठेवून मिळत नसते. त्यासाठी प्रयत्नपूर्वक योग्य मार्गावरून चालण्याची गरज असते आणि हा मार्ग म्हणजे केवळ 'गोल्डन मानसशास्त्रीय प्रथमोचार' असं निश्चित नव्हे. कदाचित यापेक्षा वेगळी उपचारपद्धती त्यासाठी योग्य असू शकेल. मात्र, महत्त्व आहे ते मानसिक प्रथमोपचाराला.

या संशोधनात, २१६ पैकी १८१ साधकांना या उपचारांचा फायदा झाला. म्हणजे संशोधनाची यशस्वीता ८३.७९६ टक्के आहे. ३५ साधक अध्यातून उपचार सोडून गेले. चार आठवडे कालावधी ठरवला होता; काही साधकांना त्यापेक्षा जास्त काळ लागला, तर काही साधक तीन-चार सत्रानंतर मानसिकरीत्या स्थिरावले.

समुपदेशनासाठी येणाऱ्या साधकांचे उपकार तर फार मोठे आहेत. त्यांची मंजुरी घेऊन त्यांना या प्रक्रियेत सामील करून घेतल्यावर त्यांची प्रत्येक टप्प्यावर खूप मदत झाली. या पुस्तकात लिहिलेल्या केसेस खऱ्या आहेत; पण अर्थातच त्यांची नावं बदलली आहेत.

मंडळी!!
आपण कोणीही मानसिक त्रासात राहण्याची अजिबात गरज नाही. आपल्या जवळ खूप सुंदर आणि सोपे उपचार आहेत.

एक वचन स्वतःच स्वतःशी घेऊ या!

आपलं आयुष्य उत्तम आणि सुंदर आहे आणि जगण्यासाठी जे जे आवश्यक आहे ते आम्ही सर्व करणार आहोत....

Let's unite with mental and physical harmony by enlarging our hands....

'मला तुझं नाव डॉ. प्रतिभा म्हणून वाचायचं आहे,' माझी जिवलग मैत्रीण, फ्रेंड, फिलॉसॉफर आणि गाईड असणारी वसुधा मला नेहमी सांगायची. दीड वर्षांपूर्वी तिचे निधन झाले. तरीही तिचे शब्द अजूनही माझ्या कानात घुमत आहेत. 'वसुधा, तुझी इच्छा मी पूर्ण केली, दे मला आता माझं बक्षीस,' असं मी आज तिला प्रत्यक्ष म्हणू शकत नसले तरीही मला खात्री आहे, आजही ती माझ्याबरोबर आहे.

अभय पटवर्धन (योगतज्ज्ञ), डॉ. यश वेलणकर (माइंड-फुलनेसतज्ज्ञ) या तज्ज्ञ मंडळींच्या सहकार्याने हे पुस्तक परिपूर्ण झाले. अरविंद पेंडसे यांचं योगदान या

पुस्तकासाठी खूप मोठं आहे. त्यांच्याशी वेळोवेळी झालेल्या चर्चेमुळे मला योग्य दिशेने पुढे जाण्याचा आत्मविश्वास मिळाला. त्यांच्या अचूक आणि मौल्यवान सूचनांमुळे पुस्तक एका वेगळ्या उंचीवर गेलं यात शंका नाही.

लेखकाने पुस्तक लिहिणे आणि ते प्रकाशकाने प्रकाशित करणे ही एक प्रक्रिया आहे.

जेव्हा मी या विषयावर पुस्तक लिहायचे ठरवले, तेव्हा मनात हाही विचार आला की, या पुस्तकाच्या निर्मितीला चांगला प्रकाशक कसा मिळेल? त्यांची टीम या पुस्तकाला न्याय देईल का? पुस्तक निर्मितीत खूप जणांचा हातभार लागतो, एडिटर, कव्हर डिझायनर, संपादक, विक्री आणि इतरही बरेच. आणि जर लेखक आणि या सर्वांमध्ये एक सुरेख विश्वासाचा बंध निर्माण झाला, तर या प्रक्रियेत मजाच येते.

आणि या पुस्तकाच्या बाबतीत नेमके हेच घडले. 'सकाळ प्रकाशन'सारखा प्रकाशक या पुस्तकाला मिळाला हे या पुस्तकाचे भाग्य. आता या पुस्तकाची निर्मिती दर्जेदार होणार यात काहीही शंका नाही.किती आभार मानू त्यांचे? त्यांच्या हाती लेखन सुपूर्त करताना मला फार आनंद होत आहे.

पुन्हा एकदा सांगावंसं वाटतं,

'जो अपनी कदमों की काबिलीयत पर विश्वास रखते हैं,

वो ही अक्सर मंजिल पर पहुंचते है।'

डॉ. प्रतिभा देशपांडे

मानसशास्त्रज्ञ

९८९०१६९५५९

dilippratibha@gmail.com

welcomedearzindagi@gmail.com

विभाग २

मानसिक प्रथमोपचार : उपयोजन

विभाग पहिला

मानसिक प्रथमोपचार : स्वरूप

परिपूर्ण आणि आनंदी आयुष्यासाठी

कठीण प्रसंग तर येणारच; पण डगमगून नाही जायचं
प्रतिकार करून खंबीरपणे सामना करायचा.
एक मात्र नक्की...
आनंदी आयुष्य जगणं,
हा प्रत्येकाचा जन्मसिद्ध हक्क आहे;
नव्हे तेच आपल्या जीवनाचं प्रयोजन आहे.
मात्र, हा हक्क दान म्हणून मिळत नसतो,
तो आपला आपल्यालाच मिळवावा लागतो.
कसा?
दुसऱ्याला आणि जगाला नाही
तर स्वतःला बदलून, घडवून!
चला, आपलं आयुष्य घडवू या,
परिपूर्ण आणि आनंदी करू या!

प्रकरण १

मानसिक प्रथमोपचाराचा प्रारंभ

(Beginning of Psychological First Aid - PFA)

१.१ सोनालीपासून मानसिक प्रथमोपचाराची सुरुवात

१.२ समुपदेशकाच्या नजरेतून

१.३ जगण्यातल्या डुलक्या

१.१ सोनालीपासून मानसिक प्रथमोपचाराची सुरुवात

१३ जानेवारी, २०१५, एक उत्साहपूर्ण सकाळ! वेळ दहाची! माझा विश्रांतीचा दिवस...! कॉफीचे घुटके घेत बागेत मजेत बसले होते. आजचा संपूर्ण दिवस आळसात काढायचा विचार होता.... अधूनमधून असा दिवस घालवणं, हे माझ्या व्यवसायाच्या दृष्टीने गरजेचं होतं, त्यामुळे मला स्वत:वर काम करता येतं. माझ्या व्यवसायासाठी ते आवश्यक असतं आणि काही साधकांच्या समस्यांवर शांतपणे विचार करता येतो.

अचानक फोन वाजू लागला... एक अनोळखी नंबर समोर दिसत होता.

समुपदेशक असल्यामुळे नेहमीच मी प्रत्येक फोन घेते.

दुसऱ्या बाजूने एका तरुण स्त्रीचा आवाज... थकलेला, रडवेला! हा कॉल SOS म्हणजे, 'Si Opus Sit' मधील धोक्याची सूचना देणारा होता हे मला अनुभवातून लक्षात आलं.

"येस..." मी म्हटलं.

"मी खूप संकटात आहे. मला प्लीज तुम्ही आत्ताच्या आत्ता भेटता का?"

"आपण कोण?"

"मी सोनाली."

"आज शक्य होईल असं वाटत नाही..." मी म्हटलं!

"कदाचित उद्या नसेन मी या जगात..."

माझा 'सिक्स्थ सेन्स' जागृत झाला. भविष्यात घडू शकणाऱ्या घटनेतला संभाव्य धोका माझ्या लक्षात आला. समोरच्या व्यक्तीचा अव्यक्त, पण धोकादायक विचार जाणवला.

"या लगेच! माझा पत्ता...."

"आहे माझ्याकडे!" ती लगेचच आली. बहुतेक गेटबाहेरच उभी असावी. तिचं सौंदर्य, तिचं तारुण्य, तिचे कपडे याकडे माझं अगदीच लक्ष गेलं नाही. पण तिचे डोळे मात्र मी टिपले... अश्रूंनी डबडबलेले, सतत रडण्यामुळे सुजतात तसे; तरीही ते सुंदर होते. त्यातली वेदना मला जाणवली.

"बाहेरच उभी होते. मला खात्री होती, तुम्ही मला नक्की भेटाल."

तिला घेऊन मी आमची सत्रं घेते, त्या खोलीमध्ये गेले.

माझ्या सूचनेची वाट न बघता ती खुर्चीत जणू कोसळलीच.

"सॉरी...!"

ती खुर्चीवरून उठू लागली. मी हातानेच खूण केली, इट्स ओके!

तिला खूप बोलायचं होतं...

"मी तुम्हांला...." ती रडू लागली, ओक्साबोक्शी, हुंदक्यांनी तिचं शरीर, तिचे हात थरथरत होते. तिने टेबलावरचे टिश्यू पेपर घेतले. बराच वेळ ती नुसती रडत होती. थोडा वेळ

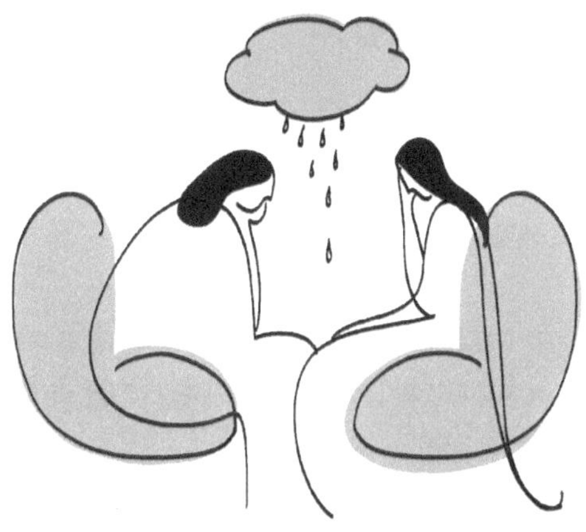

जाऊ दिल्यावर मी तिच्या डोक्यावरून हात फिरवला. माझ्या स्पर्शाने तिला धीर आला.

"सॉरी... !" ती परत म्हणाली.

"तुला वॉशरूम वापरायची आहे का?'

"हो."

मी हाताने वॉशरूमची जागा दाखवली.

आता मला कमीतकमी शब्द वापरायचे होते. ती परत येईपर्यंत मी आम्हां दोघींसाठी थर्मासमधून कॉफी ओतून ठेवली, बशीत बिस्किटं ठेवली.

परत आली तेव्हा ती जरा सावरली होती. मी पाण्याचा ग्लास तिच्यासमोर धरला. तिने क्षणात तो संपवला.

"आपण आधी कॉफी घेऊ या?"

"नको मला! मी आता ठीक आहे!"

"पण मला हवी आहे आणि आपल्याला खूप बोलायचं आहे, त्यासाठी काही तरी उत्साहवर्धक हवं, नाही का? कॉफी आवडते ना?" मी तिच्याकडे बघून मंद हास्य केलं. त्यावर तिनेही हसण्याचा केविलवाणा प्रयत्न केला.

"खूप आवडते."

तिने कॉफी संपवली; मी पुढे केलेल्या प्लेटमधली दोन बिस्किटं खाल्ली. तिचे डोळे परत भरून आले.

"परत सॉरी!! काय करू हो; मला सारखं रडायला येतंय!"

"काही हरकत नाही. तुझ्या भावना आवरू नकोस, अश्रूंना वाट मोकळी कर... मग बघू आपण काय करायचं ते आणि एखाद्या दुःखाच्या प्रसंगात आपल्याला रडू येणं हे स्वाभाविक आहे. रडण्याने भावनांचा निचरा होतो! Don't worry! मी एक गुपित सांगू,

मला रडायला आलं की, मीही रडते, खूप वेळा!"

यावर ती गोड हसली,

"ब्रेकफास्ट काय केलास?"

"नाही केला."

"अजून एकेक कप कॉफी? मी घेणार आहे.'

"मलाही."

आम्ही दोघींनी दुसरा कपही संपवला. तिच्या नकळत मी तिला न्याहाळत होते. तिचे कपडे चुरगळलेले होते, थोडेसे मळकेही होते, तरीही ती सुंदर दिसत होती. तिचं हसणं मोहक होतं; पण त्यात वेदनेची झाक होती.

"मी तुमच्याकडे का आले, ते सांगू?"

"येस! पण आधी आपण एक प्रार्थना करू या. तुला कुठली येते?"

"सदा सर्वदा...!''

"चालेल, मलाही ती पाठ आहे. त्याआधी आपण दीर्घ श्वसन करून आपलं मन स्थिर करू या. दीर्घ श्वसन येतं तुला?"

"हो."

दीर्घ श्वसन आणि प्रार्थना झाल्यावर ती थोडीशी शांत झाली.

मग ती बोलू लागली... बोलताना बऱ्याचदा तिच्या डोळ्यांतून अश्रू ओघळत होते. काही वेळा रुमालाने ती आपलं तोंड झाकून घेत होती. हुंदक्यांनी तिचं शरीर थरथरत होतं. मी उठून तिच्या डोक्यावर हात ठेवला, तिच्या खांद्यावर थोपटलं.

ती सांगत होती त्यातून स्पष्ट जाणवत होतं की, तिच्यावर बेतलेला प्रसंग तिला अनपेक्षित होता. एक विश्वासघात! सुखाच्या हिंदोळ्यावर झुलत असताना अचानक तिला तिच्या प्रिय व्यक्तीने दुःखाच्या खोल दरीत लोटलं होतं...

"पंधरा वर्षांपूर्वी मी त्याच्याबरोबर लग्न केलं. एका पार्टीत भेटलो. आवडला. केलं लग्न! माझं मॉडेलिंगचं करिअर सोडून दिलं. अर्थात, तो निर्णय माझा होता. मला नेहमीच संसाराची आवड होती. माझा नवरा प्रचंड हुशार आहे आणि लहान वयातच तो एक यशस्वी उद्योजक म्हणून प्रसिद्ध आहे. आम्हांला दोन गोड मुलं आहेत. मुलगा दहा वर्षांचा आणि मुलगी पाच वर्षांची! माझे सासू-सासरे आता हयात नाहीत. माझे आईवडील हा माझा खूप मोठा आधार आहे. माझ्या नवऱ्याचे आणि त्यांचे खूप चांगले, अगदी मुलासारखे संबंध आहेत. म्हणजे निदान आठवड्यापूर्वीपर्यंत तरी मला तसं वाटत होतं. मला एक लहान बहीण होती; पण तीन वर्षांपूर्वी एका अपघातात गेली. सुखाच्या राशीत लोळत असताना अचानक तिचं असं जाणं, हा धक्का आमच्यासाठी खूप मोठा होता. मला तर आयुष्य संपल्यासारखं वाटलं.

माझ्या नवऱ्याने त्या वेळी मला आणि माझ्या आईवडिलांना तळहाताच्या फोडासारखं जपलं. म्हणजे निदान मला तेव्हातरी तसंच वाटलं. माझे आईवडील तर आता कुठं थोडेसे त्या धक्क्यातून सावरत आहेत... आणि आता माझ्या आयुष्यात परत हे असं झालं.”

ती बोलायची थांबली. बहिणीच्या आठवणींनी तिचे डोळे परत भरून आले.

“परत थोडंसं दीर्घ श्वसन करतेस का? डोळे मिटून घे! तुझं मन शांत झाल्यावर बोलू या. टेक युअर ओन टाइम.”

मी हळुवार म्हटलेलं, तिने लगेच ऐकलं.

काही वेळ गेल्यावर ती शांत झाली आणि पुढे बोलू लागली...

“आज १३ तारीख! एक तारखेला आमच्या लग्नाचा पंधरावा वाढदिवस होता. माझ्या आई-वडिलांनी मुलांना त्यांच्याकडे राहायला नेलं. हा आमचा शिरस्ता होता. लग्नाचा वाढदिवस हा आम्ही दोघंच साजरा करतो. एखादं हॉटेल दोन दिवसांसाठी बुक करतो. या वर्षी मात्र तो मला सारखी कारणं देत होता, खूप काम असल्याची! बहुतेक त्याच्या मनात नव्हतं.

मला म्हणाला, ‘प्रचंड काम आहे!’

अर्थात, तो सध्या खूप बिझी असायचा हे खरंच होतं. रात्रीही रोज उशिरा यायचा, सकाळी लवकर जायचा. गेले वर्षभर असंच चाललं होतं. पण माझ्या आग्रहाखातर शेवटी तो तयार झाला. आमच्या आवडत्या हॉटेलमध्ये मी एक स्वुईट् बुक केला. आमचं बारा वाजता जायचं ठरलं होतं.

सकाळ उजाडता म्हणाला, ‘तू पुढे हो! पटकन काम आटोपून मी वेळेत पोहोचतो.’

त्याप्रमाणे मी बारा वाजता हॉटेलात पोहोचले. तीन वाजता त्याचा फोन आला, ‘पाचपर्यंत पोहोचतो!’ मी कायमच समजूतदार बायको होते. त्याप्रमाणे आजही कुरकूर न करता मी त्याची वाट बघत राहिले. आमच्यासाठीच तो इतकं काम करायचा हे मला माहीत होतं. सात वाजता त्याचा मेसेज आला, ‘वाटेत आहे, पोहोचतोच.’ आणि शेवटी रात्री अकरा वाजता तो आला, तरीही मी नाराजी न दाखवता आनंदाने त्याचं स्वागत केलं.

त्याला मिठी मारून म्हटलं, ‘तू आपल्या कुटुंबासाठी किती कष्ट करतोस!’

‘मी आधी फ्रेश होतो, तोपर्यंत तू जेवण मागव!’ मला हाताने बाजूला करत, रूक्षपणे तो म्हणाला. हे मला जरा विचित्र वाटलं; पण मी शपथ घेऊन सांगते, त्या वेळीही मी त्याला समजून घेतलं. वाटलं, दिवसभराच्या कामाने दमला असेल. मी त्याच्या आवडीचे पदार्थ मागवले. आम्ही जेवण केलं. त्याचं वागणं काहीसं अलिप्त होतं, वागण्यात प्रेम जाणवत नव्हतं, अधीरता नव्हती, पण तरीही मला खात्री होती, यानंतरचा वेळ खूप मजेत जाणार आहे. नेहमीप्रमाणे त्याने मला कोणतं गिफ्ट आणलंय याची उत्सुकता होती. अर्थात काहीही आणलं असलं; तरीही मी ते नक्कीच आनंदाने स्वीकारलं असतं आणि नसतं आणलं तरीही

मी समजून घेतलं असतं. मी त्याच्यासाठी आणलेलं गिफ्ट त्याला दिलं. त्याने ते स्वीकारलं आणि म्हणाला,

'मी आज तुझ्यासाठी काहीही आणलं नाही.'

'इट्स् ओके डिअर! तुझा सहवास हे माझ्यासाठी खास गिफ्ट आहे,' मी म्हटलं.

'मला तुला काही तरी सांगायचंय. मला घटस्फोट हवाय.' त्याच्याकडे माझ्यासाठी हे गिफ्ट होतं.''

ती बोलायची थांबली, तिच्या डोळ्यांतून अश्रू वाहू लागले. मी तिला थोपटलं. माझ्याकडे असहायपणे ती बघत राहिली.

तिला स्पर्शनि आणि नजरेने धीर दिल्यावर ती थरथरत्या स्वरात पुन्हा बोलू लागली...

“मला वाटलं की, तो माझी गंमत करतोय. तसा तो खूप मित्रशकल आहे. घरात खूप गमतीजमती करून आम्हांला सतत हसवत असायचा.

'आज ही काय मस्करी?' मी म्हटलं!

'ही मस्करी नाहीये, मला खरंच घटस्फोट हवा आहे. मी तुझ्यासोबत आनंदी राहू शकत नाही. मी खूप विचार केला आणि ठरवलं की, मला एका वेगळ्या मार्गानि जायचंय.'

'तुझ्या आयुष्यात दुसरी कोणी बाई आहे?' मी विचारलं.

'दुसरी? खरं तर माझ्या आयुष्यात एकच बाई आहे.'

''ताई! मला खूप हायसं वाटलं; पण एक सेकंदच! तो पुढे म्हणाला, 'माझ्या आयुष्यात एकच बाई आहे, पण ती तू नव्हेस.'

'कोण?'

'ते तुला सांगण्याची मला गरज वाटत नाही. तू जेवढ्या लवकर हे वास्तव स्वीकारशील, तितकं आपल्या दोघांच्या दृष्टीने योग्य होईल.'

''त्याच्या प्रत्येक शब्दात कोरडेपणा होता. हा माझा नवरा नव्हता. जणू मनाने माझ्यापासून तो शेकडो मैल दूर गेला होता. ही हॅड ऑलरेडी मूव्हड् ऑन हे मला जाणवलं.

''मी रडत होते, ओरडत होते. आमच्या जेवणाच्या रिकाम्या प्लेट मी फेकायला सुरुवात केली. त्यावर त्याने आवाज चढवला, 'ओरडून तमाशा करू नकोस. मी ठरवलेलं बदलणार नाही.'

'का असा वागतोस? आपल्या मुलांचा, कुटुंबाचा विचार तुझ्या मनात नाही आला?'

'मी मुलांना आणि तुला काहीही कमी पडू देणार नाही.'

'माझ्यात काय कमी होतं म्हणून...'

'तू गेल्या तीन वर्षांत कसं वागलीस, याचा विचार कर! तुझ्यामुळेच मी तिच्याकडे ओढला गेलो.'

हा मात्र मला शॉक होता.

माझ्यामुळे?

तो सर्व दोष मला देत होता. का? कधी आणि कुठे चुकलं होतं माझं? खरं तर चुकला होता तो; पण खापर फोडत होता माझ्यावर! त्याच्या विवाहबाह्य संबंधाला मला जबाबदार धरत होता. माझं काही चुकत होतं, तर दोन वर्षांत मला त्याने का सांगितलं नाही?

ती थरथरत होती. मी न बोलता तिच्या समोर पाण्याचा ग्लास धरला. थोडं पाणी प्यायल्यावर ती शांत झाली.

"त्याला विचारलं नाहीस का?" मी विचारलं.

"रात्रभर विनवण्या केल्या. माझं काय चुकलं, असं विचारलं. तर म्हणाला, 'तूच विचार कर!' मी तोच विचार करत आहे. विचाराने मला वेड लागेल. तो काहीही सांगायला तयार नाहीये.''

"गेल्या दोन वर्षांत तुमचे शारीरिक संबंध कसे होते?" मी विचारलं.

ती काही काळ गप्प झाली. एका नाजूक विषयाला मी हात घातला होता. मी तिला पाण्याचा ग्लास दिला. तिने लगेच तो संपवला. एक चॉकलेट खाल्लं. तिचे हात मी माझ्या हातात घेतले. माझ्या स्पर्शाने तिने स्वतःला सावरलं.

"नको सांगूस!" मी म्हटलं. कदाचित मी तिची दुखरी नस दाबली असावी.

"फारसे नव्हते!"

"…"

"माझी बहीण गेल्यापासून मी……."

तिने मला जे सांगितलं त्यावरून नेमकं काय झालं असेल, हे माझ्या लक्षात आलं; पण सध्या तरी ते जास्त महत्त्वाचं नव्हतं. व्हायचं ते नुकसान होऊन गेलं होतं.

ती बोलत होती, तिच्या बोलण्यात सुसूत्रता नव्हती, जसं आठवेल तसं ती सांगत होती. तिच्या नवऱ्याने त्याचा निर्णय दिला होता.

"तुझा नवरा येईल का माझ्याकडे समुपदेशनासाठी?"

"नाही. खरं तर मी त्याला सुचवलं होतं की, आपण समुपदेशकाकडे जाऊ या! तर म्हणाला, 'माझं काहीही चुकलं नाही. मला कोणाच्याही सल्ल्याची गरज वाटत नाही. तुलाच उपचारांची गरज आहे. तू सायकिक आहेस. यापुढे मला माझं सुख हवंय. मला तुझ्याकडे परत यायचं नाही. माझा निर्णय झालाय, घटस्फोटाच्या पेपरवर सही कर म्हणजे मी सुटेन.'

"मी सायकिक? मग गेली पंधरा वर्ष त्याला नाही का हे जाणवलं?''

"केलीस का तू सही?"

"नाही. मला घटस्फोट नकोय. मी काहीही झालं तरी सही करणार नाही. गेली दोन वर्ष तो एका बाईमध्ये गुंतलाय आणि आता त्यांना लग्न करायचंय. गेली दोन वर्ष मी एका

अशा माणसाबरोबर राहतेय. दोन वर्षं? आणि मला त्याचा पत्ताही नव्हता. काय होता माझा गुन्हा? मला कळल्यापासून मी त्याच्या विनवण्या करतेय.

"माझ्यासाठी नाही तर माझ्या मुलांसाठी त्याने आमच्याबरोबर असायला हवं. मला कुटुंब मोडायचं नाहीये. त्याने माझ्यावर आरोप केले तरीही मी सगळं स्वीकारून, माझ्यात बदल करून लग्न टिकवण्यासाठी प्रयत्न करायला तयार आहे. माझ्यासाठी आणि मुलांसाठी त्याने परत यायलाच हवं.

"मी काय सांगू मुलांना? की तुमचे बाबा दुसऱ्या बाईशी लग्न करणार आहेत? त्यापेक्षा त्याचा मृत्यू झाला असता, तरीही मी मुलांना समजावलं असतं. पण त्याच्या दुसऱ्या बाईशी असलेल्या संबंधांबद्दल कसं सांगू? त्यांच्या मनात आपल्या बाबांविषयी काय आदर राहील? माझ्या आई-वडिलांना काय सांगू?

"लग्न म्हणजे फक्त शारीरिक संबंध असतात का? इतकी वर्षं मी दिलेल्या योगदानाला काहीच महत्त्व नव्हतं? शारीरिक सुखाकडे माझं तीन वर्षं दुर्लक्ष झालं म्हणून मला एवढी मोठी शिक्षा? समजा, माझं त्या वेळी चुकत होतं, तर त्या वेळी का बोलला नाही? फक्त हाच एक मार्ग होता का?"

तिचा त्रागा मला कळत होता.

"मला मी अगदीच क्षुल्लक वाटायला लागले आहे. मला माझी घृणा वाटतेय. मला जगावंसं नाही वाटत. मी माझ्या नवऱ्याला जे हवं ते देऊ शकले नाही. मला जगायचं नाही. खूप फालतू आहे मी! मला त्याने दुसऱ्या बाईसाठी नाकारलं? छे:! मला जगायचं नाहीये!"

"मग तुझ्या मुलांचं काय?" मुलांची आठवण करून देणं गरजेचं होतं.

"माझे आईवडील घेतील त्यांची काळजी किंवा तो घेईल की!"

"हं! हे, तू बरोबर बोललीस! आता तो एकटा नाही, त्याच्याबरोबर दुसरी बाई आहे त्यांना सांभाळायला. दुसऱ्या बाईने तुझ्या मुलांना सांभाळलं तर तुला आवडेल?"

तिने मानेने नाही म्हटलं.

"त्यासाठी तरी तुला जगावं लागेल; नाही का? मुलांना वाढवणं ही तुझी जबाबदारी आहे. ...आहे ना?"

"तुझी जबाबदारी तू तुझ्या म्हाताऱ्या आईबाबांवर टाकणार, म्हणजे त्यांना दुहेरी दुःख एक तर तुझ्या वियोगाचं आणि दुसरं नातवंडं पोरकी झाली याचं. पटतंय तुला?"

"नाही माहीत."

ती माहीत नाही म्हणत होती, पण ती एक आई होती. माझ्या बोलण्याचा नक्कीच ती विचार करेल, याची मला खात्री होती. आज ती असहाय होती. नवऱ्याचा निर्णय स्वीकारून त्याच्याशिवाय आयुष्य कसं जगायचं हे तिला उमगत नव्हतं, म्हणून तिला मरायचं होतं.

"त्याने परत यायला हवं. नव्हे, त्याला यायलाच लागेल. मी आणीन. येईल ना तो?

माझ्यातले दोष मी दूर करीन. त्याच्याकडे जास्त लक्ष देईन. तुम्ही कराल मला मदत? तुम्ही सांगाल ते उपचार मी करीन. मी बदलीन स्वतःला. माझ्यात काही दोष असल्यास किंवा मी काही चुकीचं केलं असेल, तर मी स्वतःला सुधारण्यास तयार आहे. मी तुमच्या सल्ल्याचं पालन करीन. मी कोणतेही उपचार करून घेण्यास तयार आहे. पण, मला तो माझ्या मुलांसाठी तरी हवा आहे. आमच्या कुटुंबासाठी त्याने परत यायलाच हवं. मी त्याच्याशिवाय जगू शकत नाही. तो नसेल येणार परत, तर मला जगायचं नाहीये. तुम्ही सांगा, येईल ना तो परत?"

माझ्याकडे उत्तर नव्हतं. तिचं रडणं मला बघवत नव्हतं. एका असहाय जीवाचा एक असफल प्रयत्न होता, आपलं लग्न वाचवण्याचा; परंतु खरं तर तिच्या हातातून गोष्टी निसटल्या होत्या.

माझा प्रयत्न असणार होता, ही परिस्थिती तिला स्वीकारायला लावायची. पण त्या आधीही मला तिच्या मनात जगण्याची ऊर्मी परत आणायची होती. ती मला जगायचं नाही असं म्हणत असली; तरीही बहुतेक ती जीव देणार नाही, असं मला अनुभवातून वाटत होतं; पण खात्री नव्हती. काही वेळा एखाद्या हळव्या क्षणी कोण कसं वागेल, ते काहीच सांगता येत नाही. कारण त्या क्षणी इतकं मानसिक खच्चीकरण झालेलं असतं की, सारासार विवेकबुद्धी नष्ट होते, आणि मला ती वेळ येऊ द्यायची नव्हती.

"तुला जे हवंय ते तूच मिळवू शकशील. मी नक्की मदत करीन! पण आपण परिस्थितीचं भान ठेवलं, तर आत्ता तू आहेस, त्यापेक्षा चांगल्या स्थितीत राहू शकशील हे नक्की!"

"म्हणजे तुम्हांलाही असंच वाटतंय ना की, तो नक्की परत येईल?"
माझ्याकडे उत्तर नव्हतं. जे मला वाटत होतं, ते ती ऐकून घेण्याच्या मनःस्थितीत नव्हती किंवा तिला ते ऐकून घ्यायचं नव्हतं. तिला वास्तवाची जाणीव करून देण्याची ही वेळ नव्हती. आधी तिचं मन खंबीर करणं गरजेचं होतं. कदाचित कालांतराने तिलाच अशा माणसाबरोबर राहायला आवडलं नसतं, जो विश्वासू नाहीये!

ती समुपदेशनासाठी आली होती. पण सध्या तरी तिला समुपदेशनापेक्षाही आधार आणि आशेची आवश्यकता होती. तिला हवी होती अशी व्यक्ती, जी तिला मार्ग दाखवेल, तिच्या आशेला खतपाणी घालेल. तिची जखम खोल होती... ताजी होती... आणि दर दिवशी ती निराशेच्या गर्तेत अजून खोलवर रुतत होती.

सध्या ती फार मोठ्या मानसिक धक्क्यामध्ये होती. प्रचंड दबावाखाली होती. ताणाखाली होती. भावनिक वादळात गुरफटली गेली होती. सारासार विचार करण्याची क्षमता गमावून बसली होती. आमच्या मानसशास्त्रीय भाषेत ज्याला मानसिक धक्का 'ट्रॉमा'

(Trauma) म्हणतात, त्या अवस्थेत होती. अशा अवस्थेत आपण काहीही टोकाची कृती करू शकतो, जी दीर्घकालीन फायद्याची आणि आवश्यकही नसते. त्याने आपली फक्त हानीच होऊ शकते. म्हणून तातडीची गरज होती, तिला या अवस्थेतून बाहेर काढण्याची! यालाच आम्ही 'मानसशास्त्रीय प्रथमोपचार' अर्थात Psychological first aid-PFA म्हणतो.

यासाठी सध्याच्या परिस्थितीत तरी तर्कशुद्ध चर्चेचा काहीही उपयोग नव्हता. तिला गरज होती मानसिक, भावनिक आधाराची! विश्वास देण्याची! मनोबल वाढवण्याची! ती कोणताही आततायी विचार अथवा क्रिया करणार नाही, याची खात्री करून घेण्याची!

"हो, येऊ शकेल ना परत! तसं व्हावं म्हणून काय करायचं याचा विचार आपण करणार आहोत. पण सध्या नाही... नंतर! शिवाय कसं आहे ना, की तो काय करेल हे आपण नाही ठरवू शकत. हे मात्र आपण नक्कीच ठरवू शकतो की, आपण काय करायचं. आपला आनंद, आपली सुरक्षा, आपलं हित हे कसं जपायचं; या गोष्टी दुसऱ्यावर अवलंबून असता कामा नयेत. तू सुशिक्षित आहेस, तरुण आहेस, देखणी आहेस. माझ्या अनुभवावरून सांगते की, तू पुन्हा एकदा आनंदी आयुष्य नक्की सुरू करशील. तो परत आला तर त्याच्यासोबत नाही तर त्याच्याशिवाय! पण तू परत उत्तम आयुष्य जगणार; यात मलातरी तिळमात्र शंका नाही. पण त्यासाठी तुला मी सांगेन ते पूर्ण विश्वासाने आणि प्रयत्नपूर्वक करावं लागेल. करशील ना तू ते?"

"हो मॅडम, यातून मार्ग काढण्यासाठी मी काहीही करायला तयार आहे."

तिच्या जखमेवर मलमपट्टी करण्याची गरज होती. शारीरिक दुखापत लगेच दिसून येते आणि म्हणून त्यावर मलमपट्टी चटकन करता येते. पण मन....?

गेल्या काही दिवसांत ती शांतपणे झोपलीही नसेल, काय खाल्लं असेल कुणास ठाऊक. ते जाणून घेण्याची मला गरज वाटली.

"गेल्या आठवडाभराचा तुझा दिवसभराचा प्रोग्राम सांगतेस? काय खातेस? कधी झोपतेस? किती वेळ झोपतेस? मुलांची काळजी कशी घेतेस? त्यांना काय खायला देतेस? मला सगळे तपशील हवे आहेत. सांगशील? जसं जमेल तसं सांग!"

तिने सांगितलं, त्यावरून ती नीट खात नव्हती, शांत झोपत नव्हती. मुलांसाठीही पिझ्झा, बर्गरसारखं काही तरी बाहेरून मागवत होती.

"माझा नवरा सतत मला सही कर म्हणून मागे लागला आहे. आज आठ दिवस झाले, एकही दिवस मी झोपलेली नाही; आणि मला त्याला अजिबात घटस्फोट द्यायचा नाहीये, हे मी ठरवून टाकलंय. त्याला मी दुसऱ्या बाईबरोबर आनंदाने राहू देणार नाही. मग त्यासाठी माझं आयुष्य वाया गेलं तरी चालेल. मी सुखात नसेन तर तोसुद्धा सुखी नसेल. तडफडू दे

त्याला! मी नाही का तडफडत आहे.”

आता तिच्या प्रत्येक वाक्यात अंगार होता. तिच्या मनाची तगमग स्पष्ट दिसत होती. मिश्र भावनांनी ती घेरली गेली होती.

दुःख, असंतोष, उद्वेग, क्रोध, संताप, घोर चिंता, भीती, खिन्नता, राग, द्वेष, सूड... अशा नकारात्मक भावनांमध्ये घेतलेले निर्णय आणि प्रतिक्रिया या बहुतांशी आपल्या हिताच्या ठरत नाहीत; पण तिला सांगण्याची ही योग्य वेळ नव्हती. ते तिला या अवस्थेत पटलंही नसतं. शिवाय बोलल्याने, व्यक्त झाल्याने अशा नकारात्मक भावनांचा निचरा व्हायलाही मदतच होते. तिला तिच्या नकळत अशा भावनांपासून दूर न्यायचं होतं, त्यासाठी तिला पर्यायी मार्ग सुचवणं आवश्यक होतं.

“आपण एक करू या, तू तुझ्या नवऱ्याला सांगायचंस की, तुला विचार करायला वेळ हवाय. त्याने विचारलं किती? तर म्हणायचं, मला माहीत नाही. मी अत्यंत दुःखात आहे, माझं मन स्थिर नाही, कधी होईल हे मला माहीत नाही. मी सध्या तरी तुला काहीही सांगू शकत नाही की, माझा निर्णय काय असेल आणि मी तो कधी घेऊ शकेन.”

“हं..! पण माझा निर्णय झालाय. मी त्याला घटस्फोट अजिबात देणार नाही.”

“नको देऊस! पण सध्या तरी तसं त्याला सांगण्याची जरुरी नाही. सध्या काहीच सांगायचं नाही. वेळ मागायचा. त्यामुळे तुला विचार करायला, काय प्रतिसाद द्यायचा हे ठरवायला वेळ मिळेल.’’

“मला हे चांगलं वाटतंय.”

“तुझी मनःस्थिती मी समजून घ्यायचा प्रयत्न करत आहे. मला हेही जाणवतंय की, तुझ्यावर कठीण प्रसंग ओढवला आहे, ज्याची मी फक्त कल्पनाच करू शकते. तुला काय वाटतंय हे जाणून घ्यायचा मी प्रयत्न करते आहे. मी तुला आता हेच सांगीन की, तुझा नवरा, त्याला हवं तसं वागला, त्याने त्याचा निर्णय घेतला. आता त्यावर तू कसं वागायचं याचा तुला चॉइस आहे. तुझ्यासमोर मला सध्या तीन पर्याय दिसत आहेत.

‘पर्याय पहिला, सतत रडत बसायचं, स्वतःला दोष द्यायचा, दैवाला दोष द्यायचा, त्याला दोष द्यायचा, सूडबुद्धीने वागून त्याला त्रास द्यायचा. आपल्या असहायतेबद्दल सारखी स्वतःची कीव करायची, तक्रार करायची आणि ‘मी किती बिचारी’ अशी भूमिका जगायची.

‘दुसरा पर्याय आहे की, काहीच न करता परिस्थिती कधी बदलेल याची वाट बघत बसायचं, माणूस हा पराधीन आहे असं म्हणत नशीब, तुझे ग्रह कधी बदलताहेत याची वाट बघायची. या दोन पर्यायांत तुला काहीच करायचं नाहीये. सगळ्यांची सहानुभूती असेल तुझ्याबरोबर! काही काळ सगळे तुला जपतील, तुझी मदत करतील; पण किती काळ असेल? हाही विचार कर की, ‘रोज मरे त्याला कोण रडे’ हेही खरंच आहे.”

"नाही! नाही!! मला हे अजिबात नको आहे."

"मग तुझ्यासाठी तिसरा पर्याय आहे आणि तो म्हणजे, सध्या तुझ्या भावना आधी काबूत आणायच्या. तुझे विचार स्थिर झाले की मग, समोर आलेली परिस्थिती स्वीकारून, अधिक हुशारीने आणि सकारात्मक दिशेने लढायचं. दुसऱ्याला दोष देण्यात वेळ वाया घालवण्यापेक्षा परिस्थितीवर मात करायची, सकारात्मकतेने जगायचं. आनंदी राहायचं. कष्ट करायचे आणि आशा अजिबात सोडायची नाही. जगण्याला सामोरं जायचं. तुझ्याविषयी मनापासून प्रेम असणाऱ्या, तुझी काळजी घेणाऱ्या माणसांसोबत राहायचं. जे तुला आनंद देणार आहेत, अशा लोकांसोबत तुझी मुलं, आईबाबा… निर्णय तुझा आहे!"

ती विचार करू लागली… "तिसरा पर्याय आवडेल मला; पण मला असं वागणं जमणार नाही. मी सध्या असा विचार करू शकत नाही."

"शंभर टक्के बरोबर! मला हेच म्हणायचं आहे. सध्या तू काहीही ठरवू नकोस. निर्णय अशा वेळी घ्यावा, जेव्हा आपण विचारांनी स्थिर असू."

"पण हे नक्की की, मला रडत बसायचं नाहीये. मला प्रयत्न करायचाय, माझा संसार वाचवायचा. तिसरा पर्याय जर जमला तर मला आवडेल. पण जमेल मला?"

"नक्कीच! अर्थात माझी मदत असेलच तुला! तुझा हात धरून, तुला हव्या त्या मार्गावरून चालत जायला मदत करीन! पण मार्ग तू निवडायचास. निर्णय घ्यायची घाई नको करायला."

"चालेल! तुमच्याशी बोलून मला खूप शांत वाटतंय. मी कधी येऊ परत?"

"ते आपण ठरवू या. तुला काही टेस्ट कराव्या लागतील."

"कसल्या टेस्ट? मला काहीच झालेलं नाहीये."

"सोप्या आहेत. तुझ्या चांगल्यासाठी आहेत त्या. चालेल? ठेवशील विश्वास माझ्यावर?"

"मला तुम्हीच यातून बाहेर काढू शकाल, हा विश्वास वाटतोय. आज माझं तुम्ही सगळं ऐकून घेतलंत. आतासुद्धा तयार आहे मी टेस्ट करायला. दुसरं सत्र आजही काही वेळाने चालेल मला. मी बाहेर थांबते."

"आज नको! पण तू आजच्या दिवसात मला कधीही फोन करू शकतेस. रात्री, मध्यरात्री अस्वस्थ वाटलं तर वेळ घालवू नकोस, लगेच फोन कर. वेडावाकडा विचार मनात आला तर वेळ नाही घालवायचा, लगेच फोन करायचा. अगदी मध्यरात्रीसुद्धा चालेल. ऐकशील माझं?"

"नक्की!"

"आणि मला एक वचन हवंय, आपला जीव खूप महत्त्वाचा असतो. तुझ्या मुलांच्या आणि आईवडिलांसाठी तरी तो महत्त्वाचा आहे. आहे ना?"

"हो!"

तिचे डोळे भरून आले. हाच तो क्षण होता, जो मला जिंकायचा होता.

"तुझे हात माझ्या हातात दे! असं समज, ते तुझ्या मुलांचे आणि आई-वडिलांचे हात आहेत; आणि मनातल्या मनात त्यांना वचन दे! लाखमोलाचा जीव तू उधळून टाकणार नाहीस, मुली! त्यांच्यासाठी आणि तुझ्यासाठी तुझा जीव खूप मोलाचा आहे."

तिला रडायला आलं. माझ्या कुशीत शिरून तिने मुक्तपणे अश्रूंना वाट करून दिली.

त्यानंतर जवळजवळ तीन तास आम्ही एकत्र होतो. ती भरभरून बोलत होती, मी ऐकत होते जिवाचे कान करून. तिचा प्रत्येक शब्द महत्त्वाचा होता, बरंच काही सांगणारा होता. त्यातून मला बऱ्याच गोष्टी कळत होत्या.

आता मी सत्राच्या शेवटच्या टप्प्याकडे आले होते. बोलूनबोलून ती दमली होती. तिला विश्रांतीची गरज होती; पण त्याआधी काही तरी खाण्याचीही. मला खात्री होती की, घरी गेल्यावर ती परत खाण्याकडे दुर्लक्ष करेल.

"मला थोडी भूक लागल्यासारखी वाटतेय. मी माझ्यासाठी सँडविच करणार आहे, चीज घालून. तुलासुद्धा देणार आहे."

तिने मान डोलावली.

"किंवा असं करतेस का? तूच कर! फ्रिजमध्ये ब्रेड, चीज आणि बटर ठेवलं आहे. आपल्या दोघींसाठी चांगले दोन-दोन कर!"

हे मी तिला मुद्दामहून करायला लावत होते. मला तिला न्याहाळायचं होतं. त्यातून खूप गोष्टी मला समजणार होत्या. शिवाय मला तिचं मन दुसऱ्या गोष्टींकडे वळवायचं होतं.

ती सँडविच करायला लागली, तोपर्यंत मी रेकॉर्ड प्लेअर सुरू केला.

"किशोर कुमार आवडतो का ग तुला?'

"खूप!"

"ग्रेट! मग त्याचीच गाणी ऐकू या. मला पण प्रचंड आवडतो."

मी मुद्दामहून अतिशयोक्ती करत होते.

खाताना आणि गाणी ऐकताना ती बरीचशी निवळलेली वाटत होती. तिची ही स्थिती तात्पुरती असणार होती. पण निदान काही काळापुरतं ती तिचं दुःखं विसणार होती आणि मला हेच हवं होतं. मग मी रफी, किशोर, लता या मंडळींना हाताशी धरलं. मला तिला थोडं हसवायचं होतं.

"मी तुला माझ्या लहानपणाची एक गंमत सांगते…." असं म्हणून तिला थोडं गमतीशीर गप्पांत रमवलं.

पुन्हा एकदा प्रार्थना म्हणून आमची भेट संपवली. आता आम्ही दुसऱ्या दिवशी सकाळी अकरा वाजता भेटणार होतो….

(या केसचे पुढचे सत्र विभाग दोन, पृष्ठ क्रमांक १६७ वर आहे.)

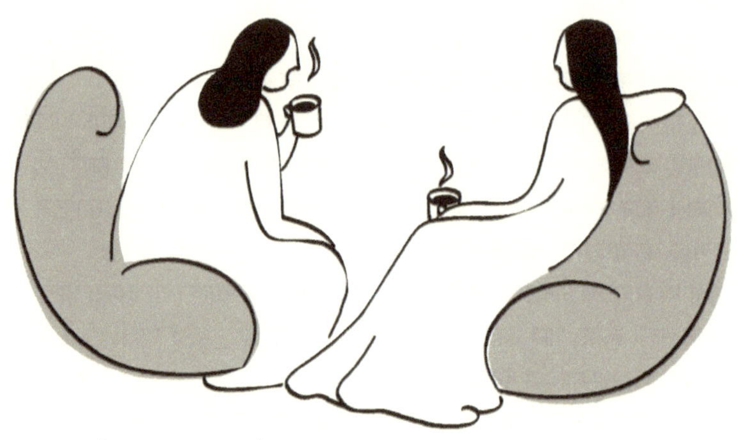

१.२ समुपदेशकाच्या नजरेतून

ती निघून गेली; पण जाताना माझी झोप घेऊन गेली. रात्रभर मी विचार करत होते. जेव्हा मी तिला सांगत होते की, 'मी तुझं दुःख समजून घ्यायचा प्रयत्न करत आहे,' ते अगदी खरं होतं. कारण तिचं दुःख फक्त तीच जाणू शकते. म्हणतात ना की, 'ज्याचं जळतं, त्यालाच कळतं'. आपण फक्त दुसऱ्याचं दुःख समजून घेण्याचा प्रयत्न करू शकतो. मला तिला विश्वास द्यायचा होता; पण खोटी आशा द्यायची नव्हती.

तिला सल्ल्याची नाही, तर कोणाच्या तरी आधाराची गरज होती. तिला हवा होता मायेचा स्पर्श, आशेचे शब्द, मानसिक आधार आणि निरपेक्ष प्रेम. तिला गरज होती, तिचं कोणीतरी ऐकून घेण्याची. तिला हवा होता भक्कम मानसिक आधार...!

तिला सहानुभूती (Sympathy) नाही, तर सम-अनुभूती (Empathy) हवी होती. तिला गरज होती तिच्या भावना समजून घेऊन तिला धीर देण्याची. काय बरोबर काय चूक, हे सांगण्याची ही वेळ नव्हती आणि हे सांगणारे आपण कोण?

कुठलाही निर्णय हा संपूर्ण चूक किंवा बरोबर नसतो. तिच्यासाठी काय बरोबर आहे, हे फक्त तीच ठरवू शकत होती. अचानक आलेल्या वादळाने ती गोंधळली होती, मानसिक त्रासात होती, मानसिक क्लेशाने पीडित होती आणि म्हणून ती धडपडत होती. तिच्या पुढची वाट तिला धूसर दिसत होती किंवा कदाचित दिसतच नव्हती. निर्माण झालेल्या नकारात्मक भावनांचा योग्य निचरा होणं, हे जास्त महत्त्वाचं होतं, त्यासाठी तिला आधाराची गरज होती आणि मला नेमकं हेच करायचं होतं. तिचा हात माझ्या हातात धरून तिला तिचा योग्य मार्ग शोधून द्यायचा होता.

कारण ती सुसंबद्ध विचार करू लागेल, तेव्हा तिचं तिलाच कळणार होतं की,

तिच्यासाठी काय योग्य आहे आणि काय अयोग्य आहे ते!

१.३ जगण्यातल्या 'डुलक्या'

जीवनात सगळं आलबेल आहे, असं वाटत असतानाच कधी कधी मिठाचा खडा पडू शकतो. मतभेद, बेबनाव होऊ शकतात; रंगाचा बेरंग, सुरांचा बेसूर होऊ शकतो. बऱ्याच वेळा बिनसायला आधीच सुरुवात झालेली असते. उदाहरणार्थ, एका दिवसात तब्येत बिघडत नाही, नात्यातले गुंते एका दिवसात निर्माण होत नाहीत. घटस्फोट किंवा एकमेकांबद्दलचा तिटकारा एका दिवसात निर्माण होत नाही.

आनंदाने जीवन जगताना आपण गाफील असतो. आपलं आयुष्य आता सुरळीत असणार आहे, ही आपल्याला खात्री असते. म्हणून आपण स्वतःला मानसिकरीत्या बळकट करण्याचा विचार करत नाही. मनाला खत-पाणी घालायचं विसरून जातो आणि मग असा कठीण प्रसंग-आपत्ती येते, तेव्हा गाडी रुळावरून घसरायला लागते.

या मुलीच्या बाबतीत असंच काहीसं झालं असणार. इतकी वर्षं सत्शील असणारा नवरा, दुसऱ्या बाईकडे का ओढला गेला? असं काय झालं की, त्याला त्याच्या सुंदर, हुशार बायकोला डावलून दुसऱ्या बाईचं आकर्षण वाटायला लागलं. त्यांची संसाराची गाडी घसरत होती, तेव्हा आपल्या बायकोला विश्वासात घेऊन तिच्याशी मनमोकळा संवाद करावंसं त्याला का वाटलं नाही?

कदाचित त्याने प्रयत्न केलाही असेल, पण हिने त्याचं बोलणं मनावर घेतलं नसेल किंवा त्याकडे गांभीर्याने लक्ष दिलं नसेल किंवा तो कदाचित बोललाच नसेल. आपलं असमाधान त्याने उघडपणे जाहीर केलं नसेल आणि दुसऱ्या स्त्रीच्या सान्निध्यात त्याचा स्वतःच्या मनावर ताबा राहिला नसेल. यांपैकी किंवा कदाचित इतर दुसरी कुठलीही शक्यता नाकारता येत नाही.

पण या सर्व गोष्टींचा आता विचार करणं निरर्थक होतं. कोणाचा किती दोष हे ठरवून काय साध्य होणार होतं? त्यापेक्षा आहे त्या परिस्थितीतून मार्ग काढण्यावर लक्ष केंद्रित करायला हवं होतं.

तिची बहीण गेल्यापासून ती स्वतःच्या दुःखात इतकी बुडाली की, तिने त्याला शरीरसुख नाकारलं. नवऱ्याचं तिच्यापासून दुरावणं तिच्या लक्षात आलं नाही. तिच्या नंतरच्या सत्रांमधून असं लक्षात आलं की, तो तिच्याकडे शरीरसुखाची मागणी करत होता, तेव्हा तिला त्याच्याकडून मानसिक आधाराची अपेक्षा होती; आणि तो मिळत नव्हता म्हणून ती शरीरसुख नाकारत होती. यावरून असा निष्कर्ष काढता येईल की, त्या दोघांच्या परस्पर नात्यातील आशा, अपेक्षा, कर्तव्य, संप्रेषण पद्धती

(Communication methods) या वेगवेगळ्या होत्या आणि याची जाणीव नसल्याने ते एकमेकांना समजून घेऊ शकत नव्हते.

योग्य वेळी या जोडप्याने समुपदेशकाची मदत घेतली असती, तर आजची स्थिती टाळता आली असती.

पण 'आता', या 'जर-तर'ला काहीच अर्थ नव्हता. त्याने विवाहासारख्या पवित्र बंधनाचा अपमान केला होता आणि त्याची चूक तो दुरुस्त करायला तयार नव्हता.

पण या जगण्यातल्या डुलक्यांमुळे आज परिणाम काय झाला? तिचा नवरा तिच्यापासून मनाने, शरीराने खूप दूर निघून गेला होता.

तिच्या बाबतीत बोलायचं तर आता कदाचित वेळ निघून गेली होती. तिच्या हातातून तो निसटला होता. कुठेतरी खोलवर तिला याची नक्कीच जाणीव होती, पण तिचं मन परिस्थिती स्वीकारायला तयार नव्हतं.

याचा शेवट काय?

तिच्यावर प्रचंड मानसिक आघात झाला होता.

उपाय?

पहिली पायरी होती, या मानसिक धक्क्यातून बाहेर येण्याची, भावनिक मेंदूच्या प्रभावाखालून बाहेर पडण्याची आणि तर्कशुद्ध, सारासार विचार करण्याची.

दुसरी पायरी असणार होती, परिस्थितीतून मार्ग काढण्यासाठी काय करायचं, हे ठरवण्याची आणि थंड डोक्याने तसा प्रयत्न करण्याची.

तिसरी पायरी असणार होती, घडेल ते स्वीकारून पुढे जाण्याची. परत आनंदी आयुष्य जगण्याची. सध्या ती ज्या मानसिक अवस्थेत होती, त्याला 'मानसिक आघात' (Psychological Trauma) म्हणतात. या अवस्थेची लक्षणे काय असतात आणि अशा परिस्थितीत काय करायचे, हे पुढच्या प्रकरणात पाहू!

- जीवन जेव्हा सुरळीत असतं, तेव्हा आपण बरेचदा गाफील राहतो. स्वतःला मानसिकरीत्या बळकट करण्याचा विचार करत नाही, मनाला खत-पाणी घालायचं विसरून जातो आणि मग जेव्हा असा कठीण प्रसंग-आपत्ती येते, तेव्हा गाडी रूळावरून घसरायला लागते. कधी कधी गाडी इतकी घसरते की, जीवन जगणं मुश्कील वाटायला लागतं.

- अशा कठीण प्रसंगातून सहीसलामत बाहेर येण्यासाठी तीन पायऱ्या महत्त्वाच्या असतात.

  १. अशा वेळी समस्येवर तोडगा काढण्याची घाई न करता प्रथम आपल्याला जाणवणाऱ्या मानसिक क्लेशातून बाहेर पडण्यासाठी उपचार करणं.

  २. मन स्थिर आणि शांत झालं की, तर्कशुद्ध विचार करून समस्येचा विचार करणं.

  ३. जे घडलं आहे ते स्वीकारून परत आनंदी जीवन जगणं.

मुठीतील स्वप्नं

अगणित स्वप्नं घेऊन जन्माला आलो
आईच्या कुशीत रुजली आणि ती सत्यात येणार ही खात्री झाली
आयुष्याच्या प्रत्येक टप्प्यावर वेगवेगळी स्वप्नं
बालपण निष्पाप, निरागस आणि रंगीबेरंगी
निसर्गात रमताना, फुललेल्या फुलांकडे बघताना,
इंद्रधनुष्याच्या रंगात रंगायला लागलो, आयुष्य जगताना.
तारुण्य थोडं गर्विष्ठ तरीही उत्सुक आणि मोहक
मनगटात शक्ती आहे, पृथ्वीवर स्वर्ग आणण्याची
मन फुलपाखरू झालंय.
पदन्यास करताना जमिनीवर पाय थिरकतायेत मदहोशीत...
असाच काळ पुढे जातोय एका वेगळ्याच धुंदीत
आणि
आता ओढ जोडीदाराची
त्याचा हात हातात घेऊन चालायचंय
सुंदर, मोहक आणि प्रणयाच्या मार्गावरून.
सन्मानाने आम्ही परिपक्व वय स्वीकारतो.
आता दृष्टी शांततेच्या आणि आनंदाच्या मार्गावर चालण्याची
प्रत्येक टप्पा सुंदर
स्वप्नं पूर्ण होतील या आशेने हृदय भरून गेलंय
आणि,
आणि अचानक,
एक गडद अंधार आला आणि सगळं हिसकावून घेऊन गेला.
जग विस्कळित झालं
जीवनावरील विश्वास उडाला
स्वप्नांची झाली राख-रांगोळी
जगण्याची इच्छाच शिल्लक नाही राहिली
आणि...

प्रकरण २

मानसिक आघात
(Mental Trauma)

आयुष्य जगताना प्रत्येक क्षण हा आपल्याला हवा तसा असूच शकत नाही. सगळेच दिवस काही सारखे नसतात; कधी ऊन तर कधी सावली. आपल्या सर्वांना प्रतिकूल, कठीण, वेदनादायक, आव्हानात्मक, तणावपूर्ण, भयावह परिस्थिती आणि संकटांविरुद्ध कधी ना कधी सामोरं जावं लागतं.

जीवन जगताना येणाऱ्या आपत्ती, अडचणी, विपत्ती, अचानक उद्भवणारं मोठं संकट, दुर्दैवी घटना! प्रतिकूलता (Adversity), उलथापालथ (Catastrophe), दुर्दैव (Mischance), अरिष्ट (Scourge). अशा बऱ्याच घटनांचे परिणाम रोजच्या जगण्यात उलथापालथ करतात. त्यांचे परिणाम दुर्दैवी असू शकतात आणि यामुळे आयुष्य कठीण वाटायला लागतं, जगण्यावरचा विश्वास उडतो, पण केवळ बाह्य घटनांमुळे आपल्यावर विपरीत परिणाम होतो असं नाही. आपल्या अवास्तव आणि अवाजवी अपेक्षा पूर्ण न झाल्यामुळेही आपल्या मनातील भावविश्वावर आघात होतो, त्याला तडा जातो, धक्का बसतो आणि तीव्र अशा नकारात्मक भावनांनी मनात प्रचंड उलथापालथ होते.

आपण जीव तोडून, खूप मेहनत घेऊन केलेल्या कामाचं फळ आपल्या मनासारखं मिळत नाही, प्रयत्न करूनही सतत अपयश मिळतं, माणसांबद्दलचे आपले अंदाज चुकतात. आपल्या मते आपली चूक नसतानाही नातेसंबंधांत दुरावा आणि ताण निर्माण होतात. आपल्यावर अन्याय झाला आहे, विश्वासघात झाला आहे अशी भावना निर्माण होते आणि आपलं जग उद्ध्वस्त झालं की काय, अशी शंका येते, आपला आत्मविश्वास डळमळीत होतो. आपल्या कार्यक्षमतेवरचा आपला विश्वास उडतो, प्रचंड दबावाखाली आपण चिरडले जातो.

आपण या परिस्थितीला तोंड द्यायला लायक नाही किंवा असमर्थ आहोत, असं वाटू लागतं. मानसिक जखम, इजा आणि वेदना होते. मनाला क्लेश होतो. काही वेळा होणारा परिणाम हा दीर्घकालीन किंवा कायमस्वरूपी असतो.

मानसिक आघात म्हणजे एखाद्या आपत्तीला, कठीण प्रसंगाला आपण दिलेला भावनिक प्रतिसाद, एखाद्या व्यक्तीच्या मनाचे होणारे नुकसान, मनाला होणारी वेदना. प्रत्येक व्यक्तीची सहन करण्याची क्षमता ठरलेली असते. काही प्रसंगांत त्याच्या मनाला होणारी वेदना ही त्याच्या सहनशक्तीच्या पलीकडची असते, तेव्हा तो त्याच्यावर 'मानसिक आघात' असतो.

२.१ मानसिक आघात म्हणजे काय?

एखाद्या कठीण प्रसंगातून जात असताना त्या व्यक्तीने दिलेल्या प्रतिक्रियेमुळे ती व्यक्ती भावनिक गर्तेत गुंतून राहिली असेल, त्या मानसिकतेतून बाहेर कसे यायचे हे तिला कळत नसेल, तर त्या व्यक्तीवर मानसिक आघात झाला आहे, असे म्हटले जाते. अशावेळी ती

व्यक्ती त्या प्रसंगाचा सामना करायला तसेच नेहमीप्रमाणे सर्वसामान्य कामे करण्यासही असमर्थ ठरते.

२.२ मानसिक आघाताचे निकष

१. व्यक्ती पूर्णपणे नकारात्मक भावनांच्या प्रभावाखाली असते.

त्यामुळे तिने घेतलेले निर्णय किंवा कृती या फक्त नकारात्मक भावनांवर आधारित असतात, ज्या दीर्घकाळासाठी हानिकारक असू शकतात, पण हा तर्कशुद्ध विचार त्यांच्या मनातही येत नाही.

२. परिस्थिती स्वीकारण्यास असमर्थ असल्याची भावना निर्माण होते.

अशा व्यक्तीला असं वाटतं की, 'मी या परिस्थितीला सामोरं जायला असमर्थ आहे. कारण या परिस्थितीशी लढायची शक्ती माझ्यात नाही. यामुळे जे काही परिणाम होतील, त्यामुळे माझं भयंकर नुकसान होईल, ते सोसायची माझ्यात ताकद नाही.'

३. आत्यंतिक नकारात्मक विचार आणि टोकाची कृती व्यक्तीच्या हातून घडते.

अशी व्यक्ती फक्त नकारात्मक भावनांत आणि नकारात्मक विचारांत गुरफटलेली असते. तिचं फक्त नकारात्मक पैलूंवर लक्ष केंद्रित होतं. त्यानुसार तिच्या हातून टोकाची कृती घडते. उदाहरणार्थ, प्रचंड रागाने एखाद्या व्यक्तीवर जीवघेणा हल्ला.

४. दीर्घकालीन परिणामांपेक्षा अल्पकालीन परिणामांवर लक्ष केंद्रित केले जाते.

अशी व्यक्ती तिच्या अल्पकालीन उद्दिष्टांवर लक्ष केंद्रित करते आणि दीर्घकालीन परिणाम अत्यंत हानिकारक असतात या वस्तुस्थितीकडे दुर्लक्ष करते.

५. व्यक्तीच्या दैनंदिन कामकाजावर आणि आरोग्यावर नकारात्मक परिणाम

आपल्या बिघडलेल्या मानसिक स्थितीचा परिणाम आपल्या दैनंदिन जीवनावर होतो. उदारणार्थ भूक नष्ट होते, झोप लागत नाही, कामातलं लक्ष उडतं. यांपैकी बहुतांश निकष वाजवीपेक्षा जास्त काळ टिकले, तर त्या व्यक्तीवर 'मानसिक आघात' झाला आहे हे नक्की! खरं तर बहुतेक वेळा दु:खाच्या किंवा कठीण प्रसंगात आपण सगळे जण असं वागतो.

उदाहरणार्थ, जवळच्या आणि प्रिय व्यक्तीचा अचानक मृत्यू झाल्याचं ऐकतो, तेव्हा आपण शॉकमध्ये जातो, आपल्याला असहाय वाटतं किंवा आपल्याला भविष्याची चिंता वाटते. आपण सतत रडतो किंवा अशी घटना घडली आहे, हेच मुळी नाकारतो. साधारणतः आपल्यापैकी जवळ जवळ सर्व जण या मानसिक अवस्थेतून एका दिवसात किंवा आठवड्यातून बाहेर पडतात. ही त्वरित प्रतिक्रिया नैसर्गिक आणि अगदी सामान्य आहे.

परंतु वाजवीपेक्षा जास्त काळ ही अवस्था टिकून राहिली आणि मानसिक स्थिती सुधारण्याऐवजी बिघडत राहिली, तर मात्र ती मानसिक आघाताची स्थिती असण्याची शक्यता जास्त असते.

एखादी व्यक्ती आघाताने त्रस्त आहे की नाही हे ओळखणं थोडंसं कठीण असतं. काही वेळा अनुभव, तर्कशुद्ध विचार आणि दिसणारी लक्षणं यावरून आपल्याला हे कळू शकतं; पण सर्वात खात्रीलायक पद्धत म्हणजे तज्ज्ञांकडून निदान करून घेणं.

२.३ मानसिक आघाताची सर्वसाधारण लक्षणे

- व्यक्ती अंतर्मुख बनते आणि प्रतिक्रिया देणं थांबवते
- दिवसभर निराशाजनक विचार
- वजन खूप कमी होतं किंवा जास्त वाढतं
- एका जागी बसण्यात असमर्थता. सारखी चुळबुळ करते. बोलताना हळू आवाजात किंवा मोठ्या आवाजात बोलते. (Psychomotor Agitation)
- थकवा किंवा शक्तिपात
- आपत्तीबद्दल सतत तेच-तेच बोलते किंवा त्याबद्दल बोलणं टाळते.
- निरर्थकपणाची भावना (Feeling of Worthlessness) किंवा जास्त प्रमाणात अपराधीपणाची भावना (Excessive Guilt)
- अशा व्यक्तींचे मूड सतत बदलतात; क्षणात हसतील तर क्षणात धाय मोकलून रडतील.
- घडलेली घटना स्वीकारण्यास नकार.
- काहीही करताना चित्त एकाग्र होत नाही.
- कुठल्याही गोष्टी करण्यामध्ये स्वारस्य उरत नाही. ज्या गोष्टी करण्यात पूर्वी उत्साह असायचा, त्या गोष्टी करण्यातसुद्धा उत्साह नसतो, किंवा भाग घेतला तरी पूर्वीसारखा आनंद त्यांना मिळत नाही. एक प्रकारची निरुत्साही वृत्ती बनते.
- अन्न खूप कमी किंवा खूप जास्त प्रमाणात घेतात.
- अशा व्यक्तींना अजिबात झोप येत नाही किंवा प्रमाणाबाहेर झोपतात.
- समस्येचा विचार करून सतत रडत राहतात.
- कोणतीही सकारात्मक भावना दर्शवत नाहीत. सारखं नकारात्मक बोलतात. विश्वासघात, असहायता, राग या भावना व्यक्त करतात. बदला घेण्याची किंवा आयुष्य संपवण्याची भाषा असते.

- भीती (Fear), चिंता (Anxiety) जास्त प्रमाणात वाढते.
- वारंवार आत्मघाताचे विचार (Recurring Suicidal Thoughts) असतात.

टीप : ही संपूर्ण यादी नसून फक्त सूचक यादी आहे. एका वाक्यात सांगायचं, तर अशी व्यक्ती पूर्वी जशी होती, त्यापेक्षा खूप वेगळं वागू लागते. अशा वेळी ओळखायचं या व्यक्तीला सल्ला, उपदेश किंवा समुपदेशनापेक्षाही काही तरी वेगळ्या उपचारांची गरज आहे.

२.४ मानसिक आघाताचे परिणाम

निराशेच्या विचारांनी मन व्यापून जातं. जीव व्याकूळ होतो आणि मग त्याचा परिणाम मानसिक आरोग्यावर, शरीरावर, सामाजिक जीवनावर, वागणुकीवर होत असतो.

मानसिक क्लेश

मानसिक क्लेशामुळे व्यक्ती काही वेळा नकारात्मक भावनांच्या आहारी (Emotional Roller-Coaster or Emotional Turbulence) जाते. किंवा काही वेळा ती शुष्क, थंड, भावनिकदृष्ट्या रिती किंवा निराश होते, सुन्न होते. तिच्या जाणिवा गोठून जातात. काही वेळा हा परिणाम काही काळ राहतो किंवा काही वेळा आयुष्यभर राहतो. संपूर्ण जीवन या परिणामाने व्यापून जातं.

नकारात्मक भावना

परिस्थितीचं आकलन झालं की, मग भीती, राग/क्रोध/तीव्र स्वरूपाचा संताप, लाज-शरम, सूडबुद्धी यांसारख्या नकारात्मक भावना निर्माण होतात आणि आपल्या शरीरात कमी-जास्त काळ ठाण मांडून बसतात. या क्लेशकारी भावनांचा निचरा वेळीच झाला नाही, तर धोकादायक परिस्थिती निर्माण होते. निर्माण झालेल्या भावना आणखी तीव्र होतात.

नकारात्मक विचार

'आपली स्वप्नं भंग झाली, आता आपलं आयुष्य संपलं. परत आपण उभारी घेऊ शकणार नाही. यापुढे जीवन फक्त कसं तरी ढकलायचं. आपल्याला हवी असलेली जीवनशैली, घर, कुटुंब, आर्थिक सुरक्षा, प्रेम आणि स्वप्नं सोडून द्यावी लागणार.'

या विचारांनी नैराश्य, ताणतणाव, भीती, घोर-काळजी-चिंता-कळकळ (Anxiety), राग-क्रोध-संताप-सूडबुद्धी अशा अनेक व्याधी आपला ताबा घेतात.

आत्मसन्मानाला ठेच

आपल्याला या पुढे काहीच जमणार नाही, आपल्या वाट्याला सतत अपयशच येणार, या विचाराने स्वतःची किंमत शून्य वाटते, आत्म-सन्मान नष्ट होतो.

चिंता

भविष्याच्या अस्पष्टतेमुळे किंवा भीतीपोटी चिंता/ताण (stress) निर्माण होतो. कठीण प्रसंगात सर्व काही गमावण्याची भीती वाटते, शिवाय आत्मविश्वास गमावल्यामुळे भय निर्माण होतं.

नाकारलेपणाची भावना

नकार देणं, दुर्लक्ष करणं, नाही म्हणणं, त्याग करणं, सोडून देणं/वगळणं/बहिष्कृत करणं/ प्रतिबंध करणं/काळ्या यादीत टाकणं वा टाळणं.

थोडक्यात, नकार म्हणजे 'नाही'! या भावनेचा प्रभाव अधिक खोल असतो, तेव्हा गंभीर समस्या उद्भवते. नकाराची भावना मनाच्या खोल गाभाऱ्यात प्रवेश करते. ही भावना जास्त काळ मनात रेंगाळली तर त्यातून बाहेर पडणं कठीण होऊन बसतं.

आपल्याला दैवाने, देवाने, समाजाने नाकारलंय, असं काहीही मनात येऊ शकतं. अशा टोकाच्या विचारांमुळे शेवटी ती व्यक्ती स्वतःलाच नाकारते आणि आत्मघाती विचार करते.

शारीरिक परिणाम

झोपेची तक्रार, पचनासंबंधीची तक्रार (उदाहरणार्थ, पोट बिघडणं, मळमळणं, भूक न लागणं, प्रतिकारशक्ती कमी होते. मधुमेह आणि तत्सम जीवघेणे आजार. खूप घाम येणं, शरीराचं तापमान अचानक खाली येणं, धाप लागणं, धडधडणं यासारखी सामान्य लक्षणं जाणवतात.

वर्तनात्मक

व्यसनात किंवा कामात स्वतःला बुडवून घेणं, इतरांवर गरजेपेक्षा जास्त अवलंबून राहणं किंवा सत्ता गाजवणं, वाजवीपेक्षा जास्त आक्रमकता, टोकाचा राग, इतरांबद्दल बेफिकिरी, कधी कधी एकदम टोकाचा उत्साह दाखवणं; खूप चिडचिडेपणा, लक्ष केंद्रित करण्यात अयशस्वी होणं, शांतपणे झोपण्याची असमर्थता, मनःस्थितीतील सुन्नपणा, कोरडं तोंड, नैराश्य; अमली पदार्थ, धूम्रपान किंवा अल्कोहोल यांच्या आहारी जाणे, असे परिणाम दिसायला लागतात.

समाजापासून दूर पळण्याची इच्छा

काही वेळा समाजापासून आपण तुटत आहोत, ही जाणीव आपल्याला एकाकी करते किंवा

काही वेळा आपल्यावर आलेल्या संकटाने आपल्याला समाजात तोंड दाखवायला लाज वाटते, मग आपण मित्रमंडळी नातेवाईक यांच्यापासून दूर राहणं पसंत करतो.

जगण्याची आसक्ती संपते

जीवनाबद्दल अनासक्ती निर्माण होते. आपण आता आयुष्यात एकटे आहोत, असं वाटून त्यातून होणारी एकाकीपणाची जाणीव जगण्यातला आनंद हिरावून घेते. चांगलं मनासारखं जीवन जगण्याबद्दल शंका वाटू लागते. मग जीवनावरचा विश्वास उडतो. आता फक्त जीवन संपवणं हा एकच उपाय आहे, असं वाटून आत्मघाती विचार बळावतात.

आत्मघाती विचार

काही लोकांमध्ये 'पोस्ट-ट्रॉमॅटिक स्ट्रेस डिसऑर्डर' (PTSD) निर्माण होऊ शकतो. हा भावनिक गुंता राग, नैराश्य, सूड आणि निराशेकडे वळतो आणि मग या व्यक्तीला रोजचं जीवन जगणंही कठीण वाटायला लागतं. मनाचे विकार हे तेवढ्यापुरते मर्यादित राहत नाहीत. जगण्यापेक्षा मृत्यूला जवळ करणं सोपं वाटू लागतं. त्रासातून स्वतःची सुटका करून घेण्याचा मृत्यू हा एक आणि एकच उपाय आहे, या विचाराने शेवटी आत्महत्या केली जाते.

मानसिक आघाताची काही उदाहरणे

- आयुष्य मस्त सुरू असताना सकाळी जाग आल्यावर लक्षात येतं की, शेजारी गाढ झोपलेला जिवलग जागाच होत नाही, तेव्हा जीवनावरचा विश्वास उडतो. अशा आयुष्याला सुंदर कसं म्हणायचं?
- अचानक प्रियजनांना एखादा जीवघेणा आजार झालेला कळतो.
- नवीन घराचं स्वप्न आता साकार होणार असं वाटत असतानाच अचानक नोकरी जाते.
- आपला संसार मस्त, उत्तम सुरू आहे असं वाटत असताना आपल्या जोडीदाराने 'मला विभक्त व्हायचंय' असं म्हटलं तर...?
- खूप प्रयत्न करूनही नोकरी मिळत नाही.
- बलात्कार, शारीरिक शोषण यांसारख्या घटना म्हणजे जणू उत्तम जगण्याचा अंत असंच वाटतं.
- जवळच्या व्यक्तीने केलेलं आपलं मानसिक खच्चीकरण हे आयुष्यभराचं मानसिक अपंगत्व.
- मुलांच्या Addiction सारख्या सवयी
- व्यवसायातील मोठं नुकसान
- अपघात
- नैसर्गिक आपत्ती

२.५ मानसिक आघाताची कारणे

संकट / आपत्ती मुख्यत: दोन प्रकारची असते.

- नैसर्गिक : भूकंप, ज्वालामुखी उद्रेक, पूर, दुष्काळ, साथीचे रोग (कोरोना)
- मानवनिर्मित : बाह्य कारणे आणि अंतर्गत कारणे असे यात दोन प्रकार असतात.

नैसर्गिक कारणे

नैसर्गिक कारणं टाळता येत नाहीत, अशी आपत्ती आपल्या वाट्याला येणं हा दुर्दैवाचा भाग असतो. खंबीरपणे अशा संकटाला तोंड देणं आणि त्यासाठी त्या व्यक्तीची मानसिक तयारी करवून घेणं एवढंच आपण करू शकतो. अशा व्यक्तींना मदत करण्यासाठी बहुधा सामाजिक यंत्रणा असते. कालांतराने बहुतांश जण आपणहून अशा धक्क्यातून सावरतात, तर काहींना इतरांकडून मिळालेला मानसिक आधार पुरेसा होतो. अशा घटनांमधून माणूस जास्त सहज सावरतो, कारण यात आपण फसवले गेल्याची, विश्वासघात झाल्याची भावना नसते. आपण वैयक्तिकरीत्या 'बळी' नसतो, म्हणून 'दैव आपलं' असं समजून ती घटना स्वीकारणं अधिक सोपं जातं. खूपदा फक्त आर्थिक मदत आवश्यक असते. सुदैवाने अशा प्रसंगी आर्थिक मदत करण्यासाठी अनेक सरकारी आणि इतरही योजना उपलब्ध असतात. या प्रसंगात काही कलंक, वा अप्रतिष्ठा नसल्याने व्यक्ती मदत स्वीकारतेही पटकन! काही व्यक्तींना मात्र मानसोपचार तज्ज्ञांच्या मदतीची गरज भासते.

मानवनिर्मित बाह्य कारणे

अनपेक्षितपणे घडणाऱ्या घटना

काही वेळा आपण बेसावध असताना, आयुष्य सुरळीत सुरू आहे असं वाटत असताना, असं काही तरी अनपेक्षितरीत्या आपल्या आयुष्यात येतं की, होत्याचं नव्हतं होऊन जातं... मजे-मजेत आपण जीवन जगत असताना धाडकन उंचीवरून खाली फेकले जातो.

उदाहरणार्थ, मृत्यू, अपघात, बदली, आपली चूक नसताना केवळ बाहेरच्या बिघडलेल्या परिस्थितीमुळे अचानक नोकरी जाणं, कॅन्सर, हार्ट-फेल किंवा तत्सम गंभीर आरोग्य समस्या (Terminal Illness), आर्थिक समस्या करिअर/व्यावसायिक समस्या, बिघडलेली नाती, नात्यांतले ताण-तणाव, मुलांचं अपयश... या सर्वांमुळे मनावर ताण येतो. अशी परिस्थिती हाताळणं काही वेळा आपल्या हातात नसतं. यात कधी दैवाचा भाग असतो, कधी परिस्थितीचा, तर कधी दुसरी व्यक्ती अशा घटनेला जबाबदार असते. काही वेळा समस्या खरं तर छोटी असते; पण कुटुंबाकडून आधार मिळत नाही आणि समस्या गंभीर रूप धारण करते. सध्याच्या काळात बदललेली कुटुंबव्यवस्था हेही एक कारण असू शकतं.

मानवनिर्मित अंतर्गत कारणे

प्रत्येक व्यक्तीची मानसिक जडणघडण वेगवेगळी असते. विचारपद्धती सकारात्मक की नकारात्मक? चटकन हार मानते की आत्मनिर्भर होऊन संकटाचा सामना करते? संगणकाच्या भाषेत बोलायचं तर मेंदूत फिट्ट बसलेलं चुकीचं software!

- व्यक्तिमत्त्वातले दोष (Personality Disorder)
- कमकुवत मन
- अवास्तव अपेक्षा
- चुकीच्या धारणा (Misconceptions)
- जे बदलले जाऊ शकत नाही ते स्वीकारण्याची असमर्थता
- अवाजवी अहंकार
- इतरांवर सतत वर्चस्व गाजवणे
- अवास्तव कल्पनेने बनविलेलं मनातलं विश्व
- सदोष मूल्ये

ही सगळी अंतर्गत कारणं आहेत.

२.६ मानसिक आघाताची तीव्रता

प्रत्येकाच्या मानसिक आघाताची तीव्रता वेगवेगळी असते. प्रसंग किती गंभीर स्वरूपाचा आहे, यावर त्याची तीव्रता अवलंबून असते. शिवाय, ज्या व्यक्तीच्या बाबतीत ती घटना घडली आहे, त्या व्यक्तीवरही त्याची तीव्रता अवलंबून असते. अगदी एकच घटना; पण परिणाम वेगवेगळे असू शकतात.

- **आपत्तीचे स्वरूप आणि काळ :** काही घटना काही काळापुरत्या त्रासदायक ठरतात; पण काही घटना या आयुष्यभरासाठी आघातपूर्ण ठरू शकतात. आयुष्य बदलवून टाकणाऱ्या असतात.
- **माणसाचे व्यक्तिमत्त्व :** जसा स्वभाव, वृत्ती असते तसं व्यक्तिमत्त्व (Personality) बनतं. सकारात्मकता (Optimistic), मोकळेपणी अनुभव घेण्याची क्षमता (Openness to Experience), विवेकबुद्धी (Consciousness), प्रामाणिकपणा (Honesty/Faithfulness), मनाची लवचीकता/सहिष्णुता (Resilience), आवेगांवर नियंत्रण ठेवण्याची क्षमता (Ability to control impulses), सतर्कता (Vigilance/Attentiveness), जागरूकता (Awareness) हे सगळे उत्तम व्यक्तिमत्त्वाचे पैलू आहेत. कुठल्याही प्रसंगाकडे बघायची यांची नजर वेगळी असते.
- **वय :** वय वाढतं तसं अनुभवही खूप शिकवून जातात. मनाला शांतपणा येतो.

- **अनुभव** : साधारणपणे अनुभवातून आलेलं शहाणपण जीवन जगण्यासाठी चांगला धडा ठरू शकतं.

- **विचारशैली / पद्धती आणि त्यातील त्रुटी** : जसा विचार तशा भावना आणि जशा भावना तशी वर्तणूक. काही वेळा आपल्या विचार करण्याच्या पद्धतिमध्ये त्रुटी असतात, त्या वेळी साधी घटनाही मोठा आघात करायला कारणीभूत ठरू शकते.

- **मानसिक आघाताला सामोरे जाण्याची व्यक्तीची क्षमता/संरक्षक यंत्रणा** : काही व्यक्ती परिस्थितीचा लवकर स्वीकार करतात, उत्तम प्रतिसाद देतात आणि त्यातून तोडगा काढून, मार्ग काढून आपली उन्नती करून घेतात. काही जण ताण-तणाव आणि मानसिक व्याधींनी ग्रस्त होतात. त्याने अधोगतीला जातात आणि तसंच आयुष्य स्वीकारतात.

- **प्रश्न सोडवण्याचे कौशल्य** : ज्याची प्रश्न सोडवण्याची क्षमता (Problem Solving Techniques) चांगली असते, ते प्रश्नांना फारशी भीक घालत नाहीत, चटकन योग्य मार्ग काढून वाटचाल करतात.

- **भावनिक क्षमता** : ज्याचं भावनिक कौशल्य (Emotional Intelligence) उत्तम आहे, त्याला आघाताची झळ कमी प्रमाणात जाणवते.

- **आत्मसन्मान** : उच्च आत्मसन्मान (Self-esteem) असलेल्या व्यक्तीमध्ये मोकळेपणा असतो, वागण्यात सहजता असते, वैयक्तिक आणि सामाजिक जाणीव असते. अशा व्यक्ती लोकांना ते जसे आहेत तसं स्वीकारतात. सामान्यत: ते सतत दुसऱ्याला दोष देणं, तक्रार करणं, टीका करणं, दुसऱ्याला त्रास देणं, शिक्षा करणं, नाकीनऊ आणणं, सतत कोणाला तरी नावं ठेवणं यांसारख्या सवयी टाळतात. त्याऐवजी ते चांगल्या सवयी अंगीकारतात, दुसऱ्यांना मदत करतात, प्रोत्साहन देतात, दुसऱ्यांचं ऐकून घेतात, दुसऱ्यांवर प्रेम करतात, त्यांचा आदर करतात, त्यांच्यावर विश्वास ठेवतात, त्यांचा स्वत:चाही आहे तसा स्वीकार करतात. ज्या व्यक्तींमध्ये आत्म-सन्मान कमी असतो, त्यांना मानसिक आघाताचा त्रास जास्त जाणवतो. एखादा छोटासा आघातही त्यांचं मानसिक खच्चीकरण करू शकतो.

- **भावनिक लवचीकपणा/सहिष्णुता** : अशा व्यक्तीला वेळप्रसंगी मानसिकदृष्ट्या कोलमडून पडली तरी उठून परत उभं कसं राहायचं, हे नक्की माहीत असतं. मात्र जी व्यक्ती भावनिकदृष्ट्या कमकुवत (Low-resilience) असते, ती सतत भीती आणि अशांततेत राहणारी असते. तिची नकार पचवण्याची ताकद फार कमी असते.

- **आध्यात्मिक बैठक (Spiritual Quotient)** : ज्या व्यक्तीची आध्यात्मिक

बैठक योग्य आहे, तिचा जीवनाकडे आणि पर्यायाने आपत्तीकडे बघण्याचा दृष्टिकोन वेगळा असतो. आलेल्या परिस्थितीचा स्वीकार ती मोठ्या धीराने करते.

- **सामाजिक संबंध (Social Contacts) :** नातेसंबंध, मित्रमंडळींत रमणारी व्यक्ती थोडक्यात सामाजिक संबंध जोडणारी व्यक्ती, कठीण काळात एकटी पडत नाही. ज्या व्यक्तीचे आंतरवैयक्तिक संबंध (Interpersonal Relationship) चांगले आहेत, ती मदत करायला आणि मदत घ्यायला मागे-पुढे बघत नाही.

अगदी एका वाक्यात सांगायचं झालं, तर सगळ्या गोष्टींकडे बघण्याचा व्यक्तीचा दृष्टिकोन कसा आहे, यावरून आघाताची तीव्रता ठरते.

२.७ मानसिक आघात झालेल्या व्यक्तींसाठी उपाय योजना

मानसिक आघातातून कमीतकमी नुकसान होऊन त्यातून उत्तम रीतीने निभावून जाण्यासाठी स्व-मदत आणि बाह्य मदत असे दोन मार्ग उपलब्ध असतात.

१. स्व-मदत

खरं तर प्रत्येक व्यक्तीकडे कुठल्याही प्रसंगाला तोंड देण्याची क्षमता अंगभूत/ नैसर्गिक/ जन्मजात (hard wire) असते. फक्त ती कधी-कधी सुप्तावस्थेत असते, जी जागृत करण्याची गरज असते. आपल्या भावना आपल्याला हाताळता येत नसतील, तर आपल्याला तज्ज्ञांची मदत लागणार आहे, हे ओळखायला हवं! आणि यात गैर काहीही नाही, हेही मनाला पटवायला हवं.

शारीरिक आजारात डॉक्टरांकडे आपण अगदी उघडपणे जातो, तशीच भावना मनाच्या बाबतीतही असायला हवी. यामुळे आपण मानसिक रुग्ण ठरत नाही. त्याबद्दल लाज बाळगण्याची गरज नाही. तज्ज्ञमंडळी ही या विषयातली जाणकार असतात. त्यामुळे आपल्यावर उत्तम रीतीने उपाय-योजना करतात, जेणेकरून अशा कठीण प्रसंगांना आपण सामोरं जाऊ शकतो. त्याही पुढे जाऊन ती आपल्याला पुढच्या आयुष्यात आपलं मानसिक स्वास्थ्य उत्तम कसं राहील, याबद्दल मार्गदर्शनही करतात. यात फक्त आपला आणि आपलाच फायदा आहे, याची खूणगाठ मनाशी बांधायला हवी. 'आपली प्रगती करायची की आपण अधोगतीकडे जायचं, हे प्रत्येक क्षणी प्रत्येक जण ठरवत असतो.'

कठीण प्रसंग हा कसोटीचा काळ असतो. मनोधैर्य खचण्याची आणि आपली अधोगती होण्याची शक्यता दाट असते, पण हा काळ उन्नतीसाठीही अनुकूल ठरू शकतो. फक्त मार्ग दिसायला हवा किंवा कोणीतरी जाणकार व्यक्तीने आपल्याला तो दाखवायला हवा. असं म्हणतात की, आपली खरी उन्नती याच काळात जास्त होते.

बाह्य मदत

बाह्य मदत ही दोन प्रकारची असते.

- नातेवाईक - मित्र-मैत्रिणी - ओळखीच्या व्यक्ती
- मानसोपचार तज्ज्ञ / समुपदेशक

नातेवाईक-मित्र-मैत्रिणी-ओळखीच्या व्यक्ती

प्रत्येक व्यक्तीचं स्वतःभोवती एक सुरक्षा कवच (Safe Zone) असतं, ज्यामध्ये रक्ताचे नातेवाईक, इतर नातेवाईक, मित्रमंडळी, आदरयुक्त गुरू किंवा तत्सम इतर सहभागी असतात. कठीण प्रसंगात ते आपल्या मदतीला धावून येतात. अशा बाबतीत आपली Support System उत्तम आणि अनुभवी असेल तर त्यांचा खूप आधार वाटतो आणि संकटाला सामोरं जायला बळ येतं.

पण काही वेळा हा आधार पुरेसा नसतो. काही वेळा, उत्साहाच्या भरात अनाहूत चुकीचे सल्ले/उपदेश दिले जातात, ज्यामुळे भावना अजून तीव्र होतात. सहानुभूती दाखवली जाते, ती त्या वेळेपुरती फील गुड या प्रकारात मोडते. खरं तर अशा वेळी सहानुभूतीची (Sympathy) नाही तर सह-अनुभूतीची (Empathy) गरज असते. अशा वेळी सल्ले/ उपदेश यांची गरज नसून त्याला मानसिक आधार देण्याची गरज असते आणि तोही त्याच्या मानसिक जडण-घडणीनुसार! मात्र एखादी व्यक्ती स्वतः परिस्थितीशी सामना करू शकत नाही, तिला मानसिक स्थिरता मिळवण्यासाठी, समस्येचा सामना करण्यासाठी आणि त्यावर उपाय शोधण्यासाठी काही तातडीच्या मदतीची आवश्यकता असू शकते. अशा वेळी मानसिक तज्ज्ञांच्या मदतीने आघाताचं मूल्यमापन केलं तर वेळीच उपचार मिळून, आहे ती परिस्थिती हाताबाहेर जाणार नाही, याची काळजी घेणं आवश्यक ठरेल.

२. तज्ज्ञ

तज्ज्ञाची मदत घेतली, तर कठीण प्रसंगातून नकारात्मक भावनांचा मागमूस न उरता सहीसलामत बाहेर पडण्याची शक्यता वाढते.

मानसिक आघात झाला, तर दुःख होणं स्वाभाविक आहे. मानसिक वेदनाही होतील पण किती काळ? अर्थात याला काहीही मापदंड नाही, पण सर्वसाधारणपणे दीर्घ काळासाठी एखादी व्यक्ती दुःखात राहणं पसंत करत असेल, तर त्याला या विषयातल्या तज्ज्ञमंडळींची मदत लागणार आहे, हे समजावं. कारण मानसिक क्लेशाच्या मुक्ततेसाठी निव्वळ समुपदेशनाची नाही, तर वेगळ्या उपाययोजनांची गरज असते.

२.८ मानसिक प्रथमोपचार

शारीरिक त्रासासाठी डॉक्टर औषध देतात आणि पेशंट औषध घेतलं की बरा होतो. त्याला

बरं होण्यासाठी औषध वेळेवर घेणं आणि पथ्यपाणी सांभाळणं याव्यतिरिक्त फारसं काही करायचं नसतं याला Passive Efforts म्हणतात, पण मनाच्या व्याधींच्या बाबतीत उपचारात पेशंटचा सक्रिय (Active) सहभाग फार महत्त्वाचा असतो.

समुपदेशक त्या व्यक्तीस काही गोष्टी सुचवू शकतात किंवा पेशंट कुठे चुकतोय, हे निदर्शनास आणून देऊ शकतात; पण त्यानंतरच्या उपचारात पेशंटचा १०० टक्के सक्रिय सहभाग लागतो. आघातातून बाहेर पडण्याचे प्रयत्न संपूर्णपणे पेशंटवर अवलंबून असतात. 'स्व-प्रेरणा' (Self-Motivation) ही सर्वांत मोठी गरज असते. परंतु, बरेचदा असं दिसून येतं की, अशी व्यक्ती समुपदेशनाला फारसा प्रतिसाद देत नाही. कारण ती सुसूत्रपणे विचार करू शकत नाही. समुपदेशकाने केलेल्या कोणत्याही सूचनांचं पालन ती नीट करू शकत नाही. काही योग्य सल्ले तर या परिस्थितीत संपूर्ण चुकीचे ठरू शकतात. परिस्थितीने हताश झालेली ती व्यक्ती आपल्या नशिबाला दोष देते आणि निष्क्रिय बनते. अशा व्यक्तींना मनाच्या या स्थितीतून बाहेर काढण्यासाठी निराळ्या प्रकाराने हाताळण्याची गरज असते. अशा व्यक्तींना सल्ले, उपदेश, काय योग्य, काय अयोग्य हे जाणून घेण्याची निकड नसते. त्यांचा हात हातात घेऊन त्यांच्याबरोबर दोन पावलं चालण्याची गरज असते. त्यांना हवा असतो एक आशेचा किरण! हा आशेचा किरण मिळतो, मानसिक प्रथमोपचारातून! हे समुपदेशन नाही, तर ही एक उपचारपद्धती आहे. व्यक्तीच्या समस्येवर ती तोडगा काढत नाही, तर मानसिक क्लेशाने त्रस्त असलेल्या व्यक्तीच्या मानसिक आरोग्यावर काम करते, तिला स्वतःची समस्या स्वतः सोडवण्यासाठी सक्षम बनवते.

त्यासाठी हवा असतो फक्त एक मदतीचा हात, प्रेमाचा स्पर्श आणि सुंदर आयुष्याची उमेद. आणि हे सर्व एका सुंदरशा उपचारामुळे आपल्याला मिळतं. कोणत्या? तर मानसिक प्रथमोपचारामुळे. कसं ते बघू या, पुढच्या प्रकरणात.

लक्षात ठेवा...

- प्रत्येक व्यक्तीची सहन करण्याची क्षमता ठरलेली असते. काही प्रसंगांत त्याच्या मनाला होणारी वेदना ही त्याच्या सहनशक्तीच्या पलीकडची असते, तेव्हा त्याला आपल्यावर मानसिक आघात झाला आहे असं वाटतं.
- मानसिक आघातात व्यक्ती पूर्णपणे नकारात्मक भावनांच्या प्रभावाखाली येते आणि तिची विचारप्रक्रिया आणि कृती ही तर्कशुद्ध (Rational) राहत नाही.
- परिस्थिती स्वीकारण्यास किंवा परिस्थितीला सामोरं जाण्यास असमर्थतेची भावना ती व्यक्ती अनुभवते.
- अत्यंत नकारात्मक विचार आणि त्यानुसार टोकाची कृती त्या व्यक्तीच्या हातून घडते.
- व्यक्तीच्या नेहमीच्या दैनंदिन कामकाजावर आणि आरोग्यावर परिणाम होतो.
- जर यांपैकी बहुतांश निकष वाजवीपेक्षा जास्त काळ टिकले, तर त्याला उपचारांची गरज असते.
- मानसिक आघातातून कमीत कमी नुकसान होऊन त्यातून उत्तम रीतीने निभावून जाण्यासाठी दोन मार्ग उपलब्ध असतात.
  १. स्व-मदत २. बाह्य मदत
- गरज भासली तर तातडीने या विषयातील तज्ज्ञांची मदत घेणं आवश्यक आहे.

परी अस्मानीची ?

...आणि अचानक
एक देवदूत आला
जणू परी होती ती अस्मानीची
येताना बरोबर घेऊन आली प्रकाश
घेऊन आली उगवत्या सूर्याची किरण
तिच्या बरोबर होती चंद्राची शीतलता
तिनंच दिला विश्वास
कुठं काय गमावलं आहेस ?
सगळं तर आहे तुझ्यापाशी
फक्त ओळख स्वतःला
तुझ्या स्वप्नांना कशाला हवी कोणाची गरज
तुझा पदन्यास होऊ दे तुझ्याच सुरांवर
इंद्रधनुष्याचे रंग, फुलपाखरे, फुललेली फुले, लुकलुकणारे तारे हे सगळं आहेच
तुझ्यापाशी आणि
आणि पुन्हा एकदा आशा प्रज्वलित झाली
आता मात्र खात्री आहे स्वप्नपूर्तीची
कारण खरा अर्थ समजलाय
इंद्रधनुष्याचा, फुलांच्या सौंदर्याचा आणि फुलपाखरांच्या जगण्याचा
कोण आहे ही परी अस्मानीची ?

कोणीही, अशी व्यक्ती जी जगण्याची आशा गमावलेल्या लोकांच्या जीवनात प्रकाश आणेल. हरलेल्याचा हात धरून प्रगतीच्या मार्गावरून चालत नेईल...
किंवा कदाचित आपण स्वतःच !

प्रकरण ३

मानसिक प्रथमोपचार कशासाठी ?

(Need For Psychological First Aid-PFA)

शशीताईंच्या तरुण डॉक्टर मुलाचं वयाच्या तिसाव्या वर्षी अचानक निधन झालं. त्याच्या मागे त्याची बायको आणि दोन छोटी मुलं होती. हा धक्का एका आईला खूप मोठा होता. मानसिक क्लेश/वेदना यांनी त्या पार कोलमडून गेल्या होत्या. अवतीभोवती त्यांचे पती, सगळे नातेवाईक, मित्रमंडळी, शुभचिंतक मदतीला होते; पण तरीही या आघातातून त्या बाहेर आल्या नाहीत. पुढच्या आयुष्यातील छत्तीस वर्ष म्हणजेच त्यांच्या अंतापर्यंत त्यांनी अंथरूण सोडलं नाही. खूप उपचार झाले, पण ते शारीरिक!

त्यांचे पती वसंतराव मात्र जबाबदारीच्या जाणिवेने या धक्क्यातून लवकर बाहेर आले. त्यांनी नातवंडांची सगळी जबाबदारी उचलली आणि उत्तमरीत्या पार पाडली. सुनेलाही मानसिक आधार दिला. सुनेनेही परिस्थिती स्वीकारून आपल्या मुलांबरोबर आनंदाने जगायला सुरुवात केली. कधीकधी सासूकडे बघताना तिला मनातून अपराधी वाटायचं.

या उदाहरणावरून असं म्हणायचं का की, वसंतरावांना आणि सुनेला दुःख कमी झालं आणि शशीताईंना जास्त झालं? वसंतराव दुःख विसरले आणि शशीताई नाही विसरल्या? शशीताईंचं मुलावर जास्त प्रेम होतं?

अजिबात नाही. दोघांच्याही दुःखाची तीव्रता सारखी होती. कदाचित वसंतरावांची संरक्षण यंत्रणा (Defence Mechanism), मानसिक जडणघडण शशीताईपेक्षा जास्त योग्य असेल किंवा आपल्या मुलावरच्या प्रेमापोटी त्याच्या मुलांना आणि बायकोला आधार देणं हे आपलं कर्तव्य आहे, असं मानून त्यांनी आपल्या आयुष्याचं ते प्रयोजन केलं असेल.

या प्रसंगात शशीताईंना मानसिक तज्ज्ञांकडून तातडीची उपाय योजना झाली असती, तर त्यांच्या क्लेशदायी भावनांचा निचरा झाला असता. त्यांना आयुष्यात जगण्याचं प्रयोजन मिळालं असतं. वसंतरावांना नातवंडं वाढवण्यात त्यांची मदत झाली असती. सुनेला आनंदाने जगताना अपराधी वाटलं नसतं.

असे तातडीचे उपचार म्हणजे मानसिक प्रथमोपचार.

३.१ मानसिक प्रथमोपचार आणि त्याचे प्रयोजन

'प्रथमोपचार' (First Aid) ही संज्ञा आपल्या सगळ्यांनाच परिचयाची आहे. पण सर्वसाधारणपणे आपण हा शब्द शारीरिक इजा, जखम, आजार यासंदर्भात वापरतो. मानसिक प्रथमोपचार ही संकल्पना समजून घेण्यासाठी शरीराच्या संदर्भात प्रथमोपचार का आणि कसा केला जातो, हे समजून घेतलं तर मानसिक प्रथमोपचार म्हणजे काय, हे समजायला सोपं जाईल.

जेव्हा आपण जखमी होतो किंवा जास्त आजारी पडतो, तेव्हा डॉक्टरांकडे जाणं गरजेचं

होतं. त्यांच्याकडे जाण्याआधी आपण घरगुती उपचार करतो, जेणेकरून ती जखम अजून चिघळणार नाही, आपली तब्येत अजून जास्त बिघडणार नाही आणि पुढची हानी टळेल. उदाहरणार्थ, जखमेवर हळद लावणं, तात्पुरतं बँडेज करणं, मुका मार असेल तर बर्फ लावणं, जास्त ताप असेल तर डोक्यावर गार पाण्याच्या पट्ट्या ठेवणं... पेशंटला हॉस्पिटलमध्ये नेण्यापूर्वी असे काही तरी उपाय आपण करतो.

आपला डॉक्टरांशी संपर्क होत नाही, तोपर्यंत त्या व्यक्तीचा जीव वाचवणं, जखमेतून येणारं रक्त काही प्रमाणात थांबवणं, दुखर्‍या भागाच्या वेदना कमी करणं आपल्याला महत्त्वाचं वाटतं. आपण जे काही घरगुती उपाय करतो, त्यामागे 'स्थिती जास्त बिघडण्यापासून रोखणं' हा मुख्य हेतू असतो. यालाच 'प्रथमोपचार' (First Aid) म्हणतात. अशा उपचारांनंतर मग आपण त्यातून कायमस्वरूपी संपूर्ण बरं होण्यासाठी डॉक्टर किंवा हॉस्पिटलमध्ये धाव घेतो.

आघातपूर्ण प्रसंग निर्माण होतो तेव्हा व्यक्ती मनाने कोलमडून जाते. आघाताची तीव्रता जेवढी जास्त, तेवढीच मानसिक वेदनाही जास्त जाणवते. मानसिक क्लेशाने ती व्यक्ती इतकी पीडित होते की, नकारात्मक भावनेवर तिचा ताबा राहत नाही. अशा नकारात्मक भावनांचा वेळेत निचरा झाला नाही तर कालांतराने तिची मानसिक स्थिती अजून बिघडते. ती स्वतःचं काही तरी बरं-वाईट करून घेऊ शकते. असे प्रसंग रोखण्यासाठी तिला त्या वेळी मानसिक आधाराची गरज असते. तो वेळेत मिळाला नाही तर ती भोगत असलेल्या मानसिक क्लेशातून ती स्वतःला बाहेर काढण्यास असमर्थ ठरते.

हा मानसिक आधार मानसशास्त्रीय दृष्टिकोनातून दिला गेला तर सोन्याहून पिवळं! कारण त्यात तिचं मूल्यमापन, निदान आणि उपचारसुद्धा शास्त्रीय दृष्टिकोनातून केले जातात. मानसिक प्रथमोपचार म्हणजे समुपदेशन नाही, सल्ला/उपदेश नाही आणि साधकाचं केलेलं सांत्वनही नाही.

आपातपूर्ण प्रसंग आणि त्यानंतर व्यक्तीचे मानसिक संतुलन ठीक होईपर्यंतची उपाय-योजना म्हणजे मानसिक प्रथमोपचार. मानसिक प्रथमोपचार घेणाऱ्या व्यक्तीला 'साधक' (Seeker) आणि देणाऱ्या व्यक्तीला 'मार्गदर्शक' (Giver) म्हणतात.

३.२ मानसिक प्रथमोपचाराची गरज

शारीरिक प्रथमोपचाराप्रमाणेच मानसिक प्रथमोपचाराचीही तितकीच गरज असते. याची कारणं अनेक आहेत. कठीण परिस्थितीत सगेसोयरे मदत करत असतात; पण ते स्वतःच्या आकलनानुसार, स्वतःच्या दृष्टिकोनातून! यामध्ये सहानुभूतीचा भाग जास्त असतो. सर्वसाधारणपणे 'या परिस्थितीत तिने काय करायला हवं, कसं वागलं की योग्य ठरेल?' असे अनाहूत सल्ले/उपदेश त्या व्यक्तीला गरज नसताना मिळतात. या अनाहूत सल्ल्यांमुळे त्या व्यक्तीचे क्लेश अजून वाढतात.

विविध प्रकारचे सल्ले ऐकून ती व्यक्ती गोंधळून जाते आणि तिच्या मनावरचा ताण कमी होण्याऐवजी आणखी वाढतो. मनात नकारात्मक भावनांची प्रचंड उलथापालथ होत असताना ती व्यक्ती सल्ले/उपदेश ऐकण्याच्या मन:स्थितीत नसते. सल्ल्यापेक्षा, शब्दांपेक्षाही फक्त कोणीतरी सोबत असण्याची गरज असते. 'Just Being Together' काही वेळा मायेचा स्पर्श बरंच काही सांगून जातो. खूप वेळा त्या माणसाचं फक्त ऐकून घेण्याची गरज असते.

मनाच्या व्याधींपेक्षा शरीराच्या व्याधी कळायला त्यामानाने सोप्या असतात. काही प्रमाणात त्या दिसतात किंवा जाणवतात. ज्या दिसत नाहीत, त्या शारीरिक तपासणीनंतर डॉक्टरांच्या लक्षात येतात, त्यामुळे निदान करणं सोपं जातं. एकंदरीत शारीरिक बिघाड झाला तर आपल्याला प्रथमोपचार द्यायला हवा हे कळतं, त्याबद्दलची जाणीव आता प्रत्येकाला आहे. त्यामुळे शारीरिक प्रथमोपचाराच्या उपयुक्ततेबद्दल कोणाचंच दुमत नाही.

पण मनाला झालेल्या वेदना, क्लेश, जखमा या अदृश्य स्वरूपात असतात. जोपर्यंत ती व्यक्ती अशा भावनांचं प्रकटीकरण करत नाही, उघडपणे दाखवत नाही, प्रदर्शित करत नाही (exhibit), तोपर्यंत दुसऱ्या व्यक्तीला त्याच्या मानसिक स्थितीचं आकलन होत नाही आणि त्याच्या तीव्रतेची कल्पनाही येत नाही. काही वेळा तर या वेदनेची तीव्रता भोगणाऱ्या माणसालाही कळत नाही. आपापल्या वृत्तीनुसार तो त्याला प्रतिक्रिया देत असतो.

या स्थितीत वेळेत उपाय झाले नाहीत, तर मात्र दु:ख, निराशा यांचं परिवर्तन राग, टोकाचा संताप, सूड-बुद्धी, नैराश्य, स्वत:बद्दलची घृणा, आत्मघात यामध्ये होतं. असे विचार आधी मनाचा मग शरीराचा ताबा घेतात.

काही वेळा तर वर-वर पाहता सगळं कसं शांत दिसतं, पण मनाच्या खोल गाभाऱ्यात भयंकर उलथापालथ सुरू असते. जी पुढच्या आयुष्यात एखाद्या नगण्य अशा प्रसंगातही उफाळून बाहेर येते. कशी ते मात्र कळत नाही!

'मानसिक प्रथमोपचार' हा शब्दही कोणाला माहीत नव्हता, त्या काळी व्यक्तीची, विशेषत: स्त्रियांची किती कुचंबणा होत असेल हे या उदाहरणावरून स्पष्ट होईल.

सावित्रीताईंच्या पतीचं निधन लग्नानंतर सहा वर्षांनी झालं. काळ १९६०चा! दोन छोट्या मुलांना त्यांनी आपलं दु:ख बाजूला ठेवून वाढवलं, पण त्या वेळी स्वत: मात्र विधवेचं आयुष्य जगू लागल्या. दागिने, गजरा, पावडर अशा सौंदर्य प्रसाधनांना तिलांजली देऊन; पांढरी साडी परिधान केली.

कदाचित सामाजिक किंवा सांस्कृतिक दृष्ट्या योग्य असं वर्तन त्यांनी निवडलं असेल आणि तेसुद्धा पटत नसतानाही! त्यामुळे खोलवर रुतलेल्या मनातल्या इच्छा दाबून टाकल्या गेल्या. अचानक सत्तराव्या वर्षी त्या विचित्र वागू लागल्या. स्वत:च्या नकळत, वयाला न शोभणारा भडक असा मेकअप, पुरुषाचा स्पर्श यासाठी त्या संधी शोधू लागल्या; आणि मग त्यामुळे मुलगा-सुनेचा रोष, समाजाची निर्भर्त्सना त्यांना झेलावी लागली. त्या एक मानसिक रुग्ण बनल्या...!

खरं तर त्यांना अशा वेळी मानसिक आधाराची, उपचारांची गरज आहे, हेही कोणाच्या लक्षात आलं नाही. आपल्यासाठी आईने जे जे शक्य आहे ते सर्व केलं, मग आता ती असं का वागतेय, असा विचारही मुलाच्या किंवा मुलीच्या मनाला शिवला नाही... आणि परिणाम? आईला दोष देत तिचा द्वेष, राग-राग करणं. जेव्हा त्या भानावर येत, तेव्हा अपराधी भावना आणि शरमेने त्या स्वत:ला भावनांच्या गर्तेत खोलवर रुतवून घेत. वेळेवर उपाय-योजना झाली असती, तर आज त्या एक चांगलं आयुष्य जगू शकल्या असत्या. मनाच्या कोपऱ्यात कुठेतरी यापुढे आपल्याला साजशृंगार करायला मिळणार नाही याचं दुःख मनाशी तसंच राहिलं होतं. त्या वेळी त्यांना हवा असलेला भावनिक आधार मिळाला नव्हता; आणि यात कोणाचीच चूक नव्हती. कारण त्या वेळी 'मानसिक प्रथमोपचार' हा शब्दही कोणाला माहीत नव्हता. आणि म्हणून प्रथमोपचार मानसशास्त्रीय असेल तर वेदना, जखमा, व्रण न उरता, कठीण प्रसंग उत्तम निभावला जाऊ शकतो.

३.३ मानसिक प्रथमोपचारासाठी तज्ज्ञांची आवश्यकता

शारीरिक प्रथमोपचार देणाऱ्याला खास अशा काही शिक्षणाची (वैद्यकीय शिक्षण, फिजिओथेरपी) गरज असतेच असं नाही. लहानपणापासून बघून-बघून अंदाजाने साधारणपणे प्रत्येकालाच ते काही प्रमाणात येत असतात. किंबहुना प्रत्येक घरात असा 'फर्स्टएड बॉक्स' असतो, ज्यात प्रथमोपचाराचं साहित्य गरजेच्या / निकडीच्या प्रसंगासाठी ठेवलेलं असतं.

अर्थात काही प्रकारच्या प्रथमोचाराला प्रशिक्षणाची थोडीशी गरज असते. उदाहरणार्थ, हृदयविकाराचा झटका आला तर तत्काळ काय काळजी घ्यायची हे अंदाजाने कळणार नाही, त्यासाठी तज्ज्ञ माणसाकडून शिकण्याची गरज आहे. शिवाय शारीरिक आजार किंवा शारीरिक दुखापती यांमुळे होणारं नुकसान किंवा परिणाम हा साधारणपणे सगळ्या व्यक्तींच्या बाबतीत कमी-अधिक प्रमाणात सारखाच असतो, त्यामुळे त्यावरची उपाययोजना, औषधंदेखील कमी-अधिक प्रमाणात सारखीच असतात.

पण 'मानसिक प्रथमोपचार' हा मात्र वेगळा असतो. इथे संबंध मनाशी असतो.

साधकावर उपाय करताना त्याची मानसिक जडणघडण, गरजा, इच्छा-आकांक्षा, ध्येय, इच्छाशक्ती, जीवनाविषयीचा दृष्टिकोन, व्यक्तिमत्त्व, जागतिक दृष्टिकोन, सवयी, सामर्थ्य, कमकुवतपणा, स्वनियंत्रण, क्लेश देणाऱ्या गोष्टी हळव्या जागा (सॉफ्ट पॉइंट्स), वेळ व्यवस्थापन, भावनिक भाषा, मूल्य प्रणाली, आध्यात्मिक मूल्ये, नैतिक मूल्ये, इतरांवर विश्वास ठेवण्याची क्षमता, संरक्षण यंत्रणा, विचार करण्याची पद्धत अशा अनेक बाबी लक्षात घेऊन, त्याच्यावर उपाययोजना करावी लागते.

प्रश्न साधकाच्या आयुष्याचा असतो, त्याच्या अस्तित्वाचा असतो. तो योग्य पद्धतीने हाताळला गेला पाहिजे. म्हणून मानसशास्त्रातली तज्ज्ञ व्यक्ती किंवा ज्या व्यक्तीला मानसशास्त्राचे चांगले ज्ञान आहे अशी व्यक्ती मानसिक प्रथमोपचार उत्तम पद्धतीने हाताळू शकते.

साधकाच्या मनाच्या गाभाऱ्यात कसं शिरायचं, हळुवार पद्धतीने अडकलेल्या भावनांचा निचरा कसा करायचा, हे त्या तज्ज्ञाला माहीत असतं. हे सर्व तो सहानुभूती दाखवून नाही, तर सह-अनुभूतीने करत असतो. साधकातील गुण-अवगुण ओळखून तज्ज्ञ स्वतःचा हात त्याच्या हातात देऊन, प्रगतीच्या मार्गावरून चालत नेतो. त्याला विश्वास देतो की, 'प्रत्येक माणसाकडे निसर्गतः मानसिक आघाताला तोंड देण्याची आणि त्यातून सहीसलामत बाहेर येण्याची क्षमता असते, तशीच ती तुझ्याकडेही आहे. कदाचित ती सुप्त स्थितीत आहे. चल, आपण त्या क्षमतेला जागृत करू. तुझ्या आशा, तुझ्या आकांक्षा तूच पूर्ण करशील. कठीण प्रसंगाला तोंड देण्याची आणि त्यातून बाहेर येण्याची ताकद तुझ्यात आहे.'

३.४ मानसिक प्रथमोपचार काय करतो?

खरं तर मानसिक प्रथमोपचार हा फक्त तात्पुरती उपाययोजना एवढ्यापुरता मर्यादित नसतो. मानसिक प्रथमोपचार केंद्र सल्ला/उपदेश केंद्रही नसतं.

मानसिक प्रथमोपचार हा बऱ्याच बाबींवर काम करतो.

- मार्गदर्शक साधकाचं निरीक्षण करतो, साधकाची भावनिक भाषा ओळखून त्याच्याशी संवाद साधतो, त्याला काही प्रश्नावली भरायला देतो आणि या तिनही गोष्टींवरून त्याचं मूल्यमापन करून निदान करतो आणि त्याप्रमाणे उपाययोजना ठरवतो.
- साधकाची काळजी घेणं, त्याची शारीरिक आणि मानसिक सुरक्षा हा विचार अग्रस्थानी ठेवणं, हे प्राथमिक ध्येय असतं.
- ज्या प्रसंगामुळे साधकावर संकट आलं आहे, त्यावर तोडगा न सुचवता, त्याची समस्या न सोडवता, त्याचे भावनिक क्लेश कमी केले जातात.
- साधकांमध्ये उत्तम जगण्याची आशा (Hope) निर्माण केली जाते.

- साधकाच्या स्वजाणिवा परत चेतवण्यासाठी (Self is regained) त्याला प्रवृत्त केलं जातं.
- साधकाच्या मनात नाकारलेपणाची भावना (Rejection Sensitivity) तीव्र असेल, तर ती तीव्रता कमी किंवा नाहीशी करण्यासाठी प्रयत्न केले जातात.
- साधकाचा ताण (Stress) कमी केला जातो.
- मानसिक प्रथमोपचाराची उपाययोजना (Intervention Program) ही साधकाची मन:स्थिती आणि गरजेनुसार ठरवली जाते.

३.५ मार्गदर्शक (Giver)

'Giver' म्हणजे देणारा! मानसिक प्रथमोपचारात साधकाला मदतीचा हात देणारा म्हणून तो मार्गदर्शक! या उपचारपद्धतीत त्याची भूमिका फार महत्त्वाची असते. त्याला मानसशास्त्रातील पदवी असायलाच हवी असं नाही, पण मानवी मनाची कल्पना तरी निश्चित हवी. संतुलित व्यक्तिमत्त्व, उत्तम संवाद कौशल्य, विचारवंत, निःस्वार्थी, आशावादी असणं, सकारात्मक, उत्साही, उदार, धीरगंभीर, वास्तववादी, शांत, विश्वासार्ह, दूरदर्शीपणा आणि सह-अनुकंपा अशी गुणवैशिष्ट्ये असलेल्या व्यक्ती 'मार्गदर्शक' ही भूमिका उत्तमरीत्या पार पाडू शकतात.

३.६ साधक (Seeker)

मार्गदर्शकाकडे साधक मदतीसाठी जातो, तेव्हा तो असुरक्षित, अस्वस्थ, थकलेला आणि अस्थिर असतो. इच्छा, आशा आणि समर्थनाच्या शोधात असतो. या कठीण प्रवासात तो खऱ्या अर्थाने 'साधक' बनतो आणि म्हणून मानसिक प्रथमोपचार स्वीकारणाऱ्या व्यक्तीला 'साधक' म्हणतात.

साधकाने 'मार्गदर्शक' कसा निवडावा ?

आपलं भावनिक विश्व ज्याच्या हातात द्यायचंय तो त्या भूमिकेसाठी सक्षम, पात्र, योग्य आहे की नाही, हे सर्वप्रथम बघण्याची गरज असते. आपल्याला ते योग्य मार्गदर्शन करतील याचीही खात्री हवी. एकदा योग्य व्यक्ती 'मार्गदर्शक' म्हणून निवडली की, मग साधकाने त्याच्यावर संपूर्ण विश्वास ठेवणं गरजेचं असतं. आपला हात त्याच्या हातात सुरक्षित आहे, ही श्रद्धा हवी.

'साधका'कडून काय अपेक्षित असते ?

मानसिक उपचारात साधक जितका सक्रिय (Active) राहील, तेवढा तो मानसिक क्लेशातून लवकर आणि सहीसलामत बाहेर येईल. म्हणून साधकाची भूमिका उपायांना पूरक हवी, आश्वासक (Supportive) हवी.

आपण स्वतःला जेवढे ओळखतो, तेवढी दुसरी कुठलीच व्यक्ती आपल्याला ओळखत

नसते. अगदी मार्गदर्शकसुद्धा आपल्याला ओळखत नसतो. साधक जी माहिती देईल, त्या आधारे मार्गदर्शक काही आराखडे बांधतो. माहिती चुकीची किंवा अपुरी दिली, तर उपचार योग्य होणार नाहीत. म्हणून मार्गदर्शक जे विचारेल ते प्रामाणिकपणे, बारीक-सारीक तपशिलांनुसार सांगावं. मार्गदर्शक जे-जे काही करायला सांगेल, ते मनापासून करण्याची तयारी हवी. साधकाने केवळ एक किंवा दोन दिवसांसाठी नव्हे, तर सतत स्वतःच्या प्रगतीसाठी सकारात्मकतेने प्रामाणिक प्रयत्न केले पाहिजेत.

'साधक' आणि 'मार्गदर्शक' या दोघांच्या नात्याची वीण ही नाजूक धाग्यांनी बांधलेली हवी. म्हणजे कशी? बघू या पुढच्या प्रकरणात.

<hr>

लक्षात ठेवा...

- मनाला झालेल्या वेदना, क्लेश, जखमा या अदृश्य स्वरूपात असतात. जोपर्यंत ती व्यक्ती अशा भावनांचं प्रकटीकरण करत नाही, उघडपणे दाखवत नाही, प्रदर्शित करत नाही (Exhibit), तोपर्यंत दुसऱ्या व्यक्तीला त्याच्या मानसिक स्थितीचं आकलन होत नाही आणि त्याच्या तीव्रतेची कल्पनाही येत नाही.

- या स्थितीत वेळेत उपाय झाले नाहीत तर मात्र दुःख, निराशा यांचं परिवर्तन राग, टोकाचा संताप, सूड-बुद्धी, नैराश्य, स्वतःबद्दलची घृणा, आत्मघात यांच्यामध्ये होते, असे विचार मनाचा आणि मग शरीराचा ताबा घेतात.

- काही वेळा तर वरवर पाहता सगळं कसं शांत दिसतं; पण मनाच्या खोल गाभाऱ्यात भयंकर उलथापालथ सुरू असते, जी पुढच्या आयुष्यात एखाद्या नगण्य अशा प्रसंगात उफाळून बाहेर येते आणि त्रासदायक ठरते.

- कठीण प्रसंगात समस्येवर तोडगा काढण्याआधी स्वतःच्या भावना ओळखून, त्यांचा निचरा करणं अत्यंत आवश्यक आहे.

- हे काम मानसिक प्रथमोपचार उत्तम पद्धतीने करतं.

गोल्डन मानसिक प्रथमोपचार योजना

(Golden Intervention PFA Program)

साधक आणि मार्गदर्शक या दोघांच्या नात्याची वीण ही नाजूक धाग्यांनी बांधलेली हवी. साधक मानसिक दुःखात आहे आणि त्याने आनंदी जीवन जगण्याची आशा गमावली आहे. त्याला असुरक्षित वाटतंय आणि एका भावनिक आधाराची त्याला गरज आहे, हे लक्षात घेऊन या उपाययोजनेत प्रत्येक घटक विचारपूर्वक, काळजीपूर्वक आणि जाणीवपूर्वक निवडायला हवा. या उपाययोजनेत असे काही अनोखे / विशिष्ट / अनन्य घटक हवेत की, ज्यामुळे साधक मानसिक त्रासातून बाहेर तर येईलच, शिवाय ही उपाययोजना त्याला पुढच्या आयुष्यातही योग्य मार्ग दाखवेल.

४.१ गोल्डन मानसिक प्रथमोपचार योजना

Golden PFA Intervention Program

गोल्डन मानसिक प्रथमोपचार योजना हे प्रारूप (मॉडेल) उदाहरण म्हणून देता येईल. मी २०१५पासून ही योजना वापरत आहे. असंख्य साधकांना याचा फायदा झाला. अर्थात, फक्त हीच योजना मानसिक प्रथमोपचारासाठी वापरली पाहिजे असं अजिबात नाही. यासारख्या इतरही योजना आखता येऊ शकतील. एक आवर्जून नमूद करावंसं वाटतं की, ही योजना मानसशास्त्रीय संशोधन करून मी तयार केली आहे. (याबद्दलची अधिक माहिती लेखिकेच्या मनोगतात आहे.)

४.२ गोल्डन मानसिक प्रथमोपचार योजनेची प्रमुख वैशिष्ट्ये

- विज्ञान आणि कला यांचा उत्तम मेळ
- भारतीय विचारधारेवर / तत्त्वज्ञानावर आधारित
- पूरक वातावरणनिर्मिती (Homely Atmosphere)
- स्पर्श उपचारपद्धती (Touch Therapy)
- कॉफीपान (Coffee Session)
- सौहार्दपूर्ण संबंध (Amicable Rapport)
- सक्रिय ऐकणे (Active Listening)
- मूल्यमापन (Assessment)
- आल्हाददायक आणि दीर्घ श्वसन उपचार प्रक्रिया (Healing Process With Relaxation and deep breathing)
- आहार आणि व्यायाम (Seeker's Diet And Exercise)
- प्रार्थना (Prayers)
- स्वयंसूचना तंत्र (Auto-suggestion)
- मन एकाग्र करण्याची कला (Mindfulness)
- कामगिरी (Tasks)

- सकारात्मक वाक्यरचना (Affirmative Sentences)
- शास्त्रोक्त उपचार पद्धती
- उत्तम जीवन व्यतीत करण्यासाठी नावीन्यपूर्ण उपचार पद्धती.
  उदाहरणार्थ, 'फिश! फिलॉसॉफी', 'बुद्धिबळ एक खेळ'
- अंतिम सत्र, परिसमाप्ती (Closure)

४.३ भारतीय संस्कृतीच्या विचारधारेवर आधारित

साधक हा भारतीय आहे. त्याचं मन भारतीय आहे. त्याचे आचारविचार, जडणघडण (Psychological make-up), त्याच्या सामूहिक जाणिवा (Collective Consciousness), मूल्यप्रणाली (Values), चेतना (Dynamism), कल्पना (Idea), विश्वास (Trust) भारतीय विचारांच्या वारशावर (Legacy of Indian Thoughts) आधारित आहे.

लहानपणापासून त्याच्यावर भारतीय संस्कार झाले आहेत.

भारतीयांचा जिव्हाळ्याचा विषय म्हणजे श्रीमद् भगवद्गीता; यातल्या काही निवडक पण या विषयाशी संबंधित असलेल्या काही बाबींचा या उपाययोजनेत समावेश केला आहे.

श्रीमद्भगवद्गीतेतल्या सहाव्या अध्यायातील पाचवा श्लोक

उद्धरेदात्मनात्मानं नात्मानमवसादयेत् ।
आत्मैव ह्यात्मनो बन्धुरात्मैव रिपुरात्मनः ॥

याचा अर्थ,

आपल्या उन्नतीला अथवा अधोगतीला जबाबदार आपणच असतो.
आपण आपले गुरू, मित्र, बंधू आहोत की शत्रू आहोत, हे आपणच ठरवत असतो.

या सर्व बाबी विचारात घेऊन त्याप्रमाणे घटक निवडले. याचा परिणाम असा झाला की, साधक या घटकांशी आधीच परिचित असल्यामुळे ते त्याला आत्मसात करायला कठीण गेले नाहीत.

४.४ गोल्डन मानसिक प्रथमोपचार योजनेचे सहा टप्पे

- पूरक वातावरणनिर्मिती आणि सौहार्दपूर्ण संबंध
- साधकाची भूमिका समजून घेणे (सजगतेने ऐकणे), मूल्यमापन आणि त्याचे निदान
- दीर्घ श्वसन, Relaxation, प्रार्थना
- अंतर्मनाचं (प्रोग्रामिंग) व्यवस्थापन करण्याचे तंत्र, वर्तमान क्षणावर मन एकाग्र करणे, आहार आणि व्यायाम

- मानसिक आघाताची तीव्रता कमी करण्यासाठीचे उपचार
- अंतिम सत्र, परिसमाप्ती

४.५ कालावधी

प्रत्येक साधकाचा पूर्ववत होण्याचा काळ वेगवेगळा असतो. आघाताचं स्वरूप, त्याची तीव्रता, साधकाचं वय आणि अनुभव, साधकाची मानसिक जडण-घडण अशा विविध बाबींवर कालावधी अवलंबून असतो. पण सर्वसाधारणपणे एक महिना हा कालखंड मानसशास्त्रीय प्रथमोपचाराला लागतो, असा अनुभव आहे.

एकूण सत्रं ८

पहिला आठवडा : ३ सत्रं, प्रत्येकी २-३ तास

दुसरा आठवडा : २ सत्रं, प्रत्येकी २-३ तास

तिसरा आठवडा : २ सत्रं, प्रत्येकी २-३ तास

चौथा आठवडा : १ सत्रं, २-३ तास

लक्षात ठेवा...

- मानसिक प्रथमोपचार ही एक विज्ञानावर आधारित कला आहे.
- या उपचार पद्धतीत पूरक वातावरणनिर्मिती आणि सौहार्दपूर्ण संबंध यांना फार महत्त्व आहे.
- सजगतेने ऐकणं आणि अचूक मूल्यमापन करणं या दोन गोष्टी या उपचाराचा गाभा आहे.
- या उपचारांत स्पर्श उपचार पद्धती, कॉफीपान, प्रार्थना, स्वयंसूचना तंत्र, मन एकाग्रता कला, सकारात्मक वाक्यरचना असे विविध उपाय करून मानसिक क्लेश कमी केले जातात.
- या काळात साधक मनाने हळवा झालेला असतो. समुपदेशन घेण्याच्या मन:स्थितीतच नसतो. अशावेळी काही नावीन्यपूर्ण उपचार त्याला जीवन उत्तम व्यतीत करण्यासाठी प्रोत्साहित करतात, जगण्याची रीत शिकवतात. उदाहरणार्थ, 'फिश! फिलॉसॉफी', 'बुद्धिबळ एक खेळ!'

प्रकरण ५

साधकाशी सौहार्दपूर्ण संबंध

(Rapport Building)

मानसिक प्रथमोपचार योजनेत तीन गोष्टी फार महत्त्वाच्या असतात. वातावरणनिर्मिती म्हणजेच जागेची रचना, साधकाशी सौहार्दपूर्ण, विश्वासाचं आणि मैत्रीचं नातं निर्माण करणं आणि साधकाचं अचूक मूल्यमापन.

५.१ पूरक वातावरणनिर्मिती

मानसिक प्रथमोपचारात जागेची रचना फार महत्त्वाची असते. साधक हा विशिष्ट मन:स्थितीत असतो. आपल्यावर संकट ओढवलं आहे, यावर आपण उपचार घेत आहोत, हे कोणालाही कळू नये अशी त्याची इच्छा असते. त्याच्यावर परिस्थितीचं फार मोठं ओझं असतं, दडपण असतं, मानसिक ताणाने तो त्रस्त असतो, दु:खीकष्टी असतो. त्याची मन:स्थिती बदलली पाहिजे, हा मुख्य विचार ठेवून ती जागा आणि सदनिका प्रसन्न ठेवली, तर फायद्याचं ठरेल.

- हवेशीर, मोकळं, आरामदायी आणि प्रसन्न वातावरण.
- रचना अशी हवी की, ही जागा म्हणजे विशेष काही तरी आहे असं न वाटता, आपल्या घरासारखं हे एक घर आहे असं वाटायला हवं.
- भोवतालचा सगळा परिसर स्वच्छ हवा.
- मार्गदर्शकाला साधकाचं निरीक्षण तो गेटमधून आत आल्यापासून करता आलं तर उत्तम.
- खोलीतील फर्निचर हे सुटसुटीत हवं. खोली मोकळी हवी. वस्तूंनी खोली भरून गेलेली नको, शक्य तर अगदी मोजक्या वस्तू हव्यात.
- संगीताचा वापर करता आला तर उत्तम.
- प्रकाशयोजना पूरक हवी.
- रंगसंगती आल्हाददायक असावी.

गोल्डन मानसिक प्रथमोपचार योजनेसाठी जागेची रचना

सत्र घेण्यासाठी खोली, हॉबी रूम, एक छोटं स्वयंपाकघर आणि बाथरूम अशी तीन खोल्यांची स्वतंत्र सदनिका यासाठी निवडली आहे. या जागेला लागून एक गच्ची, बाहेर एक छोटासा बगीचा बनवलेला आहे, त्यामुळे गेटमधून आत आलं की, साधकाला प्रसन्न वाटतं, निसर्गाच्या सान्निध्यात असल्यासारखं वाटतं.

सत्रासाठीची खोली

डॉक्टरांकडे आपण जातो, तेव्हा बहुतांशी वेळेला टेबलाच्या एका बाजूला डॉक्टर त्यांच्या आरामदायी खुर्चीमध्ये आणि पेशंट समोरच्या खुर्चीवर बसून आपली व्यथा सांगतो, त्यामुळे डॉक्टर एक तज्ज्ञ आणि आपण पेशंट असं नातं निर्माण होतं. त्यामुळे मैत्रीच्या नात्याने त्यांच्यात संवाद होत नाही, त्याची अपेक्षाही नसते. शारीरिक व्याधींसाठी ही पद्धत

ठीक आहे. मानसिक उपचारात गरज असते, ती व्यक्तीने मोकळेपणाने व्यक्त होण्याची. त्याला अशा रचनेचे दडपण येऊ शकते. त्याला विश्वास वाटेल की, समोरची व्यक्ती आपल्यासारखीच आहे, ती मैत्रीच्या नात्याने मला मदत करत आहे, तेव्हा ती व्यक्ती जास्त मोकळेपणाने आपल्या मनातल्या व्यथा सांगेल. जणू आपली मैत्रीण किंवा कोणीतरी जाणकार व्यक्ती, जिच्यावर आपला विश्वास आहे, अशा व्यक्तीच्या घरी आपण आपलं दुःख मोकळं करायला आलो आहोत, असं वाटलं पाहिजे. आपण समोरच्या माणसाकडे आपल्या मनातल्या ज्या गोष्टी बोलणार आहोत, त्यांचा या भिंतीपलीकडे कुठेही उच्चार होणार नाही, याची खात्री, विश्वास साधकाला वाटायला हवा.

यासाठी डॉक्टर-पेशंटची रचना बदलून मार्गदर्शकाच्या आणि साधकाच्या खुर्च्या एकाच पद्धतीच्या निवडल्या आहेत. मार्गदर्शक आणि साधक दोघांचीही बसण्याची व्यवस्था एकाच प्रकारची केली आहे. जणू समोरासमोर दोन मित्र गप्पा मारत आपलं मन मोकळं करत आहेत, मध्ये टेबलाचीही अडचण नाही.

एका बाजूला एक कॉफी-टेबल... त्यावर फ्लॉवरपॉट आणि फुलं! एका कोपऱ्यात एका कलाकुसर केलेल्या छोट्या टेबलावर लक्ष्मीचा पुतळा, भिंतीवर बनारसच्या आरतीची फोटो फ्रेम ठेवलेली आहे... प्रत्येक गोष्टीत सकारात्मकता जाणवते आहे.

प्रकाशयोजना

खोलीतली प्रकाशयोजना दोन प्रकारची आहे.

- संपूर्ण खोली प्रकाशाने व्यापलेली आहे. भरपूर, स्वच्छ सूर्यप्रकाश, जो साधकाच्या

उदास मूडच्या अगदी विरुद्ध आहे.

- काही विशिष्ट टास्क करताना कोपऱ्यात एक छोटा मंद दिवा लावलेला आहे. यामुळे डोळे मिटले की, वातावरण प्रसन्न होऊन जातं.

रंगसंगती : भिंतींना पेस्टल शेड आहे आणि पडद्याचे रंगही डोळ्यांना सुखदायक आहेत.

हॉबी रूम : सर्वसाधारणपणे प्रत्येकाच्या घरी दिवाणखान्यात असतं तसं फर्निचर आहे. चित्रकला, पेंटिंग करण्याचं साहित्य, म्युझिक सिस्टीम, दोन पुस्तकांची कपाटं ज्यामध्ये हिंदी, इंग्लिश आणि मराठी पुस्तकं, एक टीव्ही अशी सामग्री ठेवलेली आहे.

स्वयंपाकघर : एक फ्रीज, त्यामध्ये बिस्किटं, ब्रेड, दूध, चॉकलेट्स, जुजबी सामान आणि मायक्रोवेव्ह.

एकंदरीत सगळं वातावरण सकारात्मक स्पंदनं निर्माण करणारं असंच आहे.

५.२ सौहार्दपूर्ण, विश्वासार्ह संबंध (Amicable Rapport Building)

मानसिक प्रथमोपचारात सर्वांत पहिली आणि महत्त्वाची बाब म्हणजे, साधक आणि मार्गदर्शक यांच्यात सौहार्दपूर्ण, विश्वासपूर्ण, मैत्रीपूर्ण, श्रद्धापूर्ण असे संबंध प्रस्थापित होणं. 'आपल्याला ही व्यक्ती संकटातून बाहेर काढेल' हा विश्वास साधकाला मार्गदर्शकाबद्दल वाटला तरच उपचारपद्धती लवकर परिणाम दाखवेल. साधकाला जोपर्यंत मार्गदर्शक हा आपला हितचिंतक आहे, मित्र आहे असं वाटणार नाही, तोपर्यंत साधक मोकळेपणाने त्याच्याशी बोलणार नाही. मानसिक उपचारांत श्रद्धा आणि विश्वास या दोन्ही गोष्टी अत्यंत महत्त्वाच्या आहेत. या दोन्ही गोष्टींमुळे साधक मानसिक क्लेशातून लवकर बाहेर पडणार आहे आणि म्हणून मार्गदर्शकाने सर्वप्रथम असे संबंध निर्माण करण्यासाठी प्रयत्न केले पाहिजेत.

सौहार्दपूर्ण संबंध निर्माण करणे (Rapport Building)

याला ठरावीक असा काहीही साचा नाही. प्रत्येक व्यक्ती ही वेगळी असते आणि म्हणून तिला काय लागू पडेल, हे सरसकट ठरवता येत नाही. परंतु प्रत्येक व्यक्तीला, सर्वसाधारणपणे प्रसन्न व्यक्तिमत्त्वाची, त्याच्या विचारांबद्दल आदर/आस्था असलेली, त्याला आदराने, सन्मानाने वागवणारी, मनमोकळेपणाने बोलणारी, सकारात्मक अशी व्यक्ती आवडते. या उपचारासाठी आलेला साधक असुरक्षित, आधार शोधणारा आणि दुःखाने त्रासलेला असतो. त्याची अजून त्रास सहन करण्याची सहनशक्ती संपलेली असते. त्याला हवा असतो मार्ग आणि तोही सुरक्षित आणि म्हणून मार्गदर्शक म्हणून काम करणाऱ्या व्यक्तीने मानसिक प्रथमोपचाराचं प्रशिक्षण घ्यायला हवं.

प्रसन्न व्यक्तिमत्त्व

प्रसन्न व्यक्तिमत्त्व म्हणजे उत्तम कपडे घातलेली, सुंदर दिसणारी, उंच, सडपातळ अशी व्यक्ती नाही; तर दिलखुलास हसणारी, मनमोकळेपणाने व्यक्त होणारी, आपल्या भोवती प्रसन्न वातावरण निर्माण करणारी, सगळ्या गोष्टींत आनंद घेणारी, स्वतःवर प्रेम करणारी पण दुसऱ्याला आदराने वागवणारी व्यक्ती म्हणजे प्रसन्न व्यक्तिमत्त्व! अशा व्यक्तीचा सहवास सगळ्यांनाच आवडतो.

सत्र घेताना कपडे कुठले घालायचे हे मार्गदर्शकाने ठरवायचं. याला नियम असा काहीही नाही, पण जर स्वतःला आणि साधकाला साजेसे कपडे घातले, तर त्याला मार्गदर्शकाबद्दल जास्त जवळीक वाटते, असा अनुभव आहे.

साधकाचे विचार समजून घेणे

साधकाचे विचार हे त्याच्या अनुभवावर आधारित असतात, त्याच्या व्यक्तिमत्त्वानुसार असतात. त्यांच्याशी सहमत असण्याची गरज नाही, पण ते समजून मात्र घ्यायला पाहिजेत. त्याच्या विचारांचा आदर केला पाहिजे. मार्गदर्शकाला ते चुकीचे वाटले, तर ते बदलण्यासाठी त्याला सुचवलं पाहिजे.

मार्गदर्शक साधकाकडे सह-अनुभूतीने बघेल, तेव्हा त्याच्या वेदनेची साधारण कल्पना मार्गदर्शकाला येईल. कोणीतरी पोटतिडकीने आपल्या संकटांबद्दल, आपल्या व्यथेबद्दल किंवा आपल्यावर बेतलेल्या प्रसंगाबद्दल समोरच्या माणसाला सांगतंय आणि ऐकणारी व्यक्ती मात्र आपल्याच नादात दुसऱ्या विचारांत रमते. किंवा,

कोणीतरी त्याला वाटणाऱ्या भावनेबद्दल कळकळीने बोलतोय, पण ऐकणारी व्यक्ती मात्र त्याला सारखी टोकतेय आणि उपदेश देतेय तर काय होईल? बोलणारी व्यक्ती मनमोकळेपणाने व्यक्त होणार नाही. तिला वाटेल की, 'ही व्यक्ती आपल्याला समजून घेत नाही. माझं दुःख जाणणारी व्यक्ती मला भेटायला हवी!' नेमकं हे असं आपल्याला व्हायला नकोय म्हणून त्याच्याशी बोलताना, त्याचं ऐकताना, त्याच्याशी वागताना आपण त्याच्याविरुद्ध उभे नसून आपण त्याच्या बाजूला उभे आहोत, असं समजून वागायला हवं.

उदाहरणार्थ, साधक काही तरी म्हणतो तेव्हा, 'छेः! छेः! तू अगदी चुकीचा विचार करतो आहेस,' असं म्हणण्यापेक्षा, 'तू म्हणतोस ते बरोबर आहे, मला पटतंय तुझं म्हणणं; पण आपण दुसरा विचार करू शकतो का हे फक्त बघू या!' असं संभाषण झालं तर साधकावरील ताण कमी होतो!

साधकाला आदराने, सन्मानाने वागवणे

आपण कोणीतरी ज्ञानी आहोत आणि तो आपल्याकडे सल्ला मागायला आलेला आहे, असं मार्गदर्शकाने न समजता कदाचित साधकावर जो प्रसंग बेतलेला आहे, तसा प्रसंग

उद्या आपल्यावर ओढवला तर कदाचित आपल्याला याच्याही पेक्षा जास्त मानसिक क्लेश जाणवतील, हा विचार केला पाहिजे.

साधकाला सन्मानाने आणि आदराने वागवलं पाहिजे. त्याच्याशी संवाद साधताना भाषेचा, शिष्टाचाराचा योग्य वापर करायला हवा. आपल्याकडे कोणी आलं, तर आपण दार उघडून त्यांचं स्वागत करतो, त्यांना जाताना दारापर्यंत सोडायला जातो. त्यांना चहा-कॉफी असं काही तरी घेण्याचा आग्रह करतो. नेमका हाच भाव इथे हवा!

मनमोकळेपणाने आणि सकारात्मक बोलणे

साधक कितीही नकारात्मक भावना व्यक्त करत असला, तरीही मार्गदर्शकाने सकारात्मक शब्द वापरायला हवेत. साधक आल्यावर आपण त्याच्याशी संवादाला कशी सुरुवात करतो, हे महत्त्वाचं आहे.

उदाहरण १

साधकाने म्हटले की, "तुमची बाग खूप सुंदर आहे.''
तर "तुम्हांला निसर्ग फार आवडतो का?'' असं विचारावं.
"हो! अगदी प्रसन्न वाटतं.''
"खरं आहे. आपण कितीही त्रासात असलो तरीही फुलांकडे बघितलं की, सगळे त्रास विसरायला होतात."
"येस! मी क्षणभर माझं दुःख विसरले!"
"आपण कॉफी घेऊ या. त्या वेळी मी तुम्हांला माझ्या बाबतीत घडलेली एक गमतीशीर गोष्ट सांगेन. चालेल?"
"नक्की."

सत्राची सुरुवात अशी सहज गप्पांतून झाली तर साधकाला आपण काही तरी विशेष उपचारासाठी आलो आहोत असं वाटणार नाही.

उदाहरण २

एका सत्राला साधक नेव्हल रिटायर्ड ऑफिसर आहे, हे लक्षात घेऊन मी त्याचं स्वागत Come September ची ट्यून लावून केलं. तो खूश झाला.
"वाह... मूड अगदी बदलला!" तो म्हणाला, 'हा सिनेमा मी बोटीवर असताना दहा वेळा तरी बघितला असेल. आम्ही यावर डान्ससुद्धा करायचो!"
"मलाही ही ट्यून आवडते.''
आणि आम्ही जवळ-जवळ पंधरा मिनिटं या सिनेमावर बोललो. हा वेळ वाया गेला नव्हता, तर या पंधरा मिनिटांनी जादू केली होती.
पुढच्या एका सत्रामध्ये या ट्यूनवर त्याने डान्स करून दाखवला. डान्स

करायचा हे ठरवून त्याने येताना त्याला साजेसे कपडे घातले होते.

अशी कितीतरी उदाहरणं देता येतील. साधकाची माहिती आणि निरीक्षणं यावरून त्याच्या आवडीचा एखादा संकेत मिळू शकतो, आणि मग मनमोकळेपणाने गप्पा सहज शक्य होतात. पण काही वेळा एखादा साधक हट्टी असू शकतो. त्याला अशा बाबी या फालतू वाटतात आणि अशा गप्पांमध्येही त्याला इंटरेस्ट नसतो. मग अशा वेळी थेट सत्र सुरू करावं लागतं. साधक महत्त्वाचा, हे सूत्र लक्षात ठेवायचं.

मार्गदर्शकाची देहबोली

व्यक्तीच्या देहबोलीतून त्याचे विचार काही प्रमाणात लक्षात येतात. साधक या काळात अतिभावनाशील झालेला असतो. मार्गदर्शकाची देहबोली तो लगेच टिपू शकतो. मार्गदर्शक जसं साधकाचं निरीक्षण त्याच्या देहबोलीवरून करतो, त्याचप्रमाणे साधकही नकळत मार्गदर्शकाचं निरीक्षण करत असतो आणि काही वेळा त्यातून तो चुकीचे अर्थ काढू शकतो. मार्गदर्शक आणि साधक भिन्न लिंगाचे असतील, तर हे प्रश्न अधिक प्रमाणात उद्भवू शकतात.

जादू स्पर्शाची

शरीरात एक नैसर्गिक ऊर्जाक्षेत्र आहे, जे मन आणि शरीराशी जोडलं गेलं आहे. मानसिक उपचारपद्धतीमध्ये स्पर्शाला खूप महत्त्व असतं. आश्वासक, विश्वासू आणि उबदार स्पर्श संपूर्ण शरीरात ऊर्जा निर्माण करतो आणि चांगल्या सकारात्मक भावना निर्माण करतो. आनंदाचा जणू परीसस्पर्श मनाला भिडतो. मार्गदर्शकातील सकारात्मक भावना साधकात स्पर्शाद्वारे जणू हस्तांतरित होतात. दोघांत जिव्हाळ्याचे बंध निर्माण होतात. जे त्याच्या मानसिक आरोग्यासाठी सर्वात महत्त्वाचे ठरतात.

आश्वासक स्पर्श जणू सांगतो, 'तुम्ही एकटे नाही! आम्ही आहोत तुमच्याबरोबर!'

साधक जेव्हा आपल्या भावनांना बंध घालण्यास असमर्थ ठरतो, तेव्हा त्याच्या डोक्यावर वीस सेकंद हात ठेवला किंवा त्याचे हात मार्गदर्शकाने आपल्या हातात घेऊन त्यावर हलकंसं थोपटलं, तर तो स्पर्श आश्वासक म्हणून काम करतो. कित्येक वेळा शब्द जे परिणाम साधत नाहीत, ते स्पर्शाने साधता येतात.

भावनिक भाषा

आपल्या भावनांना हाताळताना आपण एका विशिष्ट भाषेचा वापर करत असतो आणि तीच आपल्या भावनिक विश्वाची भाषा असते. आपली भाषा वापरून कोणी आपल्याशी संवाद केला, तर ती व्यक्ती आपल्याला जवळची वाटायला लागते. तिच्याशी आपलं एक प्रकारचं भावनिक नातं तयार होतं. असे बंध चटकन आपलेसे वाटतात. साधकाची भाषा ओळखून

मार्गदर्शकाने भावनिक शब्दांचा वापर केला, तर दोघांमध्ये एक मित्रत्वाचं नातं तयार होईल.

पाच प्रकारच्या भावनिक भाषा असतात

१. काही जणांसाठी शब्द हे 'जादुई' असतात आणि म्हणून ते मनावर, हृदयावर कोरले जातात, जतन केले जातात आणि ते शब्द जर आपल्याला आधार देणाऱ्या माणसाने म्हटले, तर त्याचा अर्थ जास्त गहिरा होतो आणि त्यांना तो भावतो. उदाहरणार्थ, ''तू आज खूप फ्रेश दिसत आहेस; अशीच राहा.''

''तुझं सकारात्मक वागणं तुला खूप पुढे घेऊन जाईल.''

२. काहींना शब्दांपेक्षा वर्तनातून, कृतीतून, वागणुकीतून प्रेम दाखवायला जमतं, आवडतं. त्यांच्यासाठी शब्द फोल असतात. उदाहरणार्थ, साधक आणि मार्गदर्शक यांचं एकत्र कॉफीपान! एखादी साधक व्यक्ती उन्मळून रडते तेव्हा तिला एक ग्लास पाणी देऊन, पाठीवर थोपटणं. यामुळे मौन राखूनही खूप काही बोलता येतं.

३. भेटवस्तूंची देवाणघेवाण, भेटवस्तूंच्या आधाराने भावना व्यक्त करणं. उदाहरणार्थ, सत्राच्या आधी एखादं चॉकलेट, फूल देणं.

४. एकमेकांच्या सहवासात Just being together वेळ घालवणं. इथं वस्तूंची, शब्दांची देवाण-घेवाण, कुठल्याही विशिष्ट वागणुकीची अपेक्षा नसते. अपेक्षा असते ती एकत्र असण्याची, एकमेकांना वेळ देण्याची. उदाहरणार्थ, सत्राच्या वेळी एखादं साधकाच्या आवडीचं गाणं ऐकणं किंवा एकत्र चित्र काढणं.

५. लहान मुलांना जशी प्रेमाची, विश्वासाच्या स्पर्शाची गरज असते, त्यांना स्पर्शातून भावना समजतात, तसंच काही लोकांची भावनिक भाषा स्पर्श असते. पाठीवरून किंवा डोक्यावरून हात फिरवणं, खांद्यावर थोपटणं, हातात हात घेणं, हलकीशी मिठी, कवेत घेणं... अशी मूक पण बरंच काही बोलून जाणारी स्पर्शाची भाषा असते.

आता प्रश्न असा आहे की, साधकाची भावनिक भाषा ओळखायची कशी?

कदाचित पहिल्या सत्रात मार्गदर्शकाच्या लक्षात येणार नाही, पण वेगवेगळ्या भाषा वापरून बघायला हरकत नाही. त्याला प्रश्न विचारून तुम्ही माहिती काढता तेव्हा वेगळ्या मागनि प्रश्न विचारता येईल...

उदाहरणार्थ, ''तुम्ही खूप आनंदात असता तेव्हा तुमच्या मैत्रिणीने/मित्राने किंवा आईबाबांनी तुमचं कौतुक कसं केलं तर तुम्हांला आवडतं?''

याचं उत्तर जे येईल त्यावरून साधकाची भावनिक भाषा काय असेल, याची साधारण कल्पना येऊ शकेल.

"मला ते जेव्हा माझं शब्दाने कौतुक करतात, ते फार आवडतं."

"मला त्यांनी काही तरी गिफ्ट द्यावं."

"आम्ही बाहेर जेवायला जावं."

"माझ्यासाठी कोणीतरी माझं आवडतं जेवणं करावं."

"एक छानशी मिठी किंवा पाठीवर कौतुकाची थाप!"

कॉफीपान

प्रत्येक सत्राला साधकाला कॉफी, चहा, सरबत किंवा असं काही तरी दिलं, तर दोन गोष्टी साध्य होतात.

- असं लक्षात आलं आहे की, मानसिक आघाताच्या काळात साधकाचं खाण्यापिण्याकडे फार लक्ष नसतं, त्यामुळे सत्राला येतो तेव्हा तो भुकेला असतो, त्याची चिडचिड होत असते. कॉफी, चहा, ज्यूस, बिस्कीट असं काही तरी ऑफर केलं की, एक मित्रत्वाचं नातं प्रस्थापित होतं.

- कॉफी पिताना मार्गदर्शकाने साधकाशी जाणीवपूर्वक वेगळ्या विषयाबद्दल गप्पा मारल्या, तर साधकाचं मन थोडा वेळ का होईना, दुसऱ्या गोष्टींमध्ये रमेल.

उदाहरण १

"तुमचा छंद काय आहे?"

"संगीत मला फार आवडतं!"

"तुम्ही गाता?"

"नाही हो! ऐकायला आवडतं."

"बाथरूम सिंगर?"

"येस!"

"म्हणजे माझ्यासारखं!"

उदाहरण २

"मला फिरायला फार आवडतं."

"अरे वा!"

आणि मग अशा काही गप्पा सुरू होतात, की गाडी देश-विदेश फिरून येते.

काही चुका टाळायला हव्यात

- साधक एका नाजूक मानसिक अवस्थेमधून जात असतो, तेव्हा असे विषय

ज्यामुळे भावना दुखावतील किंवा तीव्र होतील, ते टाळायला हवेत. उदाहरणार्थ, अपघात, मृत्यू.

- सतत प्रश्न विचारून साधकाला भंडावून सोडू नये.
- त्याच्या अवस्थेबद्दल दया दाखवू नये. त्याऐवजी उलट असं म्हणावं की, "तुमच्यावर फार मोठं संकट आलंय. तुम्हांला फार त्रास होत असेल, याची मला कल्पना आहे."
- बोलताना त्याला कुठलंही खोटं प्रॉमिस देऊ नये.
- त्याच्याशी बोलताना अति-मित्रत्वाच्या नात्याने वागलं, तर त्याला ते खोटं वाटू शकेल.
- मार्गदर्शकाने स्वतःबद्दल सांगताना अतिशयोक्ती करू नये.
- साधकाची स्तुती करावी, पण ती खरी असावी. खोटी स्तुती लगेच लक्षात येते.
- साधकाशी वागताना सुरुवातीला थोडा अंदाज घेत वागावं. त्याला काय आवडतंय, तो कुठल्या गोष्टीत रमतो, कुठल्या गोष्टी त्याला सहन होत नाहीत, हे अंदाजाने समजतं. तो एका नाजूक स्थितीत आहे. त्यामुळे जी गोष्ट सर्वसाधारणपणे सगळ्यांना आवडते, ती त्याला त्रासदायक ठरू शकेल.

सौहार्दपूर्ण, मैत्रीपूर्ण, विश्वासपूर्ण संबंध निर्माण करणं, हे सहज व्हायला हवं आणि ते फारसं कठीण नसतं. ती एक कला आहे जी शिकवून येणार नाहीत, पण अनुभवातून नक्की आपल्याला तरबेज करेल. असे संबंध निर्माण होण्यामध्ये मानसिक प्रथमोपचाराचं यश दडलेलं आहे.

५.३ साधकाचे मूल्यमापन

निरीक्षणाची एक अनोखी पद्धत

२०१६मधील गोष्ट!

तुर्कस्तान या देशात पर्यटनासाठी गेलो असताना, एका खूप अनोख्या स्थळाला भेट दिली. ते होतं; काही हजार वर्षांपूर्वींचं मानसिक रुग्णालय! आता भग्नावस्थेत असलेलं! पण जागोजागी पाट्या लावून माहिती लिहिली होती. बराच मोठा परिसर, झाडं, बगीचे, फुलझाडं, तळी, त्यांत कमळ! पण त्यापेक्षाही अनोख्या दोन गोष्टी माझ्यातल्या मानसशास्त्रज्ञाने टिपल्या.

प्रवेशद्वार ते रुग्णालय यामधील अंतर जवळपास ४०० मीटर होतं. पेशंटला दाखल करताना, त्याला गेटमध्ये सोडलं जायचं. त्याने रुग्णालयाच्या मुख्य कार्यालयापर्यंत चालत यायचं किंवा त्याला हाताला धरून चालत आणलं जायचं.

त्या वेळेत डॉक्टर पेशंटला नीट न्याहाळत असे. तो कसा चालतो, किती वेळात अंतर पार करतो, चालताना कुठे लक्ष असतं? वाटेतली फुलं, झाडं तो टिपतो का? कुठे आणि किती रेंगाळतो? त्याच्या चेहऱ्यावरचे हावभाव, हातवारे, तो बोलतो की हसतो

की शांत राहतो. म्हणजेच एकंदरीत त्याची देहबोली (Body Language) कशी आहे, यावरून त्यांना त्याच्या मानसिक अवस्थेची कल्पना येत असे. म्हणजे पेशंटच्या भावनिक स्थितीचं मूल्यमापन तेव्हापासून केलं जायचं. एखाद्याच्या मानसिक अवस्थेचं मूल्यमापन ही सर्वात महत्त्वाची गोष्ट असते आणि ती करण्याची ही अनोखी पद्धत फार आवडली आणि उपयुक्त वाटली होती. दुसरी गोष्ट म्हणजे, त्या आवारात एका मोठ्या मैदानात खुलं ऑपेरा थिएटर होतं, जिथे रोज संध्याकाळी म्युझिक किंवा संगीत नाट्र होत असे.

भग्नावस्थेतील हे रुग्णालय मानसिक रुग्णालय न वाटता एक उत्तम फिरण्याचं ठिकाण वाटत होतं. इथे रुग्ण नक्की लवकर बरा होईल, ही खात्री वाटत होती. निदान त्याचं इथलं वास्तव्य तरी आनंददायी होईल यात शंका नव्हती. खरं तर मनात एक खंत निर्माण झाली. मानसिक रुग्णांना जणू त्यांचा काही तरी मोठा गुन्हा आहे असं का वागवलं जातं?

साधकाचे मूल्यमापन करण्याची गरज

मानसिक प्रथमोपचार करताना साधकाचं अचूक मानसशास्त्रीय मूल्यांकन केलं, तर त्याच्या सध्याच्या स्थितीची कल्पना येते, त्याच्या मानसिक आघाताची तीव्रता लक्षात येते, त्याची मानसिक जडणघडण कळते आणि त्याच्या आधारे उत्तम आणि योग्यरीत्या उपचार करणं शक्य होतं. साधकाच्या वागणुकीतून मार्गदर्शकाला संकेत मिळत असतात, ते ओळखून उपचार केले तर साधक लवकर पूर्ववत होऊ शकतो. त्यासाठी त्याचं मूल्यमापन काटेकोरपणे व्हायला हवं.

मूल्यमापनाच्या तीन पद्धती

- निरीक्षण (प्रत्येक सत्रामध्ये).
- साधकाचं बोलणं सजगतेने (Constructive Listening) ऐकणे आणि मुलाखत (साधकाला प्रश्न विचारून माहिती काढणे).
- साधकाने भरून दिलेल्या माहितीच्या आधारे चाचण्या करणे.

५.३.१ निरीक्षण

साधकाचं निरीक्षण मार्गदर्शक कसं करतो, यावरून बऱ्याच महत्त्वाच्या गोष्टी कळू शकतात. निरीक्षण करताना साधकाच्या नकळत केलं पाहिजे आणि तेही सगळी इंद्रियं वापरून-अगदी Sixth Sense वापरण्याचीही गरज असते. साधकाला आजूबाजूच्या परिस्थितीचं भान आहे का? त्याची देहबोली काय सांगते? त्याची व्यक्त होण्याची ढब, शिष्टाचार, भावनिक प्रकटीकरण यातून बऱ्याच गोष्टींचा उलगडा होतो.

आजूबाजूच्या परिस्थितीचे भान

साधक आवारात येताना त्याचं लक्ष आजूबाजूला असलेल्या गोष्टींकडे जातं का? तो थांबून काही गोष्टी लक्षपूर्वक बघतो का? याच्यावरून त्याला आजूबाजूच्या गोष्टींचं भान किती आहे, हे न्याहाळता येतं.

आत येताना गेट कसं उघडतो, आत आल्यावर गेट नीट लावून कडी घालतो की तसंच उघडं टाकून आत येतो? गेटवरची पाटी बघतो का? बागेतल्या झाडांकडे, फुलांकडे त्याचं लक्ष जातं का? जिन्यावरून येताना किती गतीने येतो? चपला-बूट काढल्यावर त्या व्यवस्थित खणात ठेवतो का? खोलीत आल्यावर बसायला कुठली खुर्ची निवडतो? अशा बारीकसारीक वाटणाऱ्या पण खूप महत्त्वाची माहिती देणाऱ्या या गोष्टी आहेत. हे निरीक्षण सगळ्या सत्रांमध्ये करणं गरजेचं आहे. अशा निरीक्षणातून, पहिल्या सत्रामधील त्याचं वागणं आणि शेवटच्या सत्रामधील त्याचं वागणं, यांत फरक पडला आहे का, हे जाणून घेता येईल.

एक अनुभव

एक तीस वर्षांचा युवक गेटमधून आत आला. गेटवरच्या Beware of dog या पाटीवरून त्याने प्रेमाने हात फिरवला. आत आल्यावर गेट नीट लावलं. बागेतल्या फुलांकडे त्याचं अजिबात लक्ष गेलं नाही. जिना चढताना स्वतःच्या विचारात होता. बूट काढून व्यवस्थित ठेवले, आत आल्यावर न बोलता नमस्कार करून खोलीतल्या पहिल्या खुर्चीवर बसला आणि हाताने डोळे झाकून तो मूकपणे रडू लागला. शांत झाल्यावर कॉफी पिताना त्याने विचारलं, "तुमचा डॉगी कुठाय? मला त्याला हात लावायचाय."

"आमच्याकडे डॉगी नाहीये."

"पण गेटवर पाटी आहे."

'ती जुनी आहे."

खरं तर तो खूप दुःखात होता. आठ दिवसांपूर्वी त्याची बायको गेली होती. त्याला सव्वादोन वर्षांची जुळी मुलं होती. भविष्याच्या चिंतेने तो पार कोलमडला होता.

"तुम्हांला डॉग्स आवडतात?"

"तिला खूप आवडायचा; पण मी पाळू दिला नाही, कारण मला आवडत नाही. आता वाटतंय, खूप मोठी चूक केली. तिची छोटीशी इच्छा मी पूर्ण नाही केली."

सुरुवातीची दोन सत्रं तो सारखा रडत असायचा. मला एक धागा मिळाला.

हे शक्य झालं, कारण तो आत येताना मी टिपलं होतं की, त्याने बागेतली फुल-झाडांकडे लक्ष न देता फक्त गेटच्या पाटीवरून प्रेमाने हात फिरवला होता.

आपल्या वाईट मन:स्थितीतही त्याने दारावरची पाटी टिपली होती.

दोन सत्रांनंतर 'एक कुत्र्याचं छोटं पिल्लू पेट म्हणून घे!' असं त्याला सुचवलं.

त्याच्या एका कृतीमुळे त्याचा आत्ताचा Weak Point माझ्या लक्षात आला.

असे अनेक संकेत निरीक्षणातून मिळतात.

देहबोली

देहबोली ही अ-शाब्दिक संप्रेषण (Non-Verbal Communication) आहे. शाब्दिक संवादाइतकंच किंबहुना जास्त महत्त्वाचं देहबोली माध्यम आहे. आपल्या चेहऱ्यावरच्या रेषा/मुद्रा (Facial Expression), आपले हावभाव (Gestures) आणि शरीराची ढब (Posture) यावरून साधकाच्या मन:स्थितीची कल्पना येऊ शकते. त्याच्या चेहऱ्यावरील हावभाव, त्याच्या हालचाली यावरून तो किती अस्वस्थ आहे हे कळू शकतं.

डोळ्याला डोळा भिडवून बोलत आहे का? नसेल तर तो कदाचित खोटं बोलत असेल, किंवा त्याला आत्मविश्वास नसेल किंवा तो मनाने जास्त खचला असेल.

वर्तन हे आपल्या विचारांचं प्रकटीकरण असतं. खूप वेळा बोलणं आणि देहबोली यांत सुसंगती आढळत नाही. काही वेळा दु:खी माणूस, दुसऱ्याला आपल्या मन:स्थितीची कल्पना येऊ नये म्हणून म्हणतो, 'मी आनंदात आहे' आणि खोटंखोटं हसण्याचा प्रयत्न करतो. पण त्याची देहबोली मात्र वेगळं दर्शवत असते.

काही जण बोलताना सारखे हात किंवा पाय हलवतात, पण कालांतराने त्याचं प्रमाण खूप कमी होतं. काही जण खोलीत फेऱ्या मारतात. राग प्रकट करताना जोराने टेबलावर हात आपटतात. या सगळ्या प्रतिक्रिया शेवटच्या सत्रापर्यंत नाहीशा तरी होतात, किंवा प्रमाण कमी होतं.

माणसाचे डोळे फार बोलके असतात, त्यांत त्याच्या भावनांचं प्रतिबिंब दिसतं. म्हणून साधकाचे डोळे काय सांगत आहेत. हे बघितलं पाहिजे. त्याच्यात भावनिक अधीरता आहे की त्याची नजर रागीट आहे? डोळे करुण आहेत की त्यांत असहायतेची भावना आहे?

त्याच्याशी हस्तांदोलन करताना त्याचा हात किंचित ओलसर आहे की कोरडा आहे? किती वेळ त्याने हात धरला आहे? पकड कशी आहे? खुर्चीत बसला असताना किंचित पुढे झुकून बसला आहे की आरामात टेकून आरामशीर बसला आहे? पाय कसे ठेवले आहेत.? हात कुठे ठेवले आहेत?

उदाहरणार्थ,

हाताची घडी घातली आहे का?

बोलताना किंवा ऐकताना मध्येच जांभया देत आहे का? तो जे काही करत आहे, त्यात

त्याचं संपूर्ण लक्ष आहे?

साधकाची व्यक्त होण्याची ढब

साधक खोलीत खुर्चीवर बसल्याबरोबर लगेच आपली व्यथा सांगतो की आधी आपली ओळख करून देतो. बोलताना आपल्यावर आलेल्या परिस्थितीचं वर्णन तो कसं करतोय, सुसूत्र बोलतोय की बोलण्यात असंबद्धता आहे, काही गोष्टी विसरतो की व्यवस्थित त्याला सर्व आठवत आहे. विषयाशी निगडित बोलणं आहे का? त्याच्या बोलण्यातला आवेग आणि आवेश, आवाजातील चढउतार, ढब, टोन, पट्टी, pause विचारांची दिशा दाखवतात, त्यावरून त्याच्या व्यक्तिमत्त्वाचा अंदाज बांधता येतो.

उदाहरणार्थ :

एक साधक त्याच्या आयुष्यातल्या प्रसंगाबद्दल बोलताना सारखं आपल्यावर लहानपणापासून कसा अन्याय झाला आहे हे मला पटवून देत होता.. त्याला सारखी आठवण करून द्यावी लागत होती की, आपण तुमच्यावर अलीकडे आलेल्या आपत्तीविषयी, त्या घटनेबद्दल बोलू या.

शिष्टाचार

सत्राला आल्यावर नमस्कार / गुड मॉर्निंग/ गुड इव्हिनिंग करणं किंवा सगळ्या सत्रामध्ये ठरावीक शिष्टाचार पाळणं अपेक्षित असतं, पण काही वेळा साधक इतके मानसिक क्लेशात असतात की त्यांच्या या गोष्टी लक्षात येत नाहीत.

उदाहरणार्थ :

एका साधकाने पहिल्या सत्राला आल्यावर लगेच आपली व्यथा सांगायला सुरुवात केली. मात्र दुसऱ्या सत्राला आल्यावर आधीच्या सत्राला नमस्कार न केल्याबद्दल दिलगिरी व्यक्त केली. यावरून तो शिष्टाचार पाळणारा आहे; पण पहिल्या सत्राला त्याची मन:स्थिती ठीक नव्हती हे कळून येतं.

भावनिक प्रकटीकरण

बोलताना साधक किती वेळा भावनिक होतो, किती वेळा त्याचा भावनिक ताबा सुटतो, अशा भावनिक प्रकटीकरणावरून मानसिक आघाताची तीव्रता लक्षात येते. अर्थात हे त्याचं वाटणं असतं. मानसिक क्लेशाने/दु:खाने त्रस्त असलेल्या साधकाच्या भावनिक प्रतिक्रिया वेगवेगळ्या असतात, त्या टिपणं हे गरजेचं असतं. कधीकधी तो भावनांच्या अति आहारी जाऊन सतत रडतो, काही जणांमध्ये भावनिक अधीरता असते, किंवा काही वेळा ज्याला thousand-mile state म्हणतात ते दर्शवतो. हा एक वाक्प्रचार आहे, ज्याचा अर्थ भावनिकरीत्या अलिप्त असलेला असा आहे. अशा व्यक्तीची नजर रिकामी किंवा निष्फळ

असते. डोळ्यांत भाव नसतात, तर काही वेळा अति झालं आणि हसू आलं असंही वागतात.

एका साधकाचं रडणं, तीन सत्रांनंतरही कमी होत नव्हतं. मग लक्षात आलं की, त्याला आयुष्यात पहिल्यांदाच संकटाला तोंड द्यावं लागलं होतं. आतापर्यंत अपयश म्हणजे काय, हे त्याच्या गावीच नव्हतं.

निरीक्षणाचा मुख्य फायदा म्हणजे, मार्गदर्शकाला महत्त्वाची वाटणारी माहिती थेट (first hand) साधकाच्या वागणुकीतून मिळते, त्यासाठी कोणावर अवलंबून राहावं लागत नाही. बोलताना ती व्यक्ती सावध असते, तिच्या सोयीचं आणि दिशाभूल करणारं बोलू शकते; पण देहबोली सहसा फसवू शकत नाही. मात्र यासाठी दात्याची निरीक्षणशक्ती चांगली असायला हवी, नाही तर चुकीचे निष्कर्ष काढले जातील.

महत्त्वाची सूचना : निरीक्षणाने मिळालेली माहिती दुसऱ्या प्रकाराने केलेल्या मूल्यमापनाशी पडताळून बघायला हवी / अन्यथा मूल्यमापनात त्रुटी राहतील.

५.३.२ सजगतेने ऐकणे

साधकाच्या स्थितीची संपूर्ण माहिती उचित प्रश्न विचारून जाणून घेणं.

मूल्यमापनाची दुसरी आणि अत्यंत महत्त्वाची पद्धत म्हणजे सक्रिय, लक्षपूर्वक, मनापासून आपली पंचेंद्रिये वापरून ऐकलेलं साधकाचं बोलणं समजून घेणं आणि प्रश्न विचारून साधकाची संपूर्ण माहिती करून घेणं, जेणेकरून त्याच्या उपचाराची योजना आखता येईल.

निरीक्षणातून मार्गदर्शकाला मिळालेल्या संकेतांना साधकाच्या कथनातून पुष्टी मिळते. मार्गदर्शकाला साधकाबद्दल काय वाटतंय आणि साधकाला स्वत:बद्दल काय वाटतंय, यांत तफावत आहे का, हे जाणून घेता येईल.

साधारण सत्तर-पंचाहत्तर वर्षांचे गृहस्थ उपचारासाठी आले. त्यांची बायको तीन वर्षांपूर्वी कालवश झाली होती. निरीक्षणातून त्यांचा रडवेला चेहरा लक्षात आला होता. गेटमध्ये शिरल्यापासून त्यांचं आजूबाजूला कुठेही लक्ष गेलं नव्हतं. थेट खोलीत येऊन ते बसले. मात्र त्यांनी बनारसची फ्रेम टिपली, एक मिनिट ते त्याकडे बघत होते. बोलताना सारखे त्यांचे डोळे भरून येत होते.

ते म्हणाले, "मला असं काही तरी औषध द्या की माझं रडणं थांबेल."

मला इथे माझ्या निरीक्षणाला पुष्टी मिळाली.

त्यांच्या हातावर हात ठेवून त्यांना विचारलं, "तुम्ही बनारसला गेला होतात?"

"हो, मला फार आवडलं!"

"मलाही. खूप पवित्र आणि शांत वातावरण आहे."

आणि मग आमच्या बनारसवर गप्पा झाल्या. त्यावरून माहिती मिळाली की,

त्यांचा संत वाङ्मयाचा अभ्यास आहे आणि त्यांनी पुस्तकंही लिहिली आहेत.

इथं मला एक महत्त्वाचा संकेत मिळाला.

साधकाची कथा त्याच्या तोंडून मार्गदर्शकाने काळजीपूर्वक आणि त्याच्याबद्दल कुठलीही धारणा करून न घेता (Non-judgmental) ऐकली पाहिजे. कथेमध्ये दोन घटक असतात. आघात निर्माण करणाऱ्या प्रसंगाचं वर्णन आणि त्या प्रसंगाबद्दल साधकाची प्रतिक्रिया. दोन्ही घटकांशी संबंधित माहिती मिळायला हवी. साधकाच्या व्यक्तिमत्त्वाची किंवा त्याच्या आयुष्याबद्दलची माहिती मिळणंही गरजेचं असतं, म्हणजे मग उपाय कसे करायचे हे लक्षात येऊ शकतं. त्यासाठी त्याला लहानपणापासूनची माहिती सांगायला प्रवृत्त करायला हवं.

उदाहरणार्थ :

"तुमच्याबद्दल अजून जाणून घ्यायला आवडेल. कसं गेलं तुमचं बालपण, घरी कोण-कोण होतं, शिक्षण, नोकरी, तुमच्या हॉबी ?" असे प्रश्न विचारून साधकाला बोलतं करता येईल.

मार्गदर्शकाला जी माहिती महत्त्वाची वाटते आहे, ती माहिती साधकाकडून मिळेपर्यंत त्याला बोलतं ठेवलं पाहिजे. काही वेळा साधक मोकळेपणाने बोलत नाही. कदाचित आघाताची तीव्रता जास्त असेल किंवा मुळात त्याचं व्यक्तिमत्त्व बोलकं नसेल किंवा त्याला व्यक्त होणं जमत नसेल, अशा वेळी त्याला बोलायला लावणं गरजेचं असतं.

ऐकताना मार्गदर्शकाने लक्षात घ्यावयाच्या काही गोष्टी

- साधक ज्या प्रसंगामुळे मानसिक क्लेशात आहे, तो प्रसंग नीट जाणून घ्यावा. आपली भूमिका प्रश्न सोडवण्याची नसून त्याच्या भावना काबूत आणण्याची आहे. आपल्याला सह-अनुभूतीने त्याला आधार द्यायचा आहे.
- साधक कदाचित काही वेळा भावनिक होऊन रडेल, त्या वेळी त्याला गरजेप्रमाणे हळुवार स्पर्श करा, कॉफी किंवा पाणी द्या, कमीत कमी शब्दांत त्याचं सांत्वन करा.
- साधक काय म्हणत आहे आणि त्याचा अर्थ काय आहे, यावर लक्ष केंद्रित करा.
- त्याच्या बोलण्याशी आपण सहमत किंवा असहमत आहोत, असं काहीही दर्शवू नका. आपली भूमिका 'न्यूट्रल' हवी. मार्गदर्शकाने मनातल्या मनात बोलणं टाळायला हवं. (Self-talk)
- साधकाला वाटायला हवं की, मार्गदर्शक त्याचं बोलणं लक्ष देऊन ऐकत आहे आणि समजून घेत आहे.
- ऐकताना पंचेंद्रियांचा वापर आणि साधक बोलत असताना त्याच्या देहबोलीचं निरीक्षण केलं, तर त्याच्या भावना समजून घेण्यास जास्त मदत होते.

- साधक बोलत असताना त्याला थांबवायचा प्रयत्न करू नका, त्याच्या बोलण्यात कुठलाही व्यत्यय नको. आवाज, गोंधळ, इतर व्यत्यय यांसारखे बाह्य व्यत्यय टाळा.
- तो जे सांगत आहे ते नीट कळलं नाही, तर स्पष्टपणे विचारा.
- ऐकत असताना मनात कोणत्याही भावना निर्माण करू नका.
- संपूर्ण ऐकून घेतल्यावर, तुम्हांला अजून काही गोष्टी जाणून घ्यायची गरज भासली तर तसे प्रश्न विचारा; पण प्रश्नांचा भडिमार नको!
- ऐकताना त्याच्या बोलण्याला समर्पक प्रतिसाद द्या, मात्र जास्त मोजक्या शब्दांचा वापर हवा, 'ओके', 'मी पाहतो!' 'बरोबर', 'मला समजलं', 'ऊह हं', 'ठीक आहे!' 'नक्कीच', 'हो! हो!!' 'व्वा', 'खरंच?' इतकेच माफक शब्द हवेत. खूपदा नुसती मान डोलावली तरी पुरे.
- बऱ्याच वेळा मौन राखणं हा समर्पक प्रतिसाद होऊ शकतो.

मार्गदर्शकाने एक उत्तम श्रोता असणं अपेक्षित आहे. साधकावर अचूक उपचार होण्यासाठी साधकाचं संपूर्ण मूल्यमापन झाल्यावरच त्याच्यावरील उपचाराची दिशा ठरवायला हवी.

५.३.३ प्रश्नावली

या प्रश्नावली साधकाने भरून द्यायच्या आहेत.

अशा प्रकारने केलेल्या मूल्यमापनाच्या प्रकाराला 'पेपर-पेन्सिल-टेस्ट' म्हणतात. साधकाने आपल्या हाताने चाचण्यांत विचारलेली माहिती भरायची असते. यावरून साधकाला स्वत:बद्दल काय वाटतंय, हे ठरवता येतं. यासाठी उदाहरणादाखल दोन प्रश्नावली तयार केल्या आहेत, जेणेकरून साधकाची मन:स्थिती कळेल. त्याला घडलेल्या प्रसंगाबद्दल काय म्हणायचं आहे ते समजेल. (पुढील पानावर...)

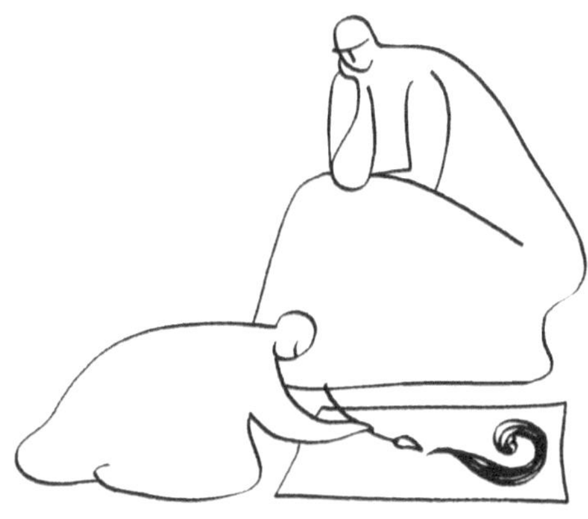

१. प्रश्नावली

१. तुमच्या आयुष्यात घडलेली घटना अनपेक्षित होती का?

२. तुम्ही काही तरी गमावलं आहे किंवा गमवाल अशी भीती वाटते का?

३. या आपत्तीतून बाहेर आल्यावर तुम्ही तुमचं आयुष्य सुंदर आणि अर्थपूर्ण जगू शकाल का? या आपत्तीतून बाहेर आल्यावर तुम्हांला असं वाटतं का, की तुमच्याकडे आयुष्य सुंदर आणि अर्थपूर्ण जगण्याची क्षमता आहे.

४. तुमच्या शारीरिक, मानसिक, भावनिक, ज्ञान, अध्यात्म आणि सामाजिक या सगळ्या आघाडी/बाबी/क्षेत्र यांत तुम्ही स्वतःबद्दल समाधानी आहात का?

५. तुम्ही दुःखी होता, तेव्हा तुम्ही काय करता? तुमच्या दुःखाचं निवारण तुम्ही कसं करता?

६. तुम्हांला नाकारलेपणाची भावना जाणवते का? कोणाकडून?

७. तुमचं कोणी ऐकून घेत नाही, असं तुम्हांला वाटतं का?

८. तुम्ही सध्या ज्या स्थितीत आहात, त्यात तुम्ही समाधानी आहात का?

९. तुम्ही जसे आहात आणि तुम्हांला जसं व्हायला आवडेल, यात तफावत आहे, असं तुम्हांला वाटतं का?

१०. तुम्हांला वाटतं का, की आयुष्य तुमच्या ताब्यात आहे, तुमच्या आयुष्यावर तुमचं नियंत्रण आहे?

११. जी आपत्ती तुमच्यावर आली आहे; त्याला तुम्ही जबाबदार आहात, असं तुम्हांला वाटतं का? यांत तुमची किती चूक आहे, असं तुम्हांला वाटतं?

१२. सर्वसाधारणपणे तुमच्यातले दोष तुम्ही मान्य करता का?

१३. तुमचे छंद कोणते? सध्या ते सुरू आहेत का?

१४. तुमची सगळ्यात जवळची व्यक्ती?

१५. तुमचा कोणी मार्गदर्शक/समर्थक/गुरू आहे का?

१६. तुमचा वाढदिवस किंवा एखादा आनंदाचा प्रसंग कसा साजरा करायला तुम्हांला आवडतो?

१७. तुमच्या स्वास्थ्यासाठी तुम्ही स्वतःवर काम करायला तयार आहात का?

१८. नवीन आव्हान स्वीकारायला तुम्ही तयार आहात का?

१९. तुम्हांला लोकांना भेटायला, त्यांच्याशी सतत संपर्क ठेवायला आवडतं का?

२०. तुमच्या भावना, जाणिवा, संवेदना तुम्ही दुसऱ्यांजवळ व्यक्त करता का? कोणाजवळ?

२१. पाच वर्षांनंतर तुम्ही स्वतःला कसं आणि कुठे बघत आहात?

२२. तुमच्या मते तुमच्यात काय गुण आहेत आणि तुमच्यात काय दोष आहेत?
     (हा प्रश्न त्यांना स्वतःच्या गुण-दोषांची किती जाणीव आहे, हे जाणण्यासाठी महत्त्वाचा आहे.)

२३. तुम्हांला त्रास देणाऱ्याला तुम्ही माफ करायला तयार आहात का?

दृष्टिकोन	प्रश्न क्रमांक
भावनिक (Emotional)	१, २, ५, ६, ७, १६, २०, २३
वैयक्तिक प्रगती/उन्नती (Personal Growth)	३, ४, ८, ९, १०, ११, १२, १३, १७, १८, २१, २२
सामाजिक संबंध (Social)	१४, १५, १९

२. प्रश्नावली

साधकाची सध्याची स्थिती (Emotional State) दर्शवणारी ही प्रश्नावली आहे.
ही प्रश्नावली १ ते १० अंक असलेल्या मोजपट्टीवर भरावी लागते.

- आनंद
- दुःख
- राग
- भविष्याबद्दलची आशा
- दुसऱ्यांकडून मदत
- आयुष्य सुंदर घडवायची ताकद
- नाकारलेपणाची भावना
- स्व-करुणा (Self-Compassion)
- ताण
- भावनांचा चढउतार (Mood Swings)

मार्गदर्शकाने केलेले साधकाचे मूल्यमापन

१. स्वतःची काळजी (Self-Care)
२. ताण पातळी (Stress Level)
३. मानसिक स्थिती (भावनिक)
४. मानसिक स्थिती (संज्ञानात्मक)
५. शारीरिक स्वास्थ्य
६. आवेगपूर्ण वर्तन
७. संरक्षण यंत्रणा/सामना करण्याची कौशल्यं
८. विचार करण्याची शैली

९. सामाजिक संबंध

१०. नात्यातल्या जवळच्या व्यक्ती

११. दैनंदिन दिनचर्या/घरगुती कामं/कर्तव्यं

१२. अल्कोहोलचा वापर

१३. काम करण्याची क्षमता

१४. अपयशाबद्दल किंवा यशाबद्दल साधकाची धारणा

१५. सकारात्मकता / नकारात्मकता

१६. नियंत्रण स्थान (Locus of control)

१७. साधकाच्या क्षमतांची / बलस्थानांची जाणीव

१८. या काळात निद्रेचा आकृतिबंध (Sleep Pattern)

१९. या काळात आहाराची पद्धत (Eating Pattern)

२०. नाकारल्याची भावना (Rejection Sensitivity)

२१. तार्किक/तर्कशुद्धपणे विचार करण्याची क्षमता (Logical/Rational Thinking)

२२. नियमित व्यायाम (Regular Exercise)

दृष्टिकोन	प्रश्न क्रमांक
शारीरिक तंदुरुस्ती आणि स्वच्छता	१, ५, ११, १२, १३, १८, १९, २२
संज्ञानात्मक (Cognitive)	२, ४, ६, ८, १४, १५, १६, १७, २१
भावनिक (Emotional)	३, ७, २०
सामाजिक (Social)	९, १०

- या उपचार पद्धतीत सकारात्मक स्पंदन निर्माण करणारं वातावरण गरजेचं आहे.
- सौहार्दपूर्ण, मैत्रीपूर्ण, विश्वासपूर्ण संबंध निर्माण करणं, हे सहज व्हायला हवं आणि ते फारसं कठीण नसतं. ती एक कला आहे, जी शिकवून येणार नाहीत; पण अनुभवातून नक्की आपल्याला तरबेज करेल. शेवटी असे संबंध निर्माण होण्यावरच मानसिक प्रथमोपचाराचं यश दडलेलं आहे.
- साधक नाजूक स्थितीत आहे हे जाणून त्याच्याशी वागताना सुरुवातीला थोडा अंदाज घेत वागावं. त्याला काय आवडतंय, तो कुठल्या गोष्टीत रमतो, कुठल्या गोष्टी त्याला सहन होत नाहीत हे अंदाजाने समजतं.
- अनुभवी मार्गदर्शक, त्याचं संवाद साधण्याचं कौशल्य (Communication Skill), भावनिक कौशल्य याचा प्रभाव साधकावर पडत असतो. काही वेळा साधक आणि मार्गदर्शक यांची नाळ अशी काही जुळते की, मार्गदर्शकाने सांगितलेलं प्रत्येक वाक्य हे साधकाला जणू ब्रह्मवाक्य असतं आणि मग उपचार लवकर लागू पडतात.

साधकाचे मूल्यमापन हे तीन पद्धतींनी करता येईल.
1. निरीक्षण करणं.
2. साधकाचं बोलणं सजगतेने ऐकणं आणि साधकाच्या स्थितीची संपूर्ण माहिती उचित प्रश्न विचारून जाणून घेणं.
3. साधकाने भरून दिलेल्या माहितीच्या आधारे चाचण्या.

प्रकरण ६

मूल्यमापनातून निदान
(Evaluation And Diagnosis)

कुठल्याही आजारात मग तो शारीरिक असो की मानसिक, आजाराचं मूल्यमापन, अचूक निदान आणि त्यावरचे उपचार या तीन गोष्टी आजाराला बरं करण्यासाठी महत्त्वाच्या असतात. मानसिक आजाराची गणितं शारीरिक आजारापेक्षा थोडी वेगळी असतात. मानसशास्त्रात निदान आणि उपचार हे ठरावीक साच्यात बसवलेले नसतात.

शारीरिक डोकेदुखीची कारणं वेगवेगळी असली, तरीही साधारणपणे ९०-९५ टक्के लोकांची डोकेदुखी पॅरसिटेमॉलसारख्या गोळीने तात्पुरती का होईना कमी होईल; पण मानसिक डोकेदुखीवर सगळ्यांना एक इलाज असणार नाही.

६.१ मूल्यमापनातून निष्कर्ष / निदान (Diagnosis)

मानसिक प्रथमोपचारात मूल्यमापनासाठी पेपर-पेन्सिल टेस्टइतकाच भरवसा निरीक्षण, मुलाखत, मनमोकळेपणाच्या गप्पा यांवर ठेवावा लागतो.

मार्गदर्शकाचा अनुभव आणि त्यांच्या संवादकौशल्य (Communication Skill), भावनिक कौशल्य याचा प्रभाव साधकावर पडत असतो. काही वेळा साधक आणि मार्गदर्शक यांची नाळ अशी काही जुळते की, मार्गदर्शकाने सांगितलेलं प्रत्येक वाक्य हे साधकासाठी जणू 'ब्रह्मवाक्य' असतं आणि मग उपचार लवकर लागू पडतात.

योग्य आणि अचूक उपचार होण्यासाठी, साधकाच्या मूल्यमापनावरून आघातामुळे त्याच्यावर झालेला शारीरिक आणि मानसिक परिणाम लक्षात घेऊन, चार क्षेत्रांमध्ये निष्कर्ष किंवा निदान करायला हवं. साधकाचं निरीक्षण, त्याने वर्णिलेला आघातपूर्ण प्रसंग, सांगितलेली स्वत:बद्दलची माहिती, त्याला विचारले गेलेले प्रश्न आणि त्याने भरून दिलेली माहिती यावरून जे निष्कर्ष / निदान काढले ते चार क्षेत्रांत विभागले जातात.

६.२ निदानाची चार क्षेत्रे

- शारीरिक (Physical)
- भावनिक (Emotional)
- संज्ञानात्मक (Cognitive)
- वर्तनात्मक (Behavior)

६.२.१ शारीरिक (Physical)

त्रास (Distress)

- रक्तदाब समस्या
- वाढलेलं वजन
- मधुमेह
- हृदयविकार

- कर्करोग आणि तत्सम व्याधी
- साथीचे संक्रमक आजार
- अनियमित पाळीचा त्रास
- पचनक्रियेतील समस्या
- कामेच्छेमध्ये व्यत्यय
- सर्व्हिकोजेनिक डोकेदुखी
- प्रतिकारशक्ती कमी असणं

बिघडलेले कार्य (Dysfunction)

- अवयवांना अपुरा रक्तपुरवठा, छातीत दुखणं, लवकर दम लागणं
- सतत आजारी पडणं
- भूक न लागणं
- अपचन, ॲसिडिटी, गॅस्ट्रोइंटेस्टाइनल फंक्शनमध्ये बदल
- बेशुद्ध पडण्याची शक्यता / वारंवारिता (Frequency)
- सुन्नपणा येणे

महत्त्वाची सूचना

हे निदान करणं आणि त्यावर उपाययोजना करणं, हे अर्थातच मानसिक प्रथमोपचार करणाऱ्या मार्गदर्शकाचं काम नाही, पण या भागात समस्या असली आणि त्यामुळे साधकाच्या मानसिक स्वास्थ्यावर परिणाम होत असेल, तर ती बाब साधकाच्या निदर्शनास आणून देणं, एवढाच हेतू इथं आहे.

६.२.२ भावनिक (Emotional)

त्रास (Distress)

- भीती
- दुःख
- असूया
- द्वेष, सूड भावना
- चिडचिडेपणा (Irritation)
- राग (Angei-Aggreron)
- निराशा (Frustration)
- चिंता (Anxiety)
- अतिनैराश्य (Depression)

- शारीरिक आणि मानसिक थकवा (Burnout)

बिघडलेले कार्य (Dysfunction)

- घाबरणं (Panic Attacks)
- प्रभावित/भावनिक सुन्न (Affecting/Emotional Numbing)
- तीव्र पोस्ट-ट्रॉमॅटिक स्ट्रेस डिसऑर्डर (Acute Post-Traumatic Stress Disorder)
- जीवनात रस न वाटणं
- आत्मघाताचे विचार

६.२.३ संज्ञानात्मक / बोधात्मक (Cognitive)

त्रास (Distress)

- तात्पुरता गोंधळ, वेळेचं भान हरपणं
- एकाग्र होण्यास असमर्थता
- समस्या सोडवण्याची क्षमता घटणं
- वाईट/भयानक स्वप्नं
- भाव-भावना (मूड) बदलणं
- एखाद्या कल्पनेने किंवा भावनेने झपाटणं, पछाडणं (Feeling overwhelmed)

बिघडलेले कार्य (Dysfunction)

- संज्ञानात्मक क्षमता कमी होणं
- ताण-तणाव
- आशा गमावणं, निराशावादी
- आत्मघाती विचार
- मतिभ्रम (Hallucinations)
- विलक्षण भ्रम (Paranoid delusions)
- मनुष्यहानीचे विचार (Homicidal thoughts) एखाद्याला शारीरिक इजा पोहोचवण्याचे विचार. उदाहरणार्थ, मारणं, ॲसिड फेकणं, तीक्ष्ण हत्यारांनी वार करणे, खुनाचा प्रयत्न करणे इत्यादी.
- पृथक्करण पुरावा (Evidence of dissociation)
- महत्त्वाच्या कामांना प्राधान्य देण्यास असमर्थता (Inability to prioritize important tasks)

६.२.४ वर्तनात्मक संकेत (Behavioral Indicators)

त्रास (Distress)

- अतिशय किंवा टोकाची भीती
- झोपेचा त्रास, अतिझोप किंवा अजिबात झोप न येणं
- अति खाणं किंवा अजिबात न खाणं (Eating Disorders)
- मित्रांची किंवा नातेवाइकांची भेट घेणं टाळणं (Avoid meeting friends and relatives)
- शारीरिक अस्वच्छता, व्यायामाचा अभाव (Physical Hygiene and Exercise)

बिघडलेले कार्य (Dysfunction)

- बिघडलेली रोजची दिनचर्या
- कुठलंही काम टाळणं
- आक्रमक हिंसा
- दारू, सिगारेट यांचा वापर
- आवेगपूर्ण वर्तन
- स्वत:च्या मनाने औषध घेणं
- ड्रग्ज घेणं
- बोलणं टाळणं
- प्रचंड बडबड

६.३ वैद्यकीय मदत

अत्यंत महत्त्वाची सूचना

या निष्कर्षांवरून सर्वप्रथम हा निर्णय घेणं जरुरीचं आहे की, साधकाची अशी काही शारीरिक किंवा मानसिक स्थिती आहे का, ज्याच्या उपचारासाठी वैद्यकीय डॉक्टर किंवा मानसोपचारतज्ञ यांची गरज आहे? असं असेल तर मानसिक प्रथमोपचार देण्याआधी त्यांना डॉक्टर किंवा मानसोपचारतज्ञ यांच्याकडे जाण्यासाठी प्रोत्साहित केलं पाहिजे.

उदाहरण

- साधकाची रक्तशर्करेची (ग्लुकोज) उच्च पातळी किंवा उच्च रक्तदाब (बीपी) किंवा कमी ऑक्सिजन पातळी आहे, मग आपण त्याला मदत करण्यापूर्वी त्याला वैद्यकीय उपचारांची आवश्यकता आहे.

- त्याचप्रमाणे रुग्णाला स्किझोफ्रेनिया, आत्यंतिक आत्मघाती विचार, हत्या प्रवृत्ती, दीर्घकालीन उदासीनता आणि चिंता (Clinical depression and Anxiety) यांसारख्या गंभीर मानसिक स्थितीचा सामना करावा लागत असेल, तर त्याला मानसोपचारतज्ज्ञांकडे पाठवावं लागेल. कारण अशा परिस्थितीत सर्व संभाव्यतेमध्ये, त्याला सर्वात आधी औषधोपचार देणं आवश्यक आहे.

मात्र या आधीच साधक या क्षेत्रातील तज्ज्ञांच्या मार्गदर्शनाखाली असेल, तर ते निर्णय घेऊ शकतात. या तज्ज्ञांना असं वाटत असेल की, त्यांच्या उपचारांव्यतिरिक्त समुपदेशन आणि तत्काळ मानसशास्त्रीय मदतीची साधकाला आवश्यकता आहे, तर या तज्ज्ञांच्या लेखी विनंतीनुसारच मार्गदर्शक साधकाला मानसिक प्रथमोपचार देऊ शकतो.

६.४ निदानांचा प्राधान्यक्रम ठरवणे

'व्यक्ती तितक्या प्रकृती' त्यामुळे एखादा उपचार एकाला लागू झाला, तर तोच उपचार दुसऱ्या व्यक्तीला लागू होईलच, असं नाही. काही वेळा 'ट्रायल-एरर' या स्वरूपात प्रयत्न करावे लागतात.

साधकावर करायची उपाययोजना ठरवण्याच्या पायऱ्या

- साधकाला त्रासदायक वाटणाऱ्या नकारात्मक भावनांची सूची तयार करणं.
- प्रत्येक नकारात्मक भावना निर्माण होण्यामागे काय कारण आहे हे जाणून घेणं.
- नकारात्मक भावनांमुळे होणारं वर्तन आणि त्याचे परिणाम लक्षात घेणं.
- त्या परिणामांचं वर्गीकरण करून, उपचारांचा प्राधान्यक्रम ठरवणं.
- ही सूची तयार झाली की उपचारांचा प्राधान्यक्रम ठरवता येतो.

६.५ उपचारांचा प्राधान्यक्रम

परिणामांकडे लक्ष देऊन त्याचा प्राधान्यक्रम ठरवून त्याप्रमाणे
परिणामांचा प्राधान्यक्रम लक्षात घेऊन उपाययोजना आखायची.

एक क्रमांक म्हणजे सर्वात आधी त्यावर उपाय करायचा, नंतर दोन क्रमांक आणि नंतर तीन क्रमांक

१. साधकाचं असं काही वर्तन होतं आहे का, की ज्याचा परिणाम अत्यंत धोकादायक आहे, कायमस्वरूपी आहे. (यावर तातडीने उपचार करायला हवेत.)

२. ज्याचा परिणाम कायमस्वरूपी नसेल, पण उपचार वेळेत झाले नाहीत, तर समस्या दिवसेंदिवस गंभीर परिणाम होत जाईल.

३. दीर्घकालीन (Chronic) परिणाम
मानसिक समस्येवरील उपचारांचा अग्रक्रम दोन निकषांवर आधारित असतो.

- तातडीचे
- महत्त्वाचे

मानसिक क्लेशातून साधकाला संपूर्णपणे बाहेर काढायचं असेल, तर तीन पातळ्यांवर उपचार करणे गरजेचे असतात.

उपचारांचा प्राधान्यक्रम

१. **अधिक तातडीचे आणि अधिक महत्त्वाचे** (आणीबाणी परिस्थिती हाताळणं!) (मानसिक प्रथमोपचाराचा भाग).

२. **तातडीचे आणि महत्त्वाचे** (साधकाला परिस्थिती स्वीकारायला तयार करणं!) (मानसिक प्रथमोपचार इथं पूर्ण होतात.)

३. **कमी तातडीचे पण महत्त्वाचे** (त्याला पडलेल्या समस्येवर तो स्वतः तोडगा काढेल, यासाठी त्याला सक्षम करणं!) अशा समुपदेशनाची गरज असते.

१. अधिक तातडीचे आणि अधिक महत्त्वाचे

आणीबाणीची परिस्थिती हाताळणं हा महत्त्वाचा उद्देश या पातळीतील उपचारांत असतो. मानसिक आघातामुळे निर्माण झालेली अशी भावना, जी प्रामुख्याने सर्वांत जास्त हानिकारक आहे, त्या भावनेचा निचरा सर्वप्रथम व्हायला हवा. कारण या भावनेमुळे उमटणारे पडसाद किंवा वर्तन यांचा परिणाम गंभीर होऊ शकतो. अशा कृत्यांचा परिणाम किती भयंकर होऊ शकतो, याचा विचार न करता साधकाने तारतम्य (Rational thinking) सोडून ती कृत्यं केलेली असतात.

साधकाचं भावनांना प्रतिसाद म्हणून होणारं वर्तन आणि त्याचा परिणाम

अ)परत फिरवता येणार नाही (Irreversible) असा असेल (जसा धनुष्यातून सुटलेला बाण परत घेता येत नाही.

ब) कायमस्वरूपी (Permanent) असेल.

साधकाने केलेल्या कृतींचा परिणाम हा दोन्ही किंवा एक निकष पूर्ण करत असेल, तर त्याला उपचारासाठी प्राधान्य द्यायला हवं. यातही दोन्ही निकष लागू होत असतील तर त्याकडे जास्तीत जास्त लक्ष दिलं पाहिजे.

उदाहरणार्थ, साधक स्वतःच्या अथवा इतरांच्या जीविताला धोका देण्याच्या मनःस्थितीत असेल, औषधोपचार बंद करत असेल, दूरगामी आर्थिक नुकसान करून घेत असेल.

यासाठी सर्वप्रथम उपाययोजना सुरू करणं, हे अत्यंत आवश्यक असतं. याचा उद्देश हा कुठलीही टोकाची कृती टाळणं असा असतो. यासाठी लागणारा वेळ हा साधकाच्या

मन:स्थितीवर अवलंबून असतो, पण सर्वसाधारणपणे अपेक्षित वेळ एक ते तीन सत्रांचा असू शकतो.

यासाठी करायच्या उपचारांत, वातावरण निर्मिती, सौहार्दपूर्ण संबंध प्रस्थापित करणं, दीर्घ श्वसन, Relaxation, प्रार्थना, अंतर्मनाचं प्रोग्रामिंग बदलण्याचं तंत्र, वर्तमान क्षणावर मन एकाग्र करणं, स्पर्शाची जादू, कॉफीपान, आहार आणि व्यायाम, वेगवेगळ्या विषयांवरील गप्पा या बाबींचा समावेश केला जातो.

कॉफीपान आणि त्या वेळच्या गप्पा या साधकासाठी निव्वळ गप्पा असतात; पण मार्गदर्शक मात्र हेतुपूर्ण गप्पा मारत असतो. जेणेकरून साधकाची मानसिकता बदलली जाईल आणि त्यांचं मन स्थिर आणि शांत होईल.

२. तातडीचे आणि महत्त्वाचे

साधकाचा भावनिक आवेग ओसरला आहे याची खात्री झाली की, त्यापुढची पायरी म्हणजे 'तातडीचे आणि महत्त्वाचे उपचारपद्धती!'. ही उपचार योजना ही तातडीची आणि महत्त्वाचीसुद्धा असते, कारण सध्या साधकाचं मन स्थिर आणि शांत झालेलं असलं, तरीही ते तात्पुरतं असू शकतं. जर या वेळी मानसिक प्रथमोपचार थांबवला तर साधक परत मानसिकरीत्या दुबळा होऊ शकतो. जोपर्यंत साधक त्याची परिस्थिती स्वीकारत नाही, तोपर्यंत तो आपली समस्या सोडवण्याचा विचार करणार नाही.

शिवाय काही भावनांचा संपूर्ण निचरा वेळेत झाला नाही, तर त्यांची तीव्रता दररोजवशी वाढत जाते. अशा भावना कमी तातडीच्या असल्या तरीही त्यांचा निचरा होणं, अत्यंत महत्त्वाचं असतं, कारण अशा कृतीचे परिणाम कायमस्वरूपी नसले, तरीही ते दीर्घकालीन असतात. सूडबुद्धी, द्वेष, टोकाचं नैराश्य (Clinical Depression) किंवा टोकाची चिंता (Anxiety attacks), स्वत:विषयीची टोकाची अनास्था, अनादर, न्यूनगंड, नाकारलं गेल्याची भावना, चांगलं जगण्याची अनास्था, भविष्याची चिंता, अपयशाला मित्र मानणं, मित्रमंडळी, नातेवाईक, सामाजिक समारंभ यांना टाळणं अशा अनेक समस्या उद्भवतात आणि या समस्या सोडवणं आपल्याला अजिबात शक्य नाही, अशी धारणा करून घेतात. आपण आता पराधीन आहोत, म्हणून स्वत:ला अजून निराशेच्या खाईत लोटतात.

म्हणून हा उपचार तातडीचा आणि महत्त्वाचा असतो. साधक मनाने स्थिर आणि थोडा शांत झाला की, पुढची पायरी म्हणजे, आता त्याला परिस्थिती स्वीकारायला तयार करणं. हे त्याच्या समस्येवर आधारित समुपदेशन नाही. या उपचारांचा मुख्य उदेश हा समुपदेशनात वापरल्या जाणाऱ्या थिअरी किंवा थेरपी यांचा वापर न करता त्याला उत्तम जगण्यासाठी लागणारी सामग्री त्याच्याकडे आहे, हे त्याला जाणिवून देणं हा असतो.

'गोल्डन मानसिक प्रथमोपचार' यासाठी विविध, वेगळ्या आणि वैशिष्ट्यपूर्ण पण

शास्त्रीय ज्ञानावर आधारित अशा तंत्रांचा वापर करतो.

वातावरणनिर्मिती, सौहार्दपूर्ण संबंध प्रस्थापित करणं, दीर्घ श्वसन, Relaxation, प्रार्थना, अंतर्मनाचं व्यवस्थापन करण्याचं तंत्र, वर्तमान क्षणावर मन एकाग्र करणं, जादू स्पर्शाची, कॉफीपान, आहार आणि व्यायाम, वेगवेगळ्या विषयांवरील गप्पा सुरू, हे सर्व ठेवून प्रत्येक सत्रामध्ये करायची एक-एक कामगिरी, त्याचे छंद, 'फिश! फिलॉसॉफी', माझं आयुष्य-बुद्धिबळाचा गेम, Don't die before your time, अशी मजेशीर आणि उपयुक्त सत्रं घेतली जातात.

अनुभव असा आहे की, सर्व सत्रांमध्ये साधक रमतो, गुंगून जातो, हसायला लागतो, आपलं दुःख विसरतो आणि गंमत म्हणजे या संकल्पना तो आपल्या आयुष्याला लावायचा प्रयत्न करतो. आयुष्य हसत-खेळत कसं घालवायचं, याची प्रेरणा जणू त्याला या सत्रामधून मिळते. साधकाची पात्रता बघून काही मूलभूत गोष्टींची माहिती त्याला दिली जाते. उदाहरणार्थ, विचारपद्धती, संरक्षण यंत्रणा, ताण-तणावपूर्ण आयुष्यातून सुटका, नकार संवेदना कशी कमी करायची, आत्मसन्मान कसा वाढवायचा… अर्थात या सत्रामध्येसुद्धा मुख्य उदेश हा हसत-खेळत शिक्षण हाच असतो. साधारणपणे यासाठी ५ ते ६ सत्रं घ्यावी लागतात. म्हणजे एकंदरीत मानसिक प्रथमोपचाराला ८ सत्रं लागतात. काही वेळा जास्तही लागू शकतात. ज्या वेळी मार्गदर्शकाची खात्री होईल, की, साधकाने परिस्थिती स्वीकारली आहे, त्या वेळी एक शेवटचं सत्र घेतलं जातं. त्याला पुढील उपचाराचा अंदाज दिला की, मानसिक प्रथमोपचार संपतो.

३. कमी तातडीचे पण महत्त्वाचे

जेव्हा साधक शंभर टक्के मानसिक क्लेशातून बाहेर येतो, जेव्हा त्याला त्याच्या समस्येवर तोडगा मिळतो. मानसिक प्रथमोपचार संपला म्हणजे साधक आपल्या समस्येतून बाहेर आला, असं होत नाही. या वेळी त्याच्या मानसिक स्थितीवर पुढचे उपचार अवलंबून असतात.

काही साधक या वेळेपर्यंत आपले प्रश्न सोडवण्यासाठी सक्षम होतात आणि त्यांना समुपदेशनाची गरज भासत नाही, तर काही साधकांना आपली समस्या सोडवण्यासाठी समुपदेशनाची गरज लागते. बऱ्याच वेळा आपल्या व्यक्तिमत्त्वातले दोष, आपली चुकीच्या दिशेने जाणारी मानसिक जडणघडण, नुकसान करणारी विचारप्रवृत्ती आणि संरक्षण यंत्रणा यांमुळे समस्या उद्भवतात. कधीतरी समस्या सोडवली जाते, पण त्या प्रकारची समस्या परत उद्भवू नये म्हणून सौरायची उपाययोजना आखली, तर आयुष्य अजून उत्तम पद्धतीने जगता येऊ शकेल, या विचाराने स्वतःवर विश्वास ठेवून कार्य करण्याचा निर्णय साधक घेतो. हे उपचार नसतात, तर हे समुपदेशन असतं.

या स्तरावर व्यक्तिमत्त्वातले दोष दुरुस्त करणं, वाईट सवयींचा त्याग करणं किंवा चांगल्या सवयी लावून घेणं, भविष्यातल्या स्वतःच्या योजनेवर काम करणं, स्वतःची प्रगती होण्यासाठी प्रयत्न करणं या बाबी येतात. या गोष्टी रोजच्या जीवनात अडथळा निर्माण करत नाहीत म्हणून त्या कमी तातडीच्या, पण तरीही महत्त्वाच्या असतात. उत्तम जीवन जगणं किंवा मनासारखी प्रगती करून घेणं, यासाठी आवश्यक असतात.

या बाबींवर मानसिक प्रथमोपचार काम करत नसला, तरीही त्याला याबाबतीत मार्गदर्शन करतो!

लक्षात ठेवा...

- मानसिक प्रथमोपचारात साधकाच्या मूल्यमापनासाठी पेपर-पेन्सिल टेस्ट इतकाच विश्वास निरीक्षण, मुलाखत, मनमोकळ्या गप्पा यांवर ठेवावा लागतो.
- योग्य आणि अचूक उपचार होण्यासाठी साधकाचे मूल्यमापन, आघातामुळे त्याच्यावर झालेला शारीरिक आणि मानसिक परिणाम लक्षात घेऊन शारीरिक, भावनिक, संज्ञानात्मकता, वर्तनात्मक अशा चार क्षेत्रांमध्ये निष्कर्ष किंवा निदान करायला हवं.
- मानसिक क्लेशातून साधकाला संपूर्णपणे बाहेर काढण्यासाठी तीन स्तरांवर उपचार करणं गरजेचं असतं.
- जास्त तातडीचे आणि जास्त महत्त्वाचे (आणीबाणी परिस्थिती हाताळणं.) (मानसिक प्रथमोपचाराचा भाग).
- तातडीचे आणि महत्त्वाचे (साधकाला परिस्थिती स्वीकारायला तयार करणं.) (मानसिक प्रथमोपचार इथे पूर्ण होतात.)
- कमी तातडीचे पण महत्त्वाचे (त्याच्या/ त्याला जाणवणाऱ्या पडलेल्या समस्येवर तो स्वतः तोडगा काढेल यासाठी त्याला सक्षम करणं.) (समुपदेशनाची गरज)

मानसिक जखमांचे निवारण

(Healing)

जर कोणी मला विचारलं की, आपलं आयुष्य उत्तम जगण्याचा पाया कुठल्या चार खांबांवर उभा आहे, तर माझं उत्तर असेल,

- वृत्ती
- आहार
- व्यायाम
- मानसिक जडणघडण

यांतील पहिला आणि चौथा खांब मजबूत करण्यासाठी मानसशास्त्राने काही तंत्रं संशोधनाने सिद्ध केली आहेत, जी सर्वसाधारणपणे कमी-जास्त प्रमाणात मानसिक त्रासात असलेल्या व्यक्तींवर काम करतात. इतकंच नव्हे, तर मानसिक आरोग्य उत्तम असलेल्या व्यक्तींनी ती वापरली, तर जीवनाचा अजून आनंद त्यांना मिळू शकतो.

उदाहरणार्थ :

योगाभ्यास, आराम, प्राणायाम, प्रार्थना, स्वयंसूचना, आत्मसंतुष्टी आणि इतरही बरीच. दुसरा आणि तिसरा खांब मजबूत करण्यासाठी काय करायला हवं, बऱ्याच गोष्टींचा यात समावेश होतो. हे जाणून घेऊन त्यावर काम करणं हे महत्त्वाचं आहे.

ज्या व्यक्तीवर आपण मानसिक प्रथमोपचार करणार आहोत, त्यांना मानसिकदृष्ट्या सक्षम करण्यासाठी चार खांबांची तोंडओळख करून देणं गरजेचं आहे. अर्थात नुसती तोंडओळख करून देण्याने भागणार नाही, निदान या बाबी त्यांना माहीत असायला हव्यात. त्यानंतर त्यावर किती काम करायचं, हा त्यांचा निर्णय असेल.

या प्रकरणात आपण काही तंत्रं आणि आहार, व्यायाम याविषयी चर्चा करणार आहोत.

७.१ सत्र सुरू करताना

साधक समुपदेशकाकडे त्याच्या प्रश्नांसाठी मार्गदर्शन घ्यायला आलेला असतो. समुपदेशकाने साधकाची मन:स्थिती ओळखून त्याला मानसिक प्रथमोपचार देण्याचं ठरतं, तेव्हा त्याची समुपदेशकाची भूमिका बदलून, मार्गदर्शकाची होते. 'मानसिक प्रथमोपचार' म्हणजे काय, आपण तो का करणार आहोत, त्यामुळे काय होईल? थोडक्यात या उपचारपद्धतीची संपूर्ण कल्पना साधकाला द्यायला हवी. त्याचं समाधान होईपर्यंत त्याला समजावून सांगायला हवं. सत्र सुरू करताना मार्गदर्शकाने एक महत्त्वाची गोष्ट लक्षात ठेवली पाहिजे आणि ती म्हणजे, आपल्यावर साधकाला सक्षम करण्याची जबाबदारी आहे, त्याच्या प्रश्नांवर तोडगा काढण्याची जबाबदारी नाही. समुपदेशन द्यायचं ते त्याचे प्रश्न सोडवण्यासाठी नाही, तर त्याला छळणाऱ्या भावना कमी करण्यासाठी आणि त्या कशा हाताळाव्यात, हे शिकवण्यासाठी! यासाठी साधकावर प्रत्यक्ष उपचार सुरू करण्याआधी मार्गदर्शकाने तंत्रशुद्ध पद्धतीने ती परिस्थिती हाताळणे आवश्यक असते.

स्पष्टीकरणात्मक मार्गदर्शन, आगाऊ सूचना देऊन केलेलं मार्गदर्शन आणि मन शांत आणि स्थिर करण्यासाठीचं मार्गदर्शन केलं, तर साधक आणि मार्गदर्शक यांत सौहार्दपूर्ण संबंध निर्माण होतील. त्यामुळे साधकाला एक प्रकारचा विश्वास वाटेल की, ही व्यक्ती आपल्याला आपल्या मानसिक समस्येतून बाहेर काढेल.

७.२ स्पष्टीकरणात्मक मार्गदर्शन

साधकाला सशक्त आणि सक्षम बनवण्याचा सर्वात प्रभावी मार्ग म्हणजे, सर्वप्रथम त्याच्या मनात उद्भवणाऱ्या प्रश्नांना उत्तरं देणं. एखाद्या व्यक्तीला क्लेशकारक घटनेच्या पार्श्वभूमीवर किंवा 'पोस्टट्रॉमॅटिक' प्रतिक्रियांदरम्यान खूप प्रश्न पडतात. 'माझ्याच बाबतीत हे का घडलं?' हे कसं घडलं? किंवा 'मलाच का?' मी सगळ्यांशी चांगलं वागतो, कधी कोणाला त्रास देत नाही, तर माझ्या नशिबी असं का? यावर विचार करण्यात तो इतका त्रस्त होतो की, त्याचा मानसिक त्रास अजून वाढतो. या सर्व प्रश्नांची उत्तरं देणं यालाच 'स्पष्टीकरणात्मक मार्गदर्शन' म्हणतात.

पण साधकाने हे प्रश्न उपस्थित केले नाहीत, तर त्याला या मार्गदर्शनाची गरज नसते.

७.३ आगाऊ सूचना देऊन केलेले मार्गदर्शन

'आगाऊ मार्गदर्शन' हे संकटात असलेल्या व्यक्तीला पुढे होणाऱ्या संभाव्य मानसिक किंवा शारीरिक ताण प्रतिक्रियांची जाणीव करून देतं.

उदाहरणार्थ :

पहिल्या सत्राच्या वेळी साधकाला कल्पना देऊ शकतो की, 'तुम्हांला या घटनेची वारंवार आठवण येईल. कदाचित तुम्ही त्या प्रसंगाशी निगडित असलेलं ठिकाण किंवा व्यक्ती यांना टाळाल किंवा तुम्हांला एकटं राहावंसं वाटेल. तुम्हांला झोपायला थोडा त्रास होऊ शकतो किंवा एक दिवस चांगला जाईल तर दुसरा दिवस परत त्रास होईल. एखाद्या दिवशी जास्त रडायला येईल. कदाचित नेहमीपेक्षा अधिक चिडचिड तुम्ही कराल, अशा वेळी 'परत मला असं का झालं, काल तर मी बरी होते,' असा विचार तुमच्या मनात येणं स्वाभाविक आहे. पण जोपर्यंत तुम्ही मनाने शांत किंवा स्थिर होत नाही, तोपर्यंत असे भावनिक चढउतार होत राहणार. जसा काळ जाईल आणि तुमचे प्रयत्न वाढत जातील, तसा हा त्रास हळूहळू कमी होईल. एक दिवस असा उजाडेल की प्रसंग आठवेल; पण त्याला तुम्ही नकारात्मक प्रतिक्रिया न देता प्रतिसाद द्याल आणि तुम्ही तुमची भावनिक स्थिती उत्तम रीतीने हाताळाल, हे नक्की.'

७.४ मनाची शांतता आणि स्थिरता

साधकावर करायच्या उपचारासाठी गरज असते, ती त्याने उपचार स्वीकारण्याची ; आणि

त्यासाठी काही प्रमाणात तरी त्याचं मन शांत आणि स्थिर होणं आवश्यक आहे. यासाठी चांगला उपाय म्हणजे, प्रत्येक सत्र सुरू करण्यापूर्वी दीर्घ श्वसन, प्रार्थना.

- दीर्घ श्वसन, Relaxation
- प्रार्थना
- स्वयंसूचना
- सकारात्मक विचारात रमणं

७.४.१ दीर्घ श्वसन, Relaxation

माणूस हा मुळात चौकस प्राणी आहे. आपल्या पंचेंद्रियांमार्फत आजूबाजूच्या वातावरणाचं, परिसराचं, व्यक्तींचं किंवा प्रसंगांचं तो सतत अवलोकन करत असतो. आपल्या आकलनानुसार त्याला अर्थ देत असतो. अर्थात प्रत्येक व्यक्ती ही अद्वितीय असते, त्यामुळे स्वतःच्या मानसिक जडणघडणीप्रमाणे त्याची आकलनशक्तीही वेगळी असते. एकच प्रसंग; पण प्रत्येक जण वेगवेगळी प्रतिक्रिया किंवा वेगवेगळा प्रतिसाद देतो.

माणसाला त्याच्या शारीरिक आणि मानसिक आजारांपासून आराम मिळावा, त्याला उत्तम आणि परिपूर्ण आयुष्य जगता यावं, म्हणून 'पातंजली योगसूत्र' या ग्रंथात अष्टांग योग सांगितला आहे.

१. यम २. नियम ३. आसन ४. प्राणायाम ५. प्रत्याहार ६. धारणा ७. ध्यान ८. समाधी

एक ते पाच अंगांना 'बहिरंग योग' असं म्हणतात, जे शरीराला उपयुक्त असतात. सहा ते आठ मिळून 'अंतरंग योग'; जे मनावर ताबा कसा मिळवायचा आणि मानसिक संतुलन कसं राखायचं हे सांगतात.

पाचवं अंग म्हणजे प्रत्याहार, जो दोन्ही अंगांतला दुवा असतो, तो शारीरिक आणि मानसिक यांच्यात संतुलन कसं राखायचं हे शिकवतो. आपल्या पंचेंद्रियांवर मिळवलेला ताबा म्हणजे 'प्रत्याहार'. इंद्रियं आणि मन आपल्या ताब्यात राहणं म्हणजेच प्रत्याहार.

योग एक जीवनशैली

प्राणायामाने शारीरिक आणि मानसिक स्वस्थपणा येतो. मनही शांत व्हायला सुरुवात होते.

योगामधील दीर्घ श्वसन, अनुलोम-विलोम करायला अगदी सोपे आणि परिणामकारक असे श्वसनाचे प्रकार हे आहेत. Relaxation करण्याने मन हलकं होतं.

'आज माझं मन अजिबात शांत नव्हतं! शरीर दुखत होतं; पण आता खूपच फ्रेश आणि छान वाटतंय,' असं योग झाल्यावर घरी जाताना साधक म्हणतात, हा माझा रोजचा अनुभव आहे.

एक साधक तर योगसाधनेचं वर्णन करताना म्हणाला, "योगसाधना ही तर एक जीवनशैली

आहे. म्हणूनच माझं मानसिक आणि शारीरिक आरोग्य मुद्दलातच वाढलं आणि व्याजापोटी माझे मानसिक क्लेश कमी झाले. आता मी ठरवलंय, जीवन आनंदानेच जगायचं."

दुसरा साधक, म्हणाला, "इथे ना कुणाशी स्पर्धा ना कुणाशी तुलना; स्पर्धा वा तुलना असलीच तर ती फक्त माझ्याशी!"

पण हेही लक्षात ठेवलं पाहिजे की, योग ही काही फक्त तासभर करण्याची गोष्ट नाही, तर योग ही जीवनशैली आहे, आणि त्याचा पूर्ण अंगीकार केला असता, मनुष्य कुठल्याही प्रकारच्या त्रासाला चांगल्या रीतीने सामोरं जातो.

७.४.२ प्रार्थना

प्रार्थना आपल्याला नवीन नाही. आपल्या आई-वडिलांनी लहानपणापासून आपल्या प्रत्येकाला संस्काराचा एक भाग म्हणून प्रार्थना म्हणायला शिकवलंय. शाळेतसुद्धा वर्ग सुरू होण्याआधी प्रार्थना असायची.

आपल्याला शिकवलं गेलं आहे की, 'सकाळी उठल्यावर प्रार्थना करावी, तसं झोपायच्या आधीही प्रार्थना करावी. जेवताना प्रार्थना म्हणावी. कुठलंही शुभ कार्य हे प्रार्थनेने सुरू करावं. देव आपला कर्ता-करविता आहे. देवाने आपल्यासाठी केलेल्या चांगल्या गोष्टी लक्षात ठेवून प्रार्थना करावी. आपल्याला आवश्यक असलेल्या मदतीची आठवण करून त्या देवाकडे मागाव्यात.'

पण दुर्दैवाने प्रार्थनेबद्दल फारसा विचार न करता, ते आपलं नेहमीच्या पठडीतलं एक नित्यकर्म होऊन जातं. पण जेव्हा संकट येतं, मन उदास होतं, निराश होतं, आपल्याला समोरचे सर्व मार्ग बंद झालेले दिसतात, भविष्याची चिंता वाटू लागते, तेव्हा आपल्याला 'घाबरून जाऊ नकोस, सगळं ठीक होईल,' असा विश्वास देणारं काही तरी हवं असतं. हा मनाला धीर देणारा एक आधार म्हणजे प्रार्थना! आपण अगदी आळवून आळवून देवाचा धावा करतो आणि आता आपलं मागणं नक्कीच पूर्ण होणार या विश्वासावर, श्रद्धेवर आणि आशेवर संकटांचा सामना हिंमतीने करतो.

"मला शांती दे! आलेल्या संकटातून निभावून जाण्यासाठी मला शक्ती दे! बळ दे!"

अर्थात, आपल्याला भेडसावणाऱ्या समस्यांवरचा तो उपाय नाही. पण संकटकाळात प्रार्थना केली की, आपल्याला विश्वास वाटतो, देव आपल्याला नक्की यश देईल या विचाराने मन शांत होतं. त्यामुळे आपल्याला मानसिक क्लेशात थोडा आराम मिळतो. अशा परिस्थितीत प्रार्थना करणं ही आपली एक ताकद बनते.

प्रार्थना म्हणजे काय, याबद्दल प्रत्येकाचं मत वेगळं असेल; पण सर्वसाधारणपणे

कुठल्याही उपचार प्रक्रियेचा (healing process) प्रार्थना हा एक आरंभबिंदू आहे. आपण एकटे पडलो आहोत, असं वाटत असताना एक आशेचा किरण, आधाराचा हात प्रार्थनेतून मिळतो. मन शांत होतं, नम्र होतं आणि आपल्या नित्यकर्माचा भाग म्हणून एका विशिष्ट पद्धतीने प्रार्थना म्हटली, तर आपला स्वत:वरचा विश्वास दृढ होतो. आपल्याला आपल्यातल्या चांगुलपणाची जाणीव होते. कुठलाही आघात सहन करण्याची ताकद त्यातून मिळू शकते. आध्यात्मिक आणि भावनिक कौशल्यही वाढतं.

प्रार्थना म्हणजे, आपला देवाशी किंवा आपण ज्या शक्तीला मानतो त्याच्याशी, किंवा स्वत:चा स्वत:शी संवाद! यात स्तुती, आळवणी किंवा याचना असू शकते, किंवा ईश्वराची उपासना, आराधना असू शकते.

प्रार्थना कशी करावी, कुठली प्रार्थना करावी, कशी प्रार्थना केली तर ती फळाला येते, कोणाची प्रार्थना फळाला येते आणि कोणाची नाही... मग ज्यांची येत नाही ती का येत नाही; आणि ज्यांची येते ते असं काय करतात म्हणून ती फळाला येते?

आता तर प्रार्थनांच्या परिणामकारकतेबद्दलचं सत्य संशोधनाने उलगडून दाखवलं आहे. श्रद्धेने केलेल्या आणि काही विशिष्ट तंत्र वापरून केलेल्या प्रार्थनेत मोठी शक्ती असते, कारण प्रार्थनेची प्रक्रिया ही विश्वास किंवा पूर्ण मानसिक स्वीकाराहीता या दृष्टिकोनावर आधारित आहे. 'जसे विचार तशी फळं', हे साधं सूत्र प्रार्थनेच्या मागे आहे.

आपल्या मनातल्या चित्राला (mental picture), विचारांना किंवा आपल्या इच्छेला (thought in the mind) अवचेतन मन (subconscious mind) प्रतिसाद देतं, तेव्हा आपली प्रार्थना सफल होते. आपण प्रार्थना करतो म्हणजेच आपण सजग मनाद्वारे (conscious mind) आपल्याला जे हवं आहे ते आपल्या अवचेतन मनावर (subconscious mind) बिंबवतो. सजग मन वारंवार सांगतं ते आपलं अवचेतन मन स्वीकारतं आणि जतन करतं. प्रार्थना कशी करायची त्याचं एक तंत्र आहे. त्या वैशिष्ट्येसह केलेली प्रार्थना नक्कीच अर्थपूर्ण आणि सफलही होईल.

- ज्या शब्दांत आपलं मन नाही, ते शब्द देवाच्या किंवा स्वत:च्या हृदयापर्यंत तरी पोहोचतील का? प्रार्थना करताना आपण आपले विचार शब्दांच्या मार्गे आपल्या इच्छेशी जोडतो. आपल्याला काय हवंय हे फक्त आपण स्वत:च जाणू शकतो, म्हणून स्वत:ची प्रार्थना स्वत: करून, किंवा आपल्या ध्येयाला संलग्न अशी प्रार्थना निवडून त्याचा अर्थ लक्षात घेऊन म्हटली, तर आपल्या भावना आपल्या इच्छेशी जोडल्या जातात आणि ती म्हणताना आपलं तन आणि मन या दोन्ही गोष्टी आपल्या नकळत आपण वापरतो.
- आपण प्रार्थना करतो तिच्यावर आपला विश्वास, श्रद्धा किंवा मानसिक स्वीकृती हवी. खरं तर आपली प्रार्थना आपणच सफल करत असतो. म्हणून आपण काय मागतोय

आणि आपण त्यासाठी किती पात्र किंवा लायक आहोत, किंवा ती गोष्ट मिळवण्यासाठी आपण किती प्रयत्न करतोय, यावर ती सफल होते की नाही, हे अवलंबून आहे.

- प्रार्थना ही आपल्या नित्याचा पाठ असावी. सकाळी उठल्यावर, रात्री झोपताना, मन अशांत असेल तेव्हा आणि मन शांत असेल तेव्हाही प्रार्थना करावी. असं म्हटलं तर चूक होणार नाही की, जेव्हा वेळ मिळेल तेव्हा प्रार्थना करावी.

अशा प्रकाराने केलेली प्रार्थना नक्कीच लवकर सफल होईल, यात शंका नाही.

७.४.३ अंतर्मनाचे प्रोग्रामिंग बदलण्याचे तंत्र

- स्वयंसूचना (Auto-suggestion)
- सर्जनशील दृश्य (Creative visualization)

आज तुम्ही जे आहात, ते तुमच्या आत्तापर्यंतच्या विचारांनुसार वर्तमानकाळ तुम्ही भविष्यकाळात जे असणार आहात ते तुम्ही आत्ता जो विचार कराल त्याप्रमाणे. तुमच्या विचारांनुसार भविष्यकाळ ठरेल.

उपयोगी आणि प्रभावशाली तंत्र

हे एक असं तंत्र आहे की, जे वापरून आपण आपल्या अंतर्मनाचं व्यवस्थापन बदलू शकतो. आपलं अंतर्मन हे कल्पवृक्षासारखं असतं. ते शक्तिमान आणि आज्ञाधारक असतं; पण त्याला स्वतःची समज किंवा आकलनशक्ती नसते. एखाद्या संगणकाप्रमाणे ते फक्त त्याचं जसं व्यवस्थापन झालं असेल, त्याच्यात जी सूचनावली भरली गेली असेल, त्याबरहुकूम काम करतं. त्यामुळे अंतर्मनात एखादी ठाण मांडून बसलेली नकारात्मक गोष्ट आपल्याला बदलायची असेल तर त्याला तशा सूचना द्याव्या लागतात आणि त्याही त्याला कळेल अशा भाषेत!

उदाहरण

एखादा विचार करत असेल की, "मी दुबळा आहे. मला काहीही जमत नाही, मला सारखं अपयश मिळतं, माझ्यात काहीच चांगले गुण नाहीत…"

तर त्याचं अंतर्मन म्हणेल 'तथास्तु!' त्याच्या मनात नकारात्मक विचार घट्ट रुतून बसतील. याचा परिणाम? त्याचा आत्म-सन्मान (Self-esteem), स्वाभिमान (self-respect) यांना धक्का बसेल. त्याचा आत्मविश्वास डळमळीत होईल. त्यांचं अंतर्मन त्याला 'तुला काहीही जमणार नाही' हे सतत सांगेल, असं मग ते त्याच्या आयुष्याचं 'ब्रह्मवाक्य' होईल. त्याची सगळ्यात मोठी शक्ती असलेलं त्याचं अंतर्मन हे कमजोर, दुर्बल आणि विरोधक बनेल. मग ते अंतर्मन, मित्रमैत्रिणी, जगातली स्पर्धा, आजूबाजूचं वातावरण, आपण स्वतः याची मदत घेऊन नकारात्मक विचारांना सतत खतपाणी घालत राहील.

आणि मग 'माझे प्रयत्न कमी पडले, पण या चुकीपासून योग्य धडा घेऊन मी पुन्हा जोमाने प्रयत्न करेन, मला यश मिळेल,' असा सकारात्मक, आशावादी दृष्टिकोन राहत नाही.

'माझ्यात काही तरी कमी आहे, मला हे कधीच जमणार नाही,' असा नकारात्मक विचार मनाचा पगडा घेईल आणि त्याप्रमाणेच त्याच्या हातून कृती घडेल.

'म्हणजे मग त्या व्यक्तीला कधीच या विचारातून बाहेर येता येणार नाही का?'

छे:! छे:! असं अजिबात नाही. उपाय आहे आणि तो त्या व्यक्तीच्या हातात आहे.

अंतर्मनाचं झालेलं नकारात्मक प्रोग्रामिंग बदलून ते सकारात्मक करायचं.

हा उपाय सोपा आहे, पण सतत करण्याचा आहे. याचा सराव करायला हवा.

एका दिवसात अंतर्मनाचं व्यवस्थापन बदललं जात नाही. कारण ते एकपाठी नाहीये, चटकन बदल स्वीकारत नाही, पण वारंवार एकच गोष्ट कानामात्रेचा यांच्यासह फरक न करता सांगत राहिली, तर मात्र ती गोष्ट खरी मानून तसं वागायला लागतं.

अंतर्मन बदलण्याची तयारी

या तंत्राचे तीन महत्त्वाचे नियम आहेत.

- जी वाक्यं किंवा विचार आपण सूचना म्हणून वापरणार आहोत ते दररोज तसेच्या तसे, कानामात्रेचाही फरक न करता म्हणायचे आहेत.
- ही सूचना होकारार्थी हवी. सूचनेतील वाक्यं ही सरळसोपी, शक्य असल्यास गेय म्हणजे गुणगुणता येतील अशी असावीत. थोडक्यात म्हणजे एखाद्या लहान मुलाला आपण जसं सोप्या भाषेत सांगतो तसं!
- या सूचनेतील वाक्यरचना वर्तमानकाळात हवी.

अंतर्मनाला सूचना देणे

- थोडीशी अतिशयोक्ती असली तर उत्तम!
- म्हणताना त्यात सकारात्मक भावना आणण्यासाठी जास्तीत जास्त ज्ञानेंद्रिये या प्रक्रियेत सामील करता आली, तर फारच जास्त परिणामकारक.
- हे म्हणताना वाक्याला जोडून आपण सर्जनशील कल्पनाचित्र रेखाटनाच्या (Creative Visualization) पद्धतीचाही वापर केला, तर मग काय 'सोन्याहून पिवळं!' परिणाम लवकर होईल यात शंका नाही.

उदाहरण

पन्नास वर्षांच्या गोविंदरावांना घराबाहेर जायची प्रचंड भीती वाटायची. सुरुवातीला थोडी आणि मग वाढत गेली. हळूहळू त्यांनी घराबाहेर जाणं सोडून दिलं. नोकरी सोडली. चोवीस

तास घरात. अशी दोन वर्षं गेली. त्यांच्यावर उपचार म्हणून गोळ्या सुरू होत्या. गोळ्यांचा अंमल असला की भीती कमी व्हायची; पण गोळ्या घेणं सोडल्यावर परत भीती ठाण मांडून बसायची.

गोळ्यांबरोबरच स्वयंसूचना हे तंत्र त्यांना वापरायला शिकवलं.

मला घराबाहेर जायची भीती वाटते. ती जायला हवी आहे!

यात नकार, भविष्यकाळ आणि भीती जायला हवी सांगितलं, पण त्याऐवजी काय हवंय हे कुठे सांगितलं?

त्या बदली अंतर्मनाला काय हवंय हे शिकवलं तर,...!

'मी घराबाहेर गेलो की, मजेत सगळीकडे फिरतो, खूप म्हणजे खूपच मजा येते आणि मग मी संपूर्ण दिवस प्रचंड आनंदात असतो.'

त्यांना नियम सांगितल्यावर हे वाक्य त्यांनी तयार केलं.

घराबाहेर फिरताना ते कसे दिसतील, काय कपडे घालतील, त्यांच्या चेहऱ्यावर आनंद कसा दिसेल, याचं एक चित्र त्यांना मनात रेखाटायला सांगितलं.

आणि त्यांना सांगितलं की, कल्पनेने रेखाटलेली मनातील त्यांची प्रतिमा डोळ्यांसमोर ठेवून, सकाळी उठल्यापासून रात्री झोपेपर्यंत शक्य असेल तेव्हा हे वाक्य गुणगुणायचं! कानामात्रेचा फरक न करता जणू या वाक्याचा जप करायचा किंवा या वाक्याला चाल लावून गाणं म्हटल्याप्रमाणे म्हणायचं.

या कृतीमध्ये स्वयंसूचनेचे सगळे नियम आले. तसंच्या तसं, कानामात्रेचाही फरक न करता.

- सकारात्मकता
- वर्तमानकाळ
- काय हवंय हेही अंतर्मनाला कळलं
- परिणाम काय होईल हे आलं (आनंद मिळेल!)
- स्वयंसूचना देताना मनात सर्जनशील कल्पनाचित्र रेखाटलं (Creative Visualization)

अंतर्मन बदलण्यासाठी लागणारा वेळ

या पद्धतीचे परिणाम दिसायला किती काळ लागेल, हे बऱ्याच गोष्टींवर अवलंबून असतं.

१. जेवढ्या विश्वासाने आणि श्रद्धेने, 'मला यश येणारच आहे,' या खात्रीने सूचना कराल तेवढे जलद याचे परिणाम दिसू लागतील. या उलट, मनात शंका बाळगून, चला पाहू या करून, झाला फायदा तर झाला, नाही तर काय फक्त वेळ फुकट गेला इतकंच होईल, अशा भूमिकेतून याचा उपयोग कराल, तर मग दीर्घकाळपर्यंत वाट पाहावी लागेल, पण

यश मिळणार हे नक्की! आणि हो! स्वयंसूचना करण्यात एकाही दिवसाचा खंड पडता कामा नये. याच कारणामुळे देवभोळ्या, व्रत-वैकल्यं करणाऱ्या, भोळ्याभाबड्या अशा लोकांना या पद्धतीचा जास्त फायदा होतो. कारण अशी माणसं का, कसं, कशावरून असे प्रश्न न विचारता, शंकाकुशंका न काढता, बुद्धीच्या निकषांवर तपासणी न करता पूर्ण विश्वासाने आणि श्रद्धेने या पद्धतीचं पालन करतात.

२. कालमर्यादा ठरण्यासाठी जबाबदार असणारा दुसरा महत्त्वाचा घटक म्हणजे, ठरवलेला उद्देश हा फक्त आपल्याशी निगडित आहे की, तो सफल होण्यासाठी दुसऱ्या कोणाची तरी मदत लागणार आहे, आपल्या उद्देशामध्ये करायची कृती आपणच करणार असलो तर लवकर फायदा होतो. उदाहरणार्थ, राग घालवण्यासाठी कोणी म्हटलं की, 'मी आनंदी राहावं म्हणून सगळे माझ्याशी चांगलं वागतात' यापेक्षा असं म्हटलं की, 'कोणी काहीही बोललं, कसंही वागलं, तरी मी आनंदी असतो', या वाक्याचा परिणाम लवकर होईल.

३. विचारांमध्ये, सवयींमध्ये, स्वभावामध्ये, कर्तबगारीमध्ये, गुणवत्तेमध्ये, आरोग्यामध्ये, चांगला बदल घडवायचा असेल, तर मग ते आधीचे विचार, सवयी तुमच्यात किती काळ घर करून आहेत आणि त्या किती मजबूत आणि खोलवर रुजलेल्या (deep rooted) आहेत, यावर तो काळ अवलंबून असेल.

सर्वसाधारणपणे पूर्ण विश्वास ठेवून, नियमितपणे या तंत्राचा वापर केलात, तर तीन महिन्यांमध्ये पूर्ण नाही तरी लक्षणीय सकारात्मक बदल दिसू लागतो.

७.४.४ वर्तमान क्षणावर मन एकाग्र करणे

मानवाव्यतिरिक्त बहुतेक प्रजातींचा आदिम मेंदू त्यांना केवळ वर्तमान क्षणाकडे लक्ष केंद्रित करू देतो. भूतकाळ आणि भविष्याबद्दल विचार करण्याची त्यांची क्षमता नसते. पण मानवाला मात्र एक महान 'वरदान' मिळालेलं आहे. त्या 'वरदाना'नुसार भूतकाळ, भविष्यकाळ आणि वर्तमानकाळ या तिन्ही काळांबद्दल विचार करण्याची क्षमता आपल्या मेंदूकडे असते.

उदाहरणार्थ, आपण भूतकाळातल्या अनुभवातून शिकून भविष्याची योजना आखू शकतो. परंतु, आपण या वरदानाचा चुकीच्या पद्धतीने वापर करत आहोत.

आपण भूतकाळ आणि भविष्याबद्दल इतके ग्रासलेले असतो की, त्यामुळे आपल्याला वर्तमान क्षणाबद्दल पूर्ण जाणीव नसते. त्यामुळे त्या क्षणाचा आपण आनंद घेऊ शकत नाही! (We become very judgmental about the past and future) त्यामुळे बऱ्याच लोकांमध्ये खूप तणाव निर्माण होतो.

मग यासाठी काय करायचं? एक युक्ती अशी आहे की, 'वर्तमान क्षणाकडे लक्ष केंद्रित'

करायला शिकायचं. कसं ? जे काम तुम्ही करताय, त्यावर लक्ष केंद्रित करायचं! त्या क्षणाला प्रामाणिक राहून करत असलेल्या कृतीवर मन एकाग्र करायचं, त्या कृतीला संपूर्ण न्याय द्यायचा. आपण काही खात असलो, तर संपूर्ण लक्ष खाण्याच्या कृतीवर केंद्रित करायचं. चित्रपट पाहत असू, तर संपूर्ण लक्ष त्या चित्रपटाच्या प्रत्येक दृश्यावर केंद्रित करायचं.

यामुळे आपल्या मनातील अनावश्यक ताण दूर होईल.

सध्या अनेक लोक आम्ही मल्टिटास्किंग करू शकतो, असं सांगण्यात अभिमान बाळगतात. अर्थात यामुळे वेळेची कार्यक्षमता सुधारते; पण आपला मेंदू मल्टिटास्किंगसाठी विकसित झालेला नाही. त्यामुळे मल्टिटास्किंगमध्ये कदाचित ताणतणाव निर्माण होऊ शकतो. सावधगिरीने आपण एका वेळी एकाच कार्यावर लक्ष केंद्रित केलं, तर तणावविरहित आयुष्य आपण जगू शकू!

मानसिक क्लेशाने त्रस्त असलेली व्यक्ती सतत आपल्यावर बेतलेल्या प्रसंगाविषयीची नकारात्मकता, भविष्याची चिंता यांत गुरफटून जाते. अशा व्यक्तींना ही कला शिकवली, तर नक्कीच त्यांना ताणातून मुक्तता मिळेल. (This will remove unnecessary stress from your mind.)

७.४.५ आहार आणि व्यायाम

शारीरिक आरोग्याचं महत्त्व सर्वमान्य आणि सर्वपरिचित आहे. उत्तम शारीरिक आरोग्यासाठी योग्य आहार घेणं आवश्यक आहे हेही सर्वमान्य आहे. मानसिक आरोग्य हा तर या पुस्तकाचा विषयच आहे. आपण शारीरिक आरोग्य आणि आहाराबद्दल विचार करणार आहोत, कारण या दोन्ही गोष्टींचा परिणाम मानसिक आरोग्यावर होतो.

शरीर स्वस्थ नसेल तर मन तरी कसं स्वस्थ असणार ? एखाद्याला काही व्याधी असतील, त्याचे शारीरिक व्यवहार योग्य प्रकारे सुरू नसतील, त्याचं अस्तित्वच धोक्यात आलं असेल, त्याला वेदना होत असतील, तर ती व्यक्ती आनंदी कशी असणार ? ती चिडचिडी बनणार, आत्मविश्वास गमावून बसणार, तिच्यामध्ये न्यूनगंड निर्माण होणार! ती परिस्थितीला, दैवाला, इतरांना दोष

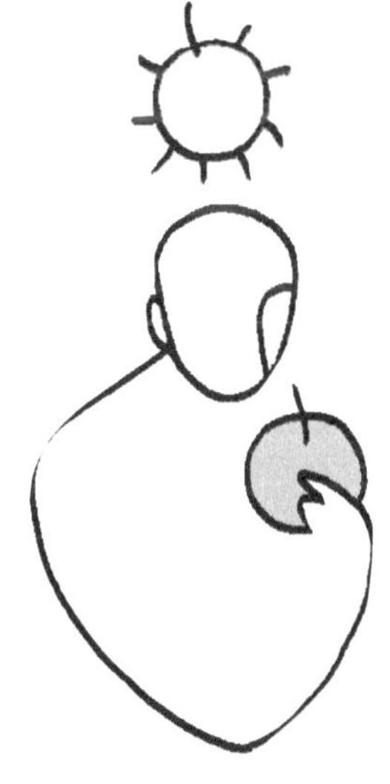

देणार; हे बरोबर नसलं तरी स्वाभाविकच म्हणावं लागेल. कुणाचा रक्तदाब आटोक्यात नसेल, रक्तशर्करा प्रमाणाबाहेर कमी अथवा जास्त राहत असेल, तर त्याचा परिणाम त्या व्यक्तीच्या वर्तनात, स्वभावावर होतो.

मानसिक प्रथमोपचार आणि शारीरिक स्वास्थ्य

मानसिक प्रथमोपचारात शारीरिक स्वास्थ्य चांगलं आहे की नाही, हे बघण्यासाठी सर्वप्रथम साधकाला शारीरिक तपासणी करण्यासाठी प्रोत्साहित केलं जातं. काही कमतरता आढळली तर त्याला वैद्यकीय सल्ला घेण्याचा आग्रह केला जातो.

पुढील चाचण्या केल्या नसल्यास त्या करण्याचा सल्ला दिला जातो.

- वजन, रक्तदाब (घरी तपासता येतं)
- रक्तशर्करा प्रमाण
- हिमोग्लोबिनचं प्रमाण
- जीवनसत्त्वे आणि क्षार प्रमाण : सर्वच जीवनसत्त्वे महत्त्वाची, तरीही सध्या बहुतेकांमध्ये विटॅमिन 'बी', 'डी', कॅल्शियम यांची कमतरता आढळते, म्हणून हे घटक तपासणं जरुरीचं असतं.
- हॉर्मोन्स : खरं तर सर्वच हॉर्मोन्स महत्त्वाचे आहेत; पण त्यांतही थायरॉइड, इन्सुलिन तपासणं अधिक महत्त्वाचं. साखरेचं प्रमाण योग्य असलं तरीही इन्सुलिनचं प्रमाण अधिक असेल, तर शारीरिक आणि मानसिक आरोग्याला धोका संभावतो आणि म्हणून या चाचण्या करण्याचा सल्ला दिला जातो.

साधक प्रमाणाबाहेर लठ्ठ असेल, तर त्या दृष्टीने उपचार करण्याबद्दल सल्ला दिला जातो. साधकाला काही समस्या असल्या, तर ते तज्ज्ञांची मदत घेत आहेत का, हे पाहणं आवश्यक ठरतं. म्हणून सर्व माहितीची नोंद करणं गरजेचं आहे. या व्याधींचा तिच्या मानसिक समस्येशी संबंध असल्यास त्यांवर उपचार करून घेण्याचा सल्ला दिला जातो.

आहाराचा संबंध मानसिक स्वास्थ्याशी

- आहार योग्य नसेल, तर शारीरिक स्वास्थ्य बरोबर नसण्याची खूपच शक्यता असते, मग त्याचा परिणाम मानसिक स्वास्थ्यावर होतो. आहारातील कर्बयुक्त पदार्थ, प्रथिनं आणि स्निग्ध पदार्थांचं योग्य प्रमाण असणं, हे जितकं महत्त्वाचं आहे. तितकंच महत्त्वाचं आहे विटॅमिन्स, मिनरल्स यांचं योग्य प्रमाण. शाकाहारी व्यक्तींमध्ये 'विटॅमिन बी'चं आणि बंदिस्त जागेत सर्वकाळ राहिल्याने बहुतेकांमध्ये 'विटॅमिन डी'चं प्रमाण कमी आढळतं. आजकाल अतिगोड पदार्थ, प्रोसेस्ड तयार पदार्थ यांचं सेवन प्रमाणाबाहेर वाढलं आहे. अशा अप्रमाणित आहारामुळे मानसिक समस्या बळावत आहेत का, हे बघावं लागतं. असे काही दोष, त्रुटी आढळल्यास त्याला योग्य वैद्यकीय सल्ला घेण्याबद्दल सांगितलं जातं.
- मानसिक स्वास्थ्यासाठी योग्य आहार आणखी एका प्रकारे महत्त्वाचा असतो. आपल्या

शरीरात कोणते हॉर्मोन्स तयार होतील, हे आहारावर अवलंबून असतं. थायरॉइड आणि इन्सुलिन ही महत्त्वाची हॉर्मोन्स आहेत, ती योग्य प्रमाणात नसल्यास त्यावर उपाययोजना करण्यास सांगितलं जातं.

व्यायाम

शारीरिक आरोग्यासाठी व्यायामाचं महत्त्व, त्याची गरज आणि त्याचे उपयोग सांगायची जरुरी नाही. कारण आपल्या प्रत्येकाला ते अगदी शंभर टक्के माहीत आहे. आपल्या वयाला, आपण करत असलेल्या कामाला योग्य व्यायाम काय आहे, हे एकदा जाणून घ्यायचं आणि तसा तो न चुकता करायचा. कारण फायदा आपलाच आहे.

परंतु विशिष्ट व्यायामांमुळे मानसिक आरोग्यासाठीही फायदा होतो. ताण आला असताना व्यायाम केल्याने (धावणं, बागेत चालणं) समस्येपासून आपलं मन (divert) बाजूला जातं. तसंच व्यायामामुळे शरीरात डोपामाइन, एंडॉर्फिन, सेरोटोनिन यांसारखे न्युरोट्रान्समीटर तयार होतात, ज्यामुळे सकारात्मक भावना (मूड) निर्माण होते.

मानसिक प्रथमोपचारात साधकाला व्यायामाचं महत्त्व सांगितलं जातं.

- आपलं आयुष्य उत्तमरीतीने जगण्याचा पाया चार घटकांवर अवलंबून आहे- वृत्ती, आहार, व्यायाम आणि मानसिक जडण-घडण.
- मनाची शांतता आणि स्थिरता साधण्यासाठी दीर्घ श्वसन, Relaxation, प्रार्थना, स्वयंसूचना, सकारात्मक विचारात रमणं हे उपाय प्रभावी ठरतात.

आठ कृती

(Eight Tasks)

प्रत्येक सत्राच्या शेवटी साधकाला एक हलकीफुलकी, सोपी, आनंददायी कृती करायला सांगितली जाते. या कृतीमुळे साधकाची मनःस्थिती सुधारते आणि काही काळ तरी साधक वेगळ्या वातावरणात रमतो.

सत्र १ : पहिली कृती (Task)

साधकाने आरशासमोर उभं राहायचं आणि स्वतःच्या प्रतिमेकडे बघत विविध पद्धतीने हसायचं

- जोरजोरात मोठ्याने आवाज करत हसायचं.
- तोंड बंद करून; पण मोठ्याने आवाज करत हसायचं.
- तोंड बंद करून; पण आवाज न करता अंग हलवत हसायचं.
- कोणीतरी भररस्त्यात धपकन पडलंय आणि आपल्याला हसू आवरत नाहीये, अशा पद्धतीने कोणालाही कळू न देता आपण हसतोय.
- तुमच्या आयुष्यात खूप काही तरी छान घडलंय म्हणून तुम्ही दिलखुलास हसा!
- पूर्वी तुमच्या बाबतीत जी काही विनोदी घटना घडली होती, ती आठवून मोठ्याने आवाज करत हसा.

या कृतीनंतरच्या साधकांच्या प्रतिक्रिया

'कितीतरी दिवसांत असं हसलो नव्हतो...'

'हसायचं तर मी विसरूनच गेले होते...'

'अगदी मोकळं मोकळं वाटतंय...'

'खूप दिवसांनी मी हसतोय. आपल्यावर काय प्रसंग आलाय आणि आपण हसतोय असं वाटायचं...'

'असंच मी रोज घरी करीन तर फार मजा येईल!'

'फार खप्पड दिसते आहे का मी, किती दिवसांनी मी आरशात बघितलं स्वतःला?'

काही क्षण साधकाला संकटकालीन परिस्थितीपासून दूर न्यायचं.

हसणं हे शारीरिक आणि मानसिक आरोग्यासाठी चांगलं असतं. हसण्यामुळे शरीरात लाभदायक संप्रेरके (Hormones) आणि न्युरोट्रान्समीटर्स उत्पादन होतं. त्यामुळे भावना बदलते आणि काही काळ तरी उत्साह राहतो.

पूर्वीच्या चांगल्या प्रसंगांची आठवण आत्मविश्वास वाढवतात.

सत्र २ : दुसरी कृती

साधकाला विचारलं की, 'तुमच्या आयुष्यातील महत्त्वाची व्यक्ती कोण आहे, जिला तुमच्याबद्दल सध्या काळजी वाटते, तुमचे पालक, तुमची मुलं किंवा मित्र किंवा इतर कोणतीही व्यक्ती! त्यांना तुम्ही लगेच फोन करायचा आणि त्यांना सांगायचं, वचन द्यायचं की, तुम्ही तुमची उत्तम प्रकारे शारीरिक-मानसिक देखभाल करणार आहात, त्यामुळे तुमची काळजी त्यांनी करू नये.'

या कृतीनंतरच्या साधकांच्या प्रतिक्रिया

एका साधकाने त्याच्या आईला फोन केला आणि सांगितलं, "आई, मला जाणवतंय की, सध्या तुला माझी खूप काळजी वाटतेय, पण मी तुला वचन देतो की, मी माझं शारीरिक आणि मानसिक आरोग्य उत्तम प्रकारे सांभाळायला सुरुवात केली आहे. मी लवकरच माझं पूर्ववत आयुष्य सुरू करीन. तू अजिबात काळजी करू नकोस."

फोन झाल्यावर म्हणाला, "आईला खूप आनंद झाला. ती म्हणाली, मी आज शांत झोपेन. ते ऐकून मलाही खूप छान वाटतंय. बहुतेक मलाही छान झोप लागेल.''

एका साधकाने त्याच्या अमेरिकेतल्या मुलाला फोन केला. या साधकाच्या बायकोच्या गंभीर आजाराचं निदान झालं होतं. "मी माझ्यावर बेतलेल्या संकटाला धीराने तोंड देत आहे. माझ्याबद्दल तुम्हांला काळजी वाटणं हे स्वाभाविक आहे. मी तुम्हांला आश्वासन देतो की, मी दोघांची उत्तम काळजी घेईन. व्यवस्थित खात जाईन. माझ्या तब्येतीची काळजी घेईन!"

या कृतीमागचा हेतू

बरेचदा आपल्या मनात काही कृती करण्याची इच्छा असते, पण अनेक कारणांनी आपण ती करत नाही. कधी 'स्व' म्हणजे 'इगो' आड येतो, तर कधी भावना आतल्या आत दाबून (inhibition) टाकल्या जातात. एखादा मतभेद झाला असल्यास, 'मी तर बरोबर होतो, मग मी का फोन करू? त्याने करायला पाहिजे,' असा विचार करतो. प्रश्न कोण बरोबर, कोण चूक हा नसून, तुम्हांला तो नातेसंबंध सुरळीत करणं महत्त्वाचं वाटतं का नाही, हा असतो. बहुतांशी अशा पुढाकाराचा परिणाम सकारात्मकच होतो.

शिवाय, दुसऱ्याला जेव्हा आपण प्रॉमिस देतो, तेव्हा ते पाळण्याची जबाबदारी आपली आहे असं मानतो आणि त्या दृष्टीने प्रयत्न करतो.

सत्र ३ : तिसरी कृती

आपण बऱ्याच वेळा आपल्याला काय नकोय हे बोलत असतो, मला हे आवडत नाही, मला असं व्हायला नकोय, आपण आपल्याला सतत काय नकोय हे सांगत असतो. त्यापेक्षा जर आपण आपल्याला काय हवंय तेच मागितलं, तर ते मिळण्याची शक्यता जास्त आहे.

या कृतीनंतरच्या साधकांच्या प्रतिक्रिया

एक साधक म्हणाला, "मी सतत दुसऱ्यावर भावनिकरीत्या अवलंबून असतो. मला दुबळं व्हायचं नाहीये."

"ओके, तर मग कसं व्हायचंय.?"

"मला कणखर व्हायचंय."

"तर मग तेच माग. काय हवंय हे समजल्याशिवाय तुला काय द्यायचं हे कसं कळेल?"

"मला मानसिकदृष्ट्या कणखर व्हायचंय"

"तर मग आतापासून रात्री झोपेपर्यंत तुला काय हवंय, फक्त तेच बोलायचं."

"फक्त रात्रीपर्यंत?"

"खरं तर या पुढे कायमच; पण सध्यातरी वायदा एका दिवसाचा. रात्री झोपायच्या आधी तुला दिवसभर काय वाटलं ते बघ..."

दुसऱ्या दिवशी तो म्हणाला, "मी खूप प्रयत्न केला; पण दोन-तीन वेळा तरी जे नको तेच बोललो."

"किती वेळा हवं तेच बोललास?"

"बऱ्याचदा!!!"

"मग म्हण, 'काल मी बऱ्याच वेळा हवं तेच बोललो.' सवय बदलायला थोडा वेळ लागेल पण बदलेल हे नक्की. आजपासून रोज सकाळी ठरवायचं, 'आज मी हवं तेच बोलेन!' एक दिवस तुझ्या लक्षात येईल की, तुला जे हवंय तेच तू बोलायला लागला आहेस."

"नक्की!!"

या कृतीमागचा हेतू

नकारात्मकता कमी करणे हा हेतू आहे.

आपला स्वतःशी सतत संवाद सुरू असतो. याला 'स्व-संवाद' (Self Talk) म्हणतात. या संवादाचा आणि तो सकारात्मक आहे का नकारात्मक आहे, याचा आपल्या सुप्त मनावर आणि मध्यमेंदूवर दूरगामी परिणाम होत असतो. मध्यमेंदू हा भाषाशास्त्रात पारंगत नसतो, त्याला नकारात्मक वाक्याचं व्याकरण कळत नाही, फक्त त्यामागील भावना कळते, जी नकारात्मक असते. म्हणून नेहमी काय नको, याचा विचार मनात न आणता काय हवं, याचा विचार करावा. स्वयंसूचना तंत्रात ज्याची चर्चा आपण केली आहे,

त्यातही हेच तत्त्व वापरलं आहे.

सत्र ४ : चौथी कृती

साधकाने त्यांच्या आवडीचं गाणं ऐकायचं आणि त्यावर डान्स करायचा किंवा चित्र काढायचं किंवा गाणं सुरू असताना तेच गाणं त्या गायकाबरोबर स्वत: मोठ्याने हातवारे करत गायचं.

या कृतीनंतरच्या साधकांच्या प्रतिक्रिया

सर्वसाधारणपणे तरुण साधक डान्स करणं पसंत करतात ; पण थोड्या मोठ्या वयाचे साधक मात्र गाणं म्हणतात. फार मोजके साधक चित्रं काढतात.

एका साधकाची मात्र वेगळी मागणी होती. एक महिला साधक एकाकीपणाच्या भावनेने त्रस्त होती, जीवन संपवण्याच्या गोष्टी करत होती. "मी रांगोळी काढू? मला फार आवडते. लहानपणी मी फार सुंदर रांगोळी काढायचे. गावात सगळेजण मला रांगोळी काढायला बोलवायचे. देवळात तर रोज संध्याकाळी मी रांगोळी काढायचे. पण गेली पन्नास वर्ष नाही काढली."

"का?"

"लग्न होऊन ज्या घरात आले, तिथं अंगण नव्हतं."

"पाटावर गेरू लावून काढायची, आज तुम्ही नक्की काढा!"

तिने खूप सुंदर रांगोळी काढली. मला हा एक संकेत मिळाला आणि तिच्या पुढच्या सर्व सत्रांमध्ये मी तिला रांगोळी काढायला सांगितलं.

सत्र संपल्यावर सहा महिन्यांनी ती भेटायला आली, तर खूप खूश होती. म्हणाली, "आता मला खूप ठिकाणी रांगोळी काढायला बोलावतात. माझे दिवस आनंदात जात आहेत. त्या दिवशीच्या कामगिरीमुळे मला एक दिशा मिळाली."

या कृतीमागचा हेतू

छंदाला प्रोत्साहन देऊन, समस्येवरील focus बदलून, त्यापासून मन दुसरीकडे वळविणे (divert), आत्मसन्मान कमी असणाऱ्या व्यक्तीला यामुळे आपण काही तरी उत्तम करू शकतो, असा विश्वास वाटणे.

सत्र ५ : पाचवी कृती

साधकाला सांगितलं, "तुमच्या आयुष्यातील महत्त्वाच्या किंवा तुम्हांला आवडणाऱ्या किंवा तुम्हांला नेहमी मदत करणाऱ्या तीन व्यक्तींना फोन करायचा, किंवा त्यांना प्रत्यक्ष भेटून हे सांगायचं की, तुमच्या आयुष्यातली त्यांची जागा खूप महत्त्वाची आहे. त्यांचे आभार मानायचे."

या कृतीनंतर साधकांच्या प्रतिक्रिया

एका साधकाने दुसऱ्या सत्रामध्येच सांगितलं, "मी माझ्या तिघा मित्रांना फोन करून एका कॉफी शॉपमध्ये बोलावलं आणि त्यांचे आभार मानले. खरं तर हे आधी केलं असतं तर मी एकटा आहे, माझ्यावर मोठं संकट आलंय, असं काही वाटलं नसतं. पण आलेल्या परिस्थितीने मी गांजलो होतो, खूप दिवस त्यांना भेटायचं टाळत होतो. भेटल्यावर त्यांना सगळं सांगितलं. आम्हांला आधी का नाही सांगितलंस, म्हणून ते माझ्यावर रागवलेही! मग हास्यविनोदांत आम्ही तीन तास मस्त गप्पा मारल्या. घरी गेल्यावर आनंदात होतो. झोपताना दुलई पांघरून झोपलो, जणू दुलई म्हणजे माझे ते तीन मित्र होते. आता मला अजिबात एकटं वाटत नाहीये."

या कृतीमागचा हेतू

काही वेळा साधक संकट आलं की, आपल्या माणसांना भेटायचं टाळतात आणि मग एकटेपणाच्या जाणिवेने ते अजून खचतात. साधकाला जाणीव करून द्यायची की, ते एकटे नाहीत, तर खूप लोक मदत करण्यासाठी तयार आहेत. त्यामुळे आपल्याला कोणाचा तरी आधार आहे, असं त्यांना वाटतं.

सत्र ६ : सहावी कृती

साधकाला सांगितलं की, "तुमच्या आयुष्यातल्या अशा तीन व्यक्ती आहेत, ज्यांची तुम्हांला माफी मागायची आहे. त्यांना पत्र लिहून तुम्ही माफी मागा. ते पत्र त्यांना फोनवर वाचून दाखवा किंवा प्रत्यक्ष द्या, किंवा पोस्टाने पाठवा."

या कृतीनंतरच्या साधकांच्या प्रतिक्रिया

एका साधकाने विचारलं, "ती व्यक्ती जिवंत नसेल तर?"

"तर पत्र लिहून त्या व्यक्तीची माफी मागा आणि त्या व्यक्तीच्या जवळची व्यक्ती आणि तुम्ही त्यांना ओळखताय अशा व्यक्तीला भेटून तुमच्या मनातली खंत सांगा."

साधकाने म्हटलं, "मी काल माझ्या जुन्या पण जवळच्या मित्राला भेटून पत्र दिलं. जवळजवळ चाळीस वर्षं आम्ही एका क्षुल्लक प्रसंगावरून एकमेकांशी संबंध तोडला होता आणि अधूनमधून मला त्याची खंत वाटत होती. आता मला मोकळं वाटतंय आणि गंमत म्हणजे, माझ्यासारखीच त्याची स्थिती होती. माझा मित्र मला परत मिळाला."

या कृतीमागचा हेतू

काही वेळा क्षुल्लक कारणासाठी आपण 'इगो'मुळे संबंध तोडतो. खरं तर आपल्याला

पुढच्या काळात त्याची खंत वाटत असते. आपली चूक आपल्या लक्षात येत नाही किंवा आली तरी माफी मागायची लाज वाटते.

सत्र ७ : सातवी कृती

साधकांना सहाव्या सत्राला सांगितलं, "सातव्या सत्राला येताना तुम्ही लग्न समारंभाला किंवा पार्टीला जाताना कसे तयार व्हाल, तसं तयार होऊन सत्रासाठी यायचं."

या कृतीनंतर साधकांच्या प्रतिक्रिया

"काल रात्रीपासून मला झोप नाही. इतकी मजा येत होती, विचार करताना. शेवटी सकाळी दुकानात जाऊन नवीन ड्रेस घेतला आणि काय सांगू, विसरले मी माझं दुःख"

"अंघोळ झाल्यावर लगेच तयार झाले. आता रात्रीपर्यंत बदलणार नाही."

"रोज मी अशीच राहणार."

"आत्मविश्वास वाटतोय."

"हा सूट माझ्या लग्नातला! मध्यंतरी जाडा झालो होतो. आता मात्र छान होतोय.''

या कृतीमागचा हेतू

चांगले कपडे घातले की, मन प्रसन्न होतं. स्वतःसाठी उत्तम जगायला हवं, हा एक सुप्त संदेश यातून मिळतो. आत्मसन्मान, आत्मविश्वास वाढतो. समस्येपासून लक्ष दुसरीकडे वळवता येतं (diversion) होतं.

सत्र ८ : आठवी कृती

सातव्या सत्राला साधकाला सांगितलं जातं की, 'आठव्या आणि शेवटच्या सत्राला येताना, दोन गोष्टींबद्दल तुम्हांला लिहायचं आहे.

तुम्ही स्वतःला पाच वर्षांनी कुठे बघत आहात? तुम्हांला तुम्ही पाच वर्षांत कसं व्हायला हवे आहात? यामध्ये शारीरिक, मानसिक, सामाजिक, आर्थिक, शैक्षणिक, नोकरी किंवा अजून कुठल्याही बाबींबद्दल लिहा.

तुमची फॅन्टसी (fantasy), अशक्य गोष्टींची कल्पना जी तुम्हांला माहीत आहे की प्रत्यक्षात घडणार नाही.'

या कृतीनंतरच्या साधकांच्या प्रतिक्रिया

एका साधकाने विचारलं, "मला अंतराळात विहार करायचा आहे आणि ढगावर बसून पृथ्वी बघायची आहे. पण हे कसं शक्य आहे?"

"शक्य नाही म्हणून तर फॅन्टसी (fantasy) म्हणायचं!"

"ओके! मला हे लिहायला फार आवडेल. याबद्दल मी खूप लिहू शकतो!"

"मग लिहा!"
"पण तुम्ही एकच गोष्ट सांगितली आहे!"
"मी एक असं कुठे म्हटलंय. तुम्हांला हवं तेवढं लिहा!"

या कृतीमागचा हेतू

'फॅन्टसी'मध्ये रमायला सगळ्यांना आवडतं. अशक्य गोष्टींत कल्पनेच्या भराऱ्या खूप असतात... त्यामुळे सर्जनशीलता वाढते. कल्पनेत जगताना एक मोहकता अनुभवता येतं. कधीतरी आयुष्य जगताना तोचतोचपणा आणि नीरस वाटतं, त्या वेळी कल्पनेच्या जगात रमणं आनंददायी होतं. काही वेळा 'फॅन्टसी' वाटतं ते दुसऱ्या रूपात प्रत्यक्षात आणता येतं.

या आठही कृतींमागचा उद्देश

- समस्येपासून चित्त वळवणे (diversion)
- मध्यमेंदूला सकारात्मक संदेश
- शरीरात फायदेशीर संप्रेरक (hormones) आणि न्युरोट्रान्समीटरचे उत्पादन
- स्वसन्मान आणि आत्मविश्वासात वाढ
- 'इगो'वर मात

लक्षात ठेवा...

- साधकाला एक हलकीफुलकी, सोपी, आनंददायी कृती करायला सांगणे.
- एक सत्रएक कृती (Task).
- प्रत्येक सत्राच्या शेवटी साधकासाठी एक-एक कामगिरी.
- साधकाचा मूड बदलेल आणि काही काळ का होईना तो वेगळ्या वातावरणात रमेल हा हेतू.

प्रकरण ९

गोल्डन मानसिक प्रथमोपचार योजनेची उपयुक्तता

(Golden Intervention PFA Program)

ज्यांना असं वाटतंय की, आपलं आयुष्य आपल्या हाती, दुःख विसरून येणाऱ्या आयुष्याला 'वेलकम' करायचं हेही आपल्याच हाती, त्या सर्वांना 'गोल्डन मानसिक प्रथमोपचार' योजना उपयुक्त आहे. मानसिक आघात असला आणि नसला तरीही उपयुक्त आहे, कारण....

गोल्डन मानसिक प्रथमोपचार योजनेची उपयुक्तता

- मानसिक आघातात मानसिक प्रथमोपचार कसं काम करतो, हे आपल्या लक्षात आलं असेल. पण खरं तर प्रत्येक छोट्या-मोठ्या त्रासदायक प्रसंगात, अगदी मानसिक आघात जाणवत नसतानासुद्धा आपली बरीचशी शक्ती नकारात्मक भावनांना हाताळण्यात खर्ची होते आणि त्या मनावर जखमेच्या स्वरूपात आपले ठसे मागे ठेवून जातात; आणि मग पुढच्या आयुष्यात ती जखम कुठल्या तरी स्वरूपात आपल्याला त्रास देते. नुसती त्याची आठवण आली तरी मनाला क्लेश होतात. म्हणून छोट्या-मोठ्या कोणत्याही तणावपूर्ण घटनेसाठी ही उपाययोजना वापरायला हवी. आणि मुख्य म्हणजे, एकदा का त्यातलं मर्म जाणलं की, मग आपली आपल्यालासुद्धा वापरता येते.

- कुठल्याही प्रसंगात आपल्याकडे दोन पर्याय असतात, उन्नती की अधोगती? कठीण परिस्थितीकडेही एक संधी म्हणून जर पाहिलं, तर स्वतःला पुन्हा शोधण्याची संधी आपल्याला मिळते, आपल्यातील ऊर्जेचा सुप्त स्रोत शोधण्याची संधी, स्वतःवर लक्ष केंद्रित करण्याची आणि आयुष्यात पुढे जाण्याची संधी. यासाठी एक होकायंत्र म्हणून या योजनेकडे आपल्याला पाहता येईल.

- कितीतरी वेळा आपलं आयुष्य छान सुरू असतं; पण का कोण जाणे, मनात मात्र भावनिक गोंधळ सुरू असतात. इतरांकडून आपलं कौतुक व्हावं, अशी आपली नेहमीच इच्छा असते. आपण त्यासाठी नेहमीच तहानलेले असतो, शिवाय प्रत्येक व्यक्तीने आपल्याशी आदराने वागलं पाहिजे, त्यांनी आपल्याला सन्मानाने वागवायला पाहिजे, अशाही अपेक्षा आपण बाळगून असतो.

- कित्येक वेळा काही कारणांमुळे आपल्यात न्यूनगंड निर्माण होतो आणि तो दुसऱ्यामुळे निर्माण झाला आहे, हे आपलं ठाम मत असतं. हा दोष कोणाचा आहे? ज्यांनी आपल्याला त्रास दिला त्यांचा, आपल्याला वाईट वागणूक दिली आहे त्यांचा की आपल्यावर कठीण परिस्थिती ओढवली म्हणून त्या परिस्थितीचा?

याचं उत्तर 'गोल्डन मानसिक प्रथमोपचार योजना' आपल्याला देते आणि कानाला पकडून सांगते की,

"बाबा रे, जेव्हा दुसरा कोणी तुला त्रास देतो, तो दोष तुझा नाही; पण जेव्हा तू त्याला बळी पडतोस आणि स्वतःचं नुकसान करून घेतोस, तो दोष मात्र संपूर्ण तुझा आहे!"

- संपादित असहायता (Learned Helplessness), एकटेपणाची भावना,

'फॅन्टसी'मध्ये जरा जास्तच रममाण होणं, नकारात्मक संवेदनशीलता, आत्मसन्मानाचा अभाव अशा बारीक-सारीक पण आपलं नुकसान करणाऱ्या बाबींवर मात करायला ही उपाययोजना एकदम बेस्ट!

- मानसिक वेदना, दुःख, वेदना, चिंता, भीती यांसारख्या ब्रह्मराक्षसांना ही 'गोल्डन मानसिक प्रथमोपचार योजना' आपल्या मनातून हुसकावून लावते.

- बालपणातील अप्रिय घटना, उगाचच वाटणारी उदासीनता, प्रदीर्घ काळ दुःख, तर्कहीन विश्वास, बिघडलेले झालेले संबंध, कमी लवचीकता, उच्च तणाव पातळी, स्वतःबद्दल चुकीच्या कल्पना, काही तरी गमावण्याची भीती, वास्तविक स्व-प्रतिमा आणि स्व-आदर्श (Real Self And Ideal Self) यांच्यातील विसंगती अशी आणि इतरही बरीच क्षेत्रं आहेत. 'गोल्डन मानसिक प्रथमोपचार योजना' यांसाठी उत्तम आहे.

- दारू, सिगारेट, ड्रग्ज यांसारख्या व्यसनांमुळे व्यक्तिमत्त्वात दीर्घकालीन बदल होऊ शकतात. सामाजिक आणि मानसिक पातळीवरदेखील व्यसन शरीराला हानी पोहोचवतात. अशी व्यक्ती गुन्हेगार बनण्याची मोठी शक्यता असते. म्हणून या गोष्टी टाळायला हव्यात. अर्थात व्यसनमुक्त होणं हा आपला निर्णय असतो आणि तो आपण घ्यायचा ठरवला तर 'गोल्डन मानसिक प्रथमोपचार योजना' आपल्याला मदत करते.

- सर्वात वाईट गैरवर्तन म्हणजे शारीरिक अत्याचार. पुरुष आणि स्त्रिया दोघांनाही याचा सामना करावा लागत असला, तरी शोषित महिला आणि मुलांची टक्केवारी प्रचंड आणि चिंताजनक आहे. शारीरिक शोषण हा फारच भयंकर प्रकार आहे. महिलांच्या बाबतीत घरगुती हिंसा ही लैंगिक अत्याचाराचं उत्तम उदाहरण आहे. घरातल्या व्यक्तींकडून किंवा नवऱ्याकडून लैंगिक छळ, कामाच्या ठिकाणी शारीरिक आणि भावनिक पातळीवर त्रास देणं हे तर बऱ्याचदा घडतं. लहान मुलं स्वतःचं संरक्षण करण्यास असमर्थ असल्याने अनेकदा शारीरिक अत्याचाराला बळी पडतात. परिणामी, व्यक्ती प्रामुख्याने उदास होऊ शकते. शारीरिकरीत्या अत्याचार झालेली व्यक्ती एकटेपणा, सामाजिक माघार आणि चिंता यांना बळी पडण्याची अधिक शक्यता असते. अशा लोकांमध्ये तीव्र वेदना, अपराधीपणा आणि निद्रानाशदेखील आढळून येतो. ते आत्महत्या किंवा स्वतःला हानी पोहोचवणारं वर्तन करू शकतात. अशा लोकांमध्ये डिसऑर्डर किंवा पोस्ट-ट्रॉमॅटिक स्ट्रेस PTSD असतो. या सगळ्यावर एक उत्तर आहे ते म्हणजे, गोल्डन मानसिक प्रथमोपचार योजना

मानसिक प्रतिबंधात्मक उपाय म्हणून मौल्यवान

शाळेत असताना दरवर्षी डॉक्टर येऊन देवीची लस, टायफॉईड, कॉलरा यांचं इंजेक्शन द्यायचे आणि मग पुढचे दोन दिवस सुजलेला हात घेऊन, विव्हळत शाळेवर आणि आईवर

आपण गुरगुरायचो. त्या वेळी आई सांगायची, पुढचे आजार नको असतील, तर हे इंजेक्शन घेणं गरजेचं आहे. शिवाय आपल्याला न आवडणाऱ्या पालेभाज्या, कारलं, दोडका आणि इतर बऱ्याच भाज्या पानात वाढलेलं खायलाच पाहिजे या तत्त्वावर एकेका पाण्याच्या घोटाबरोबर गिळायला लागायच्या. बटाट्याशिवाय जगात उत्तम भाजी असेल, यावर आपला अजिबात विश्वास नव्हता. संध्याकाळी देवाला नमस्कार आणि त्या वेळी श्द्धोक म्हणणं नित्याचं होतं. अर्थात ते असं म्हणायचं की, अगदी देव आला तरी आपण काय म्हणतोय, याचा त्याला पत्ता लागणार नाही. 'करायलाच पाहिजेत' या प्रकारात मोडणाऱ्या या सगळ्या गोष्टी कोणाच्यातरी धाकाने आपण मुकाट करत होतो, त्याचे फायदे मात्र आपल्याला मोठं झाल्यावर मिळायला लागले.

शारीरिक रोग न होण्यासाठी उत्तम खाणं, व्यायाम, बाहेरून आल्यावर हात-पाय धुणं, खाताना हात धुणं, रोगप्रतिकारक शक्ती वाढवणं हे उपाय केले जातात, तसं मनोबल वाढवण्यासाठी काय करता येईल?

मानसिक आरोग्याचे मुख्य सहा घटक मानले जातात

१. स्व-स्वीकार, स्वसन्मान

२. वैयक्तिक विकास

३. जगण्यातला हेतू

४. परिस्थितीवर मात

५. स्वायत्तता

६. इतरांबरोबर सकारात्मक संबंध

या सर्व बाबींमध्ये आपलं मनोबल वाढवायचं कसं? मानसिक प्रतिबंधात्मक उपाय करून आणि तेही जेव्हा आपल्या आयुष्यात सगळं सुरळीत सुरू असतं तेव्हा. पण होतं असं की, आपण जेव्हा आनंदी असतो किंवा आपलं सर्व छान चाललंय असं वाटतं, तेव्हा या सर्व खटाटोपाची गरज वाटत नाही आणि आपण गाफील राहतो.

मनोबल वाढवण्यासाठी गोल्डन मानसिक प्रथमोपचाराची मदत

- आपलं आध्यात्मिक कौशल्य, भावनिक कौशल्य वाढवतं.
- आपल्याला मानसशास्त्राची तोंडओळख करून देतं.
- सकारात्मकता म्हणजे काय, हे शिकवतं.
- आपली विचार करण्याची पद्धत कशी असायला हवी हे सांगतं.
- सर्जनशील विचारशक्ती (Creative Visualization) वाढवणं, स्वयंसूचना यांसारखी तंत्रं शिकवतं.
- योग, प्राणायाम यांचं महत्त्व पटवून देतं.

- 'फिश! फिलॉसॉफी,' बुद्धिबळ एक खेळ.

यासारख्या तंत्रांचा वापर मनोबल वाढवण्यासाठी करावा.

ही यादी पूर्ण नाही. एका वाक्यात सांगायचं झालं तर असं म्हणता येईल की, गोल्डन मानसिक प्रथमोपचार योजना आपल्याला उत्तम जगण्याचा मार्ग दाखवते, आपला हात धरून त्या मार्गावरून चालत नेते. यामुळे आपल्या जीवनशैलीत निश्चित बदल घडतो हे नक्की!

आणि मग आपण येणाऱ्या परिस्थितीला स्वीकारायला, वेळप्रसंगी लढायला सतत तयार असणार आहोत.

चला तर मग
आपलं मानसिक स्वास्थ्य उत्तम करू या!
कारण...
Stitch in time saves nine
या उक्तीला धरून आयुष्याची वाटचाल करू या

- मानसिक प्रथमोपचार अनेक प्रकाराने उपयुक्त असतात.

- कुठल्याही प्रकारच्या मानसिक आघातात, मानसिक क्लेश कमी करण्यासाठी, उद्भवणाऱ्या नकारात्मक भावनांचा निचरा करण्यासाठी ही योजना प्रभावशाली ठरते.

- मानसिक वेदना, दुःख, चिंता, भीती यांसारख्या ब्रह्मराक्षसांना ही योजना आपल्या मनातून हुसकावून लावते.

- कठीण प्रसंगात आपल्याकडे दोन पर्याय असतात-उन्नती की अधोगती? ही योजना आपला हात धरून उन्नतीच्या मार्गावरून आपल्याला चालत नेते.

- कठीण परिस्थितीकडेही एक संधी म्हणून जर पाहिलं, तर स्वतःला पुन्हा शोधण्याची संधी आपल्याला ही उपचार पद्धती देते.

- आपल्यातील ऊर्जेचा सुप्त स्रोत शोधण्याची संधी. स्वतःवर लक्ष केंद्रित करण्याची आणि आयुष्यात पुढे जाण्याची संधी. यासाठी एक होकायंत्र म्हणून या योजनेकडे आपल्याला पाहता येईल.

- छोट्या-मोठ्या कोणत्याही तणावपूर्ण घटनेसाठी ही उपाय योजना वापरायला हवी आणि मुख्य म्हणजे, एकदा का त्यातलं मर्म जाणलं की मग आपली आपल्यालासुद्धा वापरता येते.

- मानसिक प्रथमोपचार योजना एक मानसिक प्रतिबंधात्मक उपाय म्हणून खूप मौल्यवान आहे.

प्रकरण १०

केस स्टडी
उर्मिला
(Case Study-Urmila)

आत्तापर्यंत आपण मानसिक प्रथमोपचाराची प्रत्येक पायरी अतिशय सविस्तरपणे, तपशीलवारपणे बघितली. अगदी बारीक-सारीक गोष्टीही त्यांत टिपल्या. या प्रकरणात आपण एक केस स्टडी बघू या. साधक उपचारासाठी आल्यावर त्याचा केस पेपर तयार करणं यापासून त्याच्या उपचाराचा शेवटचा दिवस, या सगळ्या पायऱ्या कशा हाताळता येतील याची सविस्तर माहिती घेऊ या.

केस पेपर
(ऊर्मिला)

७ मे, २०१८
केस पेपर

नाव	: ऊर्मिला
वय	: ४२ वर्षं
लग्नाच्या वेळी वय	: १९ वर्षं
आईवडील	: दोघेही हयात
भावंडं	: दोन बहिणी, एक भाऊ
स्थान	: पंजाब, सध्या वास्तव्य-महाराष्ट्र, पुणे
मुलं	: मुलगा (वय १७), मुलगा (वय १४)
व्यवसाय	: लग्नापूर्वी मॉडेलिंग, लग्नानंतर होम मेकर

पतीची माहिती

नाव	: सुरेश
वय	: ५२ वर्षं
लग्नाच्या वेळी वय	: २९ वर्षं
आईवडील	: आई- हयात, वडील- तीस वर्षांपूर्वी निधन
भावंडं	: नाहीत
राहण्याचं ठिकाण	: पंजाब
व्यवसाय	: स्वतःचा बिझिनेस

समस्येचे वर्णन

लग्नाला तेवीस वर्षं झाली होती. सगळं कसं छान सुरू होतं. सुरेशचा यशस्वी बिझनेस, त्यामुळे आर्थिक सुबत्ता! सासू, पती आणि दोन मुलं यांत ऊर्मिला अगदी व्यग्र होती. लग्नानंतर मॉडेलिंग सोडलं, याची जराही खंत तिला नव्हती. मैत्रिणींना ती म्हणत असे, ''मी अगदी स्वर्गसुख अनुभवत आहे. I am on cloud nine.''

आणि एके दिवशी तिला कल्पना नसताना अचानक सुरेश तिला म्हणाला, ''मला घटस्फोट हवाय.''

'...!'

ती नुसती त्याच्याकडे बघतच राहिली. स्वतःला सावरत कशीबशी म्हणाली, ''काय म्हणालास?

''हो!''

''पण का? आपला संसार तर सुखाने चालला आहे.''

''असं तुला वाटतं? आरशात बघ आधी स्वतःकडे! सुटलेलं शरीर, मला अगदी किळस येते तुझी.''

''तुझं दुसऱ्या बाईबरोबर अफेअर सुरू आहे?''

''माझं तिच्यावर प्रेम आहे आणि मला तिच्याशी लग्न करायचं आहे. अर्थात, यात फक्त आणि फक्त तुझी चूक आहे. मला काय हवंय हे तुला कधीच समजलं नाही.''

ऊर्मिलासाठी हा एक अनपेक्षित क्षण होता. आपल्या पतीचं दुसऱ्या स्त्रीवर प्रेम आहे आणि त्यासाठी ती जबाबदार आहे, हे ऐकून तिचा स्वतःवरचा विश्वास उडाला. ती लठ्ठ झाली होती हे खरं होतं; पण म्हणून ती त्याला आवडेनाशी झाली?

नंतर काही दिवस दोघांमधली भांडणं, वाद विकोपाला गेले. रोज तिला शिवीगाळ करताना तो म्हणायचा की, कोणताही पुरुष तिच्याकडे आकर्षित होणार नाही.

''मी तुमची सगळी काळजी घेईन. तू, मुलं याच घरात राहा; पण मी तिच्याशी लग्न करून तिलाही याच घरात आणणार आणि मग त्यानंतर तू काही तमाशे किंवा तिच्याशी भांडणं केलीस तर मात्र मी तुला घराबाहेर काढीन!''

''आई?''

''तिला हे सर्व मान्य आहे.''

''म्हणजे मी उघड्या डोळ्यांनी तुमचा दुसरा संसार बघू?''

''तो तुझा प्रश्न आहे. तुला मान्य नसेल तर तू घराबाहेर जा. पण मी त्यासाठी तुला काहीही पैसे देणार नाही.''

''मग मी तुम्हांला घटस्फोट देणार नाही.''

''नको देऊस. मी तिला लग्नाशिवाय इथं राहायला आणीन!''

आणि त्याने ते खरं करून दाखवलं. त्याने आपल्या मैत्रिणीला घरी राहायला आणलं. ऊर्मिलासमोर दोन पर्याय होते– तिला स्वीकारायचं किंवा घर सोडायचं. तिने दुसरा पर्याय निवडला. मुलांसह तिने घर सोडलं आणि माहेरी राहायला आली. आईवडिलांनी तिला पूर्ण पाठिंबा दिला.

अस्वस्थ रात्र आणि वाईट विचारांनी भरलेल्या, हताश मनाने काही काळ गेल्यावर तिने

ठरवलं, नवऱ्याला खोटं ठरवायचं. त्याला दाखवून द्यायचं की, आपल्यातला आकर्षकपणा अजिबात कमी झालेला नाही, अजूनही ती हव्या त्या पुरुषाला आकर्षित करू शकते. ऊर्मिला सुडाने इतकी पेटून उठली की, सारासार बुद्धी गमावून बसली. आता फक्त ध्यास उरला त्याला दाखवून देण्याचा की, ती अजूनही पुरुषांना हवी आहे. तिने ऑनलाइन शोध घेतला. तिला काही साइट्स सापडल्या, ज्याद्वारे ती अनेक उत्सुक पुरुष सदस्यांशी जोडली गेली; वयाचे निकष वगळता.

ती वेगवेगळ्या वेळी वेगवेगळ्या पुरुषांना भेटत राहिली. कालांतराने भावना चेतवणारे कपडे, भडक मेकअप, मद्यपान, सिगारेट तिचे साथीदार झाले. मधल्या काळात तिच्या आईवडिलांनी तिला समुपदेशन द्यायचा प्रयत्न केला, पण त्याचा उपयोग झाला नाही. आईवडिलांचा ती करत असलेल्या वागणुकीला विरोध असल्यामुळे तिने घर सोडलं आणि पुण्याला येऊन राहिली. मुलांना मात्र तिच्या वडिलांनी तिच्याबरोबर पाठवलं नाही.

तिच्या आयुष्यात बऱ्याच व्यसनांनी प्रवेश केला. सुरेशने घटस्फोटाचा अर्ज केला. त्याने तिच्या वर्तणुकीचे असे काही पुरावे गोळा केले की, त्याला घटस्फोट सहज मिळाला.

या मधल्या काळात झोपेच्या गोळ्यांची तिला सवय लागली. पतीवर सूड घेण्याच्या नादात तिने स्वतःला निराशेच्या गर्तेत लोटलं. तिला नीती-अनीती यांतला फरक कळेनासा झाला. ही तिची वाटचाल तिला अधोगतीकडे घेऊन जात होती.

असेच सात महिने झाले आणि एके दिवशी अचानक तिची मुलं पुण्याला आली. घराला कुलूप होतं. आपल्या आईची वाट बघत मुलं दारात बसून राहिली. संध्याकाळी ती एका पुरुषाला भेटून घरी परतली, तेव्हा आपल्या आईला अशा अवतारात बघून मुलं हताश झाली. त्यांनी आईकडे ज्या नजरेने पाहिलं, त्यातला विखार, असहायता तिला जाणवली. तिला त्यांच्या नजरेत तिच्याबद्दल अनादर जाणवला आणि नेमका हा क्षण तिला सावरायला कारणीभूत ठरला.

ती दुसऱ्या दिवशी सकाळी उठली आणि आरशासमोर उभी राहिली, तेव्हा तिलाच ती ओळखू येईना!

"ही कोण? मी?"

हाता-पायाला कंप सुटला, मटकन खाली बसले, धाय मोकलून रडायला लागले. मुलांनी तिला सावरलं.

तिला उमगलं की, पतीचा सूड घेण्याच्या प्रयत्नात तिने स्वतःच्या मूल्यांचा आणि विवेकाचा त्याग केला आहे. ऊर्मिलाची अवस्था फार वाईट होती. मानसिक क्लेशाने ती पीडित होती आणि ही परिस्थिती कशी हाताळायची, हे तिला माहीत नव्हतं. पण तिला नक्कीच या परिस्थितीतून बाहेर यायचं होतं आणि हे माझ्यासाठी महत्त्वाचं होतं.

ती आली, मला सगळं सांगितलं. जवळजवळ साडेतीन तास ती बोलत होती. मला हवी

असलेली माहिती मी तिला विचारली.

"मी जेव्हा स्वतःला आरशात बघितलं, तेव्हा मला मी कशी दिसले? डोळे भकास, चेहरा सुजलेला, अस्ताव्यस्त कपडे, भडक मेकअप, सुटलेलं शरीर... एकेकाळची नावाजलेली मॉडेल आज या रूपात? काय करून घेतलं मी स्वतःचं! त्याला धडा शिकवायच्या नादात अक्षरशः मी स्वतःचं पोतेरं केलं होतं."

ती रडत-रडत सांगत होती.

मायेने तिला थोपटत, तिचे हात माझ्या हातात घेऊन मी तिला म्हटलं,

"तुला यातून बाहेर यायचं आहे, तर तू नक्की बाहेर येशील. मुलांना त्यांची पूर्वीची आई मिळेल, हा मला विश्वास आहे."

"अगदी खरं?''

"तुला तू पूर्वीसारखी हवी आहेस ना?"

"खात्रीने?"

" हो, खात्रीने, पण त्यासाठी मी तुला जे सांगीन ते करशील?"

"नक्की करीन. मला माझ्या मुलांना गमवायचं नाहीये, पण मी होईन का तशी?"

"नक्की, तुला तू हवी तशी बनवणं हे फक्त तुझ्याच हातात आहे. मी तुझा हात धरून तुला हव्या असलेल्या वाटेवरून चालत नेईन."

तिचे डोळे भरून आले.

"असं झालं तर मला पुनर्जन्म मिळाला असं समजेन!"

"घरी गेल्यावर मुलांशी बोल. तुझी चूक त्यांना सांग, त्यांची माफी माग आणि त्यांना आश्वासन दे की, तू पूर्वीसारखी नक्की होणार आहेस."

ऊर्मिलाने मान डोलावली. म्हणाली, "हे मी नक्की सांगीन. वडिलांना खूप आनंद होईल. मागील काही महिने ते नीटसे झोपलेही नसतील."

"मुलांची आणि त्यांची माफी माग. खूप त्रास झाला असेल त्यांना! तुला आधार दिल्याबद्दल त्यांचे आभारही मान. मुलांचेसुद्धा."

"नक्की करीन. खूप त्रास दिला मी त्यांना. जेव्हा मी घर सोडलं, तेव्हा आयुष्य एकटीने कसं काढायचं हे मला माहीत नव्हतं. माझी स्वप्नं धुळीला मिळाली होती. माझ्याकडे पैसे नव्हते. दोन मुलांना एकटीने आधाराशिवाय कसं वाढवायचं हे मला माहीत नव्हतं आणि ते माहीत करून घ्यायची माझी मनःस्थिती नव्हती. फक्त आणि फक्त सुडाने माझं मन व्यापलं होतं, तोच एक विचार प्रबळ होता. नवऱ्याने माझी निर्भर्त्सना करून मला नाकारलं. मला त्याला दाखवून द्यायचं होतं की, मला गमावून त्याने त्याचं कसं नुकसान करून घेतलंय.

"वडिलांनी माझ्या नावावर पंचवीस लाख बँकेत जमा केले, त्यादिवशी माझी मान

शरमेने झुकली. माझ्या वयाच्या बेचाळिसाव्या वर्षीही वडिलांवर मी माझा भार टाकला. या वयात तर मी त्यांना पैसे द्यायला हवेत. मी त्यांचा आधार बनायला हवा. ही गोष्ट मनाला फार लागली. पण हे सगळं आता वाटतंय, तेव्हा फक्त सुडाची भावना होती.

'त्यानंतर वडिलांनी मला समुपदेशनासाठी तीन जणांकडे नेलं. पण त्यांनी मला सल्ला दिला. ते मला सांगायचे की मी कुठं चुकत आहे आणि मी काय करावं; पण मी हे ऐकायच्या मन:स्थितीत नव्हते. शिवाय नातेवाईक, मैत्रिणी यांच्याकडून मला रोज उलट-सुलट सल्ले मिळत होते. माझं सांत्वन करण्याच्या उद्देशाने घरात माणसांची रीघ लागली. प्रत्येकाला वाटत होतं की, मी पीडित आहे, माझ्यावर आकाश कोसळलंय आणि त्यातून मला सावरण्याची जबाबदारी त्यांची आहे. कोणाच्याच हे लक्षात येत नव्हतं की, मानसिकदृष्ट्या माझं खच्चीकरण झालंय. मी त्रासात आहे. मी प्रचंड दु:खात आहे. मला सहानुभूतीची किळस यायला लागली. माझ्या मनात सुडाचं द्वंद्व पेटलं होतं. मी एका वेगळ्याच ध्रुवावर होते. मनाची शांतता गमावली होती.

'सतत विचार सुडाचा. मला जगणं नको वाटत होतं. निव्वळ त्याला धडा शिकवायचा आणि मग जीव द्यायचा, हा माझा प्लान होता. मला समजून घेणारं कोणीतरी मला हवं होतं. मी आशा गमावली होती. मी कोणाच्याही मदतीशिवाय चांगलं आयुष्य जगू शकेन, असा विश्वास हवा होता. आता मला माझी लाज वाटतेय. सूड घेण्याच्या नावाखाली मी अशी वागले की, मला शरमेने जीव द्यावासा वाटतोय. मला माहीत नाही की, तुम्ही मला यातून बाहेर काढू शकाल की नाही; मला तरी अशक्य वाटतंय... मी अशीच राहणार का? सगळे माझ्याकडे तिरस्काराच्या नजरेने बघतात. मी परत, ताठ मानेने जगू शकेन? शक्य आहे?"

"नक्की आहे. मी तुझ्या प्रश्नावर तोडगा नाही काढू शकत, मी तुला सल्लाही देणार नाही. तुला तुझ्या मानसिक स्थितीतून बाहेर काढण्याचा मी प्रयत्न करणार आहे. त्यानंतर तुझा निर्णय तुलाच घ्यावा लागेल. तुझ्यासाठी योग्य काय, हे मी नाही ठरवू शकत. खरं तर आपल्याकडे ही शक्ती असते. तुझ्याकडेही आहे. प्रत्येकाकडे चांगलं आयुष्य घडवण्याची सामग्री असते."

"माझ्याकडेही?"

"हो! तुझ्याकडेही. मला सांग, तुझ्याकडे एक निकोप मन आहे? तुला शारीरिक व्याधी, मानसिक व्याधी आहेत? तुझी पंचेंद्रियं (All Five Senses) धड आहेत. तुला चांगल्या-वाइटातला फरक कळतो? तुझ्याकडे राहायला छप्पर, खायला अन्न आहे? तू श्वास घेऊ शकतेस? तुला आईवडील, मुलं यांचा आधार आहे? ते तुझ्यावर प्रेम करतात? तू वाईट स्थितीत असलीस तर त्यांना दु:ख होतं?"

"हो, हो आणि हो."

"नवऱ्याने नाकारलं असं तुला वाटतंय; पण सगळ्या तुझ्या या प्रेमाच्या माणसांनी तुला

नाकारलंय का?''

"तो सोडला तर मी सगळ्यांना हवी आहे."

"तर मग खात्री बाळग, प्रयत्नपूर्वक तू उत्तम आयुष्य जागू शकशील यासाठीची सगळी सामग्री तुझ्याकडे आहे. ऊर्मिला, तू खूप लकी आहेस. जन्मापासून तुझ्याकडे एक निरोगी शरीर आणि मन आहे. तुला तुझी काळजी घेणारे आईवडील आहेत, एक संस्कारी घर आहे."

"पण मग माझी अशी स्थिती का झाली?"

"कारण तू मानसिक आघाताने कोलमडून गेली होतीस, गोंधळलेली होतीस. अशा वेळी खरं तर आपण आपल्याला जाणवणाऱ्या वेदनेवर तोडगा काढायला हवा; पण आपण नेमकं उलट करतो. आपण परिस्थितीवर तोडगा काढायला जातो. जेव्हा मन स्थिर असतं, शांत असतं, जेव्हा सारासार विवेकबुद्धी जागृत असते, तेव्हा काढलेला तोडगा हा योग्य असतो. तुला दुःख झालं, तू निराश झालीस, भविष्याच्या चिंतेने तू त्रस्त झालीस; पण यापेक्षाही तू सुडाने पेटून उठलीस. म्हणून ही भावना जास्त प्रबळ ठरली."

"हं, असंच झालं असावं!"

"तुझ्या मनाचा समतोलपणा तू तात्पुरता भ्रष्ट केला आहेस. मात्र तू यावर प्रयत्नपूर्वक मात केली नाहीस, तर मात्र ही सुडाची भावना सतत जागृत होईल. म्हणून सध्या आपण तुझी मानसिक स्थिती पूर्ववत येण्यासाठी काम करणार आहोत. अर्थात, तुला यासाठी प्रयत्न करावे लागतील. शारीरिक दुखापतीवर आपल्याला औषध घेणं आणि पथ्यपाणी करणं याशिवाय फारसं काही करावं लागत नाही. तसं मनाचं नसतं. त्यामध्ये तुझा सक्रिय सहभाग फार महत्त्वाचा असतो. किंबहुना माझ्याहीपेक्षा तुला जास्त प्रयत्न करायचे आहेत. मी फक्त मार्ग दाखवणार. मार्ग सोपा आहे, पण चिकाटीचा आहे. योग्य-अयोग्य यांतला फरक सगळ्यांना कळतो; पण आता मी यापुढे चांगलं वागीन असं नुसतं म्हणून भागत नाही, तर त्यासाठी जाणीवपूर्वक प्रयत्न करावे लागतील. आहे तुझी तयारी?"

"तुम्हांला वाटतं का, की मला जमेल?"

"शंभर टक्के. त्यासाठी आवश्यक असतात, ते मानसिक प्रथमोपचार. मी तुला मानसिक प्रथमोपचार देणार."

मी तिला ही संकल्पना समजावून सांगितली.

"मी जमवीन; पण मी सिगारेट नाही सोडणार. मला फार आवडतं धूर काढायला. असं वाटतं जणू मी सगळ्यांवर राज्य करत आहे. माझा आत्मविश्वास त्यावर टिकून आहे."

"नको सोडूस. पण दारू?"

"कठीण आहे; पण प्रयत्न करीन!"

"चालेल!"

"तर मग मी तयार आहे. मी दारू सोडणार नाही, पण कमी प्रमाणात घेईन. कदाचित

पूर्ण सोडेन; कारण मला माझ्या मुलांचा उत्तम सांभाळ करायचा आहे. मी खूप जिद्दी आहे. एकदा ठरवलं की ठरवलं."

"गुड!! या विचाराने तू लवकर योग्य मार्गावरून चालायला सुरुवात करशील हे नक्की."

"तुम्ही सांगाल ते ते मी करीन."

"सिगारेट न सोडता..." मी हसतहसत म्हटलं.

त्यावर ती मजेशीर मान डोलावत म्हणाली, "कदाचित..."

"सोडीनही! बरोबर?" मी वातावरण हलकं करायचा प्रयत्न केला.

"करेक्ट!" मजेशीर हावभाव करत ती म्हणाली.

"No problem, your decision. तर मग ऊर्मिला, स्वतःला तू एक महिना दे. मुलांना आईवडिलांना वचन दे की, एक महिन्याने त्यांना वेगळी ऊर्मिला बघायला मिळणार आहे."

"मला आताच खूप छान वाटतंय!"

"मी तुला आपली 'गोल्डन मानसिक प्रथमोपचार योजना' समजावून सांगते. सरबत घेऊ या का? म्हणजे थोडी तरतरी येईल. खूप मोठा पल्ला गाठायचाय आपल्याला; एनर्जी हवी, खरं ना?"

"होय तर.... मी करू का सरबत? चालेल...?"

"पळेल. फ्रीजमध्ये लिंबू आहेत आणि माझ्या सरबतात साखर नको घालूस."

"ओके!"

ती सरबत करताना गाणं गुणगुणत होती.

"ऊर्मिला, छान गातेस."

"किचन सिंगर आहे मी!"

"बाथरूम सिंगर ऐकलं होतं. किचन सिंगर?"

"मला स्वयंपाक करायला आणि त्या वेळी गाणी म्हणायला प्रचंड आवडते. माझ्या नकळत मी म्हणायला लागते. I am an excellent cook."

"तुझ्या चालण्यात एक ग्रेस आहे. मला वाटतं, तुला नाचायला आवडत असेल?"

"प्रचंड!"

"सरबत पिऊन झालं की, आपण दीर्घ श्वसन आणि प्रार्थना करू या."

"ओके! पण काही विशेष कारण?"

"दीर्घ श्वसनामुळे मन शांत होईल आणि कुठल्याही चांगल्या कामाची सुरुवात प्रार्थनेने करावी. तुझं काय म्हणणं आहे!"

तिने मान डोलावली.

"प्रार्थना झाल्यावर लगेच डोळे नको उघडूस. तुला वाटेल तेव्हा उघड, प्रार्थनेमुळे प्रसन्न

झालेल्या वातावरणाचा अनुभव घे!"

आम्ही दोघींनी दीर्घ श्वसन केलं. तिला येत असलेली एक प्रार्थना म्हटली. त्यानंतर जवळ-जवळ दहा मिनिटं ती डोळे मिटून शांत बसली.

त्यानंतर डोळे उघडून म्हणाली, "प्रार्थना म्हटली की शांत का वाटतं."

मी तिला प्रार्थनेची किमया समजावून सांगितली.

"मला खूप एकटं-एकटं वाटतंय. काय करू अशा वेळी?"

"ऊर्मिला, तू एखादा गोंडस कुत्रा घेतेस का सोबत म्हणून?"

"खरंच घेऊ? माझ्या मनात कित्येक वर्ष आहे."

"खरंच घे; आणि पुढच्या वेळी येशील तेव्हा त्याला बरोबर घेऊन ये!"

"चालेल तुम्हांला?"

"येस! मी त्याला एक कामगिरी देणार आहे, तुझी काळजी घेण्याची!"

"तर मग आजच घेते."

"आणि तुला दोन सोप्या प्रश्नावली देणार आहे. पुढच्या सत्राला भरून आणशील? आणि प्रामाणिकपणे भर. कारण त्यावरून मला हे कळणार आहे की, तुला कशा प्रकारच्या आधाराची गरज आहे. चालेल ना?"

"मी नक्की प्रामाणिकपणे भरीन; कारण मला लवकर यातून बाहेर पडायचं आहे."

ऊर्मिला आता बरीच शांत झाली होती. आमचं कॉफी सत्र, गप्पा, दीर्घ श्वास आणि Relaxation, एकत्रित केलेली प्रार्थना आणि हळुवार केलेल्या स्पर्शाची ती किमया होती.

प्रश्नावली : ऊर्मिलाच्या मानसिकतेचा अंदाज घेण्यासाठी तिला २३ प्रश्न विचारण्यात आले. (पुढील पानावर पाहा)

१. **तुम्हांला वाटते का, की ही परिस्थिती अनपेक्षित होती ?**

माझ्या पतीने मला सांगितलं तोपर्यंत खूप! माझं वैवाहिक आयुष्य इतरांप्रमाणे चाललं होतं किंवा किमान, मला असं वाटत होतं. थोडा वाद होत होता तरीही, माझ्या मनात कधीही असा विचार आला नाही की, माझ्या जोडीदाराच्या आयुष्यात दुसरी स्त्री असेल. हा मला खूप मोठा धक्का होता. मी खूप खचून गेले. जणू मला कोणीतरी कड्यावरून लोटून दिलं आहे.

२. **आयुष्यात काही गमावण्याची तुम्हांला भीती वाटते का ?**

हो अगदी. मला खूप भीती वाटते की, मी माझी मुलं गमावली आहेत, त्यांना माझ्याबद्दल आदर उरला नाही. वाटतं, माझ्यापुढे मरून जाण्याशिवाय पर्याय नाही. मी माझी खूप वाईट स्थिती करून घेतली आहे. समाज माझा तिरस्कार करेल. सगळं हरवलंय... नाती, आदर, सन्मान! असं वाटतंय, मी मला गमावलंय.

३. **या आघातातून बाहेर आल्यानंतर सुंदर आणि अर्थपूर्ण जीवन जगण्याची क्षमता आहे असं तुम्हांला वाटतं का ?**

माझं आयुष्य सुंदर बनवण्यासाठी मला आयुष्यभर दुसऱ्या कुणाचा आधार मिळाला तर हो! माझ्या माणसांनी मला टाकलं तर... शिवाय मी एकटी जगू शकेन का ? तरीही, जर कोणी माझी काळजी घेईल, मला आत्मविश्वास देईल, माझ्या पाठीशी उभं राहील, मला आशा देईल, मला भावनिक आणि मानसिक आधार देईल, तरच मी आयुष्य जगू शकेन. त्यांच्या आधारे मी उत्तम जगून दाखवेन. ते सुंदर आणि अर्थपूर्ण असेल की नाही, मला खात्री नाही. मला वाटतं की, मी माझ्या क्षमतेवरील विश्वास गमावला आहे. मी एकटी काहीही करू शकणार नाही.

४. **तुम्ही तुमच्या शारीरिक, भावनिक, मानसिक, आध्यात्मिक आणि सामाजिक पैलूंबाबत सध्या ज्या स्थितीत आहात, त्याबद्दल तुम्ही समाधानी आहात का ?**

शून्य टक्के! आता माझ्या लक्षात आलंय की, माझ्या आयुष्यात मी सगळं बिघडवून टाकलं आहे. सगळ्या गोष्टी विस्कटल्या आहेत, खराब झाल्या आहेत. सूडबुद्धीने मी स्वतःला थकवलं आहे. मी कशी होते आणि आता कशी झालेय.

लग्नाआधी मी मॉडेलिंग करिअरमध्ये असताना मी सडपातळ, सुंदर होते, सगळ्यांना मी हवीशी होते. मी माझं जीवन अनेक आघाड्यांवर पूर्णपणे उद्ध्वस्त केलं आहे.

भावनिक आणि शारीरिक तर विचारायलाच नको; पण सामाजिक स्थितीमध्येही मी खूप मागे पडले आहे. जीवन जगणं मला अशक्य वाटतंय. मी कोणालाच नको आहे. शेजारी, मैत्रिणी माझ्याकडे विचित्र नजरेने बघतात, मला टाळतात. पण आईवडील, भावंडं मात्र माझ्या मागे खंबीर उभे राहतील, हा मला विश्वास आहे. माझी मुलंही बहुतेक माझ्यावर अजून प्रेम करतात. आज मी तुमच्याकडे येणार असं सांगितलं तेव्हा ती म्हणाली, ''आई, आम्ही तुझ्यासोबत आहोत.''

**५.	तुम्ही दुःखी असता तेव्हा तुम्ही काय करता?**

एरवी मी माझ्या मैत्रिणी, नातेवाईक यांच्याबरोबर बोलून रडते; पण आता ते शक्य नाही. मला त्यांना तोंड दाखवायला लाज वाटते. एकटीच रडत बसते.

**६.	तुम्हांला नाकारल्यासारखे वाटते का? कोणाकडून?**

त्याने मला का नाकारलं? फक्त मी लठ्ठ झाले म्हणून? मी माझं संपूर्ण आयुष्य त्याला दिलं होतं; माझं शरीर आणि मन! तरीही, आता मी त्याला नकोय? ही भावना मला छळतेय.

**७.	तुम्हांला असे वाटते का, की कोणीही तुमचं ऐकायला तयार नाही?**

मी प्रयत्न केला की, कोणीतरी माझं म्हणणं ऐकेल. पण नाही, कोणालाच माझं ऐकायचं नाहीये. सगळ्यांच्या मते मी दोषी आहे. माझ्या मैत्रिणीसुद्धा म्हणायच्या, मी स्वतःला आकर्षित ठेवायला हवं होतं. सासू म्हणते, माझ्या मुलाला जे हवं होतं, ते तू दिलं नाहीस, मग त्याने ते बाहेर मिळवायचा प्रयत्न केला. आज मी तुमच्याशी बोलले, खूप मोकळं वाटतंय.

**८.	तुम्ही जशा आहात तशा तुम्हांला आवडता का?**

नाही, मला त्या सशक्त स्त्रियांसारखं व्हायचं आहे, ज्या स्वतःबद्दल इतक्या निश्चिंत आहेत. म्हणजे, तुमच्यासारखं! कणखर! हो, मला भावना आहेत; पण कोणीही मला गृहीत धरू नये अशी माझी इच्छा आहे. मी हे कसं साध्य करू शकेन? मला स्वतःला बदलण्याची गरज आहे, जेणेकरून मी मला अधिक आवडू लागेल. सध्या, माझं भावनिक अवलंबित्व मला आवडत नाही. मला भावनिक आधारावर मजबूत व्हायचं आहे.

९. **तुमची खरी प्रतिमा (Real Self) आणि आदर्श प्रतिमा (Ideal Self) यांत काही फरक आहे का ?**

खरं तर मी अगदी साधी, सरळ, दुसऱ्यांवर प्रेम करणारी, स्वतःला जपणारी होते. सूड घेण्याच्या प्रयत्नात मी माझं आयुष्य नरक बनवलं. ज्या गोष्टी मी बदलल्या त्याबद्दल मी इतकी नाराज आहे की, मन कडू झालंय. मी माझी विचार करण्याची क्षमता गमावली. मी धूम्रपान, ड्रग्ज, मद्यपान सुरू केलं, कोणाबरोबरही संग केला. स्वतःला इतक्या हीन पातळीवर नेलंय की मला माझीच लाज-शरम वाटतेय.

माझ्या सध्याच्या प्रतिमेत आणि आदर्श प्रतिमेत जमीन-अस्मानाचा फरक आहे.

१०. **तुम्हांला वाटतं का, की आयुष्य तुमच्या नियंत्रणात आहे ?**

आयुष्य कधीही आपल्या नियंत्रणात असूच शकत नाही. नियती आपल्यावर सर्व काळ नियंत्रण ठेवते. सध्यातरी मला एवढंच समजतंय की, मी कोणत्याही प्रकारे स्वतःला आधार देऊ शकत नाही. कधी-कधी वाटतं, मी पूर्णपणे हरलेय! पण तुमच्याशी बोलल्यावर, तुमच्या मायेच्या स्पर्शने कदाचित मी गोष्टी माझ्या नियंत्रणात आणू शकेन.

११. **या परिस्थितीसाठी तुम्ही स्वतःला जबाबदार समजता का ?**

नक्कीच नाही, या परिस्थितीला पूर्ण जबाबदार आहे माझा नवरा, ज्याने माझ्याशी अत्यंत कृतघ्नपणे आणि अविश्वासाने वर्तन केलं. मी हे पुन्हापुन्हा सांगेन की, मी अजिबात जबाबदार नाही.

१२. **तुम्ही तुमचे दोष स्वीकारता का ?**

दोष कोणाकडे नाही ? आमच्या एकत्र आयुष्यात मी बऱ्याच वेळा चुकले आहे आणि मी त्याची माफी मागितली आहे. पण त्या चुका गंभीर स्वरूपाच्या नव्हत्या. मी त्याला म्हटलंही होतं, माझ्या चुका सांगा, मी त्या दुरुस्त करीन !

१३. **तुमचे छंद काय आहेत ? सध्या तुम्ही तुमचा छंद जोपासता का ?**

मी कलाप्रिय व्यक्ती आहे. प्रत्येक कलेवर माझं मनापासून प्रेम आहे. संगीत, नृत्य मला छान जमतं. मी उत्तम चित्रं काढते. वाचन करायला आवडतं. माझी स्वतःची छोटी लायब्ररी आहे. पण, मी सर्व काही कधी आणि कसं थांबवलं, हे मला माहीत नाही; आणि सगळ्यात आवडती गोष्ट म्हणजे कुत्रा. माझ्याकडे लहान असताना होता. नवऱ्याला आवडत नाही म्हणून मी ती आवड बाजूला ठेवली, नाही तर मला तीन-चार

कुत्री पाळायला नक्की आवडलं असतं. त्याच्यासाठी मी खूप काही गमावलं आहे.
पण... सहा महिन्यांत या सगळ्यावर मी जणू बहिष्कार टाकला आहे.

१४. तुम्ही सगळ्यांत जवळची व्यक्ती म्हणून कोणाला निवडाल ?
माझे वडील, ते माझे मित्र, मार्गदर्शक आणि तत्त्वज्ञ आहेत.

१५. तुम्हांला काय वाटते, तुमचे मार्गदर्शक / गुरू कोण आहेत ?
माझे कोणी आध्यात्मिक गुरू नाहीत. माझे वडील हेच माझे गुरू आहेत. मला
त्यांच्यासारखं व्हायचंय.

१६. तुम्ही तुमचा वाढदिवस कसा साजरा करता ?
मी माझ्या कुटुंबासह साजरा करते.

१७. तुम्ही तुमच्या उत्कर्षासाठी काम करण्यास तयार आहात का ?
नक्की! मला माझ्या मुलांसाठी आणि आईवडिलांसाठी आयुष्यात परत उभं राहायचं
आहे. मला स्वतःच्या पायावर उभं राहायचं असेल, तर मला माझ्या स्वतःची काळजी
घ्यावी लागेल. होय, मी त्यावर काम करण्यास तयार आहे.

१८. तुम्ही नवीन आव्हानांसाठी तयार आहात का ?
नाही माहीत. मला आव्हानं स्वीकारायची आहेत की नाही, याची मला खात्री नाही.
पण, तुमच्याशी बोलल्यानंतर मला वाटतं की, मला समजलं आहे की आपल्या सर्वांना
आव्हानांचा सामना करावा लागतो. अर्थात, त्यासाठी मला काही मार्गदर्शनाची गरज
आहे. मला काय म्हणायचं आहे की, मी त्यांच्यासाठी तयार आहे.

१९. तुम्हांला समाजात मिळूनमिसळून राहायला आवडतं का ?
होय, मला नेहमीच समाजात वावरणं आवडतं. मला सगळ्यांशी बोलायला आवडतं.
मला खूप मैत्रिणी आहेत.

२०. तुम्ही तुमच्या भावना इतरांजवळ व्यक्त करता का ? कोणाकडे ?
मी जे काही थोडं-फार शेअर करू शकते ; ते माझ्या वडिलांसोबत!

२१. **तुमच्यातले गुण आणि कमतरता तुम्हांला माहीत आहेत का ?**

मला माझ्या गुणांपेक्षा माझ्यातल्या कमतरता जास्त माहीत आहेत. कारण इतकी वर्षं मी नवऱ्याकडून आणि सासूकडून फक्त हेच ऐकत आलेय.

२२. **आजपासून पाच वर्षांनंतर तुम्हांला काय व्हायचं आहे ? शारीरिक, भावनिक, शैक्षणिक, आध्यात्मिक आणि सामाजिक या पैलूंमध्ये तुम्ही स्वतःला कुठे बघत आहात ?**

आजपासून पाच वर्षांनंतर, माझ्या मुलांनी मला एक उत्तम आई, चांगला माणूस म्हणून पाहावं अशी माझी इच्छा आहे. मला आर्थिकदृष्ट्या स्वतंत्र व्हायचं आहे. आता आर्थिकदृष्ट्या माझे वडील मला आणि माझ्या दोन मुलांना आधार देत आहेत. मला मजबूत व्हायचं आहे. मला सर्व क्षेत्रांत स्वतःला सुधारण्याची इच्छा आहे. मला केवळ शारीरिक किंवा भावनिक पातळीवरच उत्कृष्टता प्राप्त करायची नाही. मला माझ्या शैक्षणिक क्षेत्र आणि सामाजिक स्तरावर काम करायचं आहे. शेवटी, मला माझ्या आध्यात्मिक वाढीचाही विचार करायचा आहे. आध्यात्मिक दृष्ट्या, धार्मिक काहीही नाही. हे दोन भिन्न पैलू आहेत. या टप्प्यावर स्वतःच्या पायावर उभं राहणं, ही माझ्यासाठी सर्वांत महत्त्वाची गोष्ट आहे. मी इतरांचा आधार घेऊन खूप रडले. आता मला माझ्यासाठी पुरेसं सक्षम व्हायचं आहे.

२३. **ज्याने तुम्हांला त्रास दिला, त्याला तुम्ही क्षमा करण्यास तयार आहात का ?**

नाही, No, Never. ज्याने मला खूप मनःस्ताप दिला, माझं विश्व ज्याच्यामुळे कोलमडलं, त्याला मी क्षमा करण्यास तयार नाही ; या जीवनात तरी नाही, मरेपर्यंत नाही.

प्रश्नावली : ऊर्मिलाने मोजपट्टीवर आपले मूल्यमापन केले.

ही मोजपट्टी १ ते १० अशी असते.

१. आनंदी (Happiness) : २

२. दु:ख (Sadness) : ८

३. मूड (Mood swings) : ९

४. राग (Anger) : ८

५. भविष्याबद्दलची निश्चिंतता (Hopeful about future) : ३

६. दुसऱ्यांकडून मदत (Support from others) : २

७. आयुष्य सुंदर घडवायची ताकद (Capability of making life beautiful) : ४

८. नाकारलेपणाची भावना (Feeling of rejection expectations/Concerned) : १०

९. स्व-सन्मान (Self-compassion) : १

१०. ताण (Stress) : ९

मार्गदर्शकाचे मूल्यमापन

ऊर्मिलाला मानसिक प्रथमोपचार देण्याचं ठरल्यावर सर्वप्रथम तिच्या मानसिक स्थितीचं मूल्यमापन करण्याची गरज होती. कारण त्याप्रमाणे तिला कुठल्या मदतीची गरज आहे, हे ठरवता येणार होतं.

१. **स्वत:ची काळजी :** तिला तिच्या दिसण्याची, एकूण स्वरूपाची काळजी नव्हती. मळलेले, चुरगळलेले कपडे, भकास डोळे, वजनही खूप वाढलं होतं. एखाद्या सुंदर पण आता भग्न झालेल्या इमारतीची आठवण देणारं रूप.

२. **ताण पातळी :** खूप तणावग्रस्त होती. तिच्या चेहऱ्यावर ते स्पष्ट दिसत होतं.

३. **मानसिक स्थिती (भावनिक) :** ती पूर्णपणे तुटलेली आणि खूप असुरक्षित होती. ती बरीच अस्वस्थ होती.

४. **मानसिक स्थिती (Cognitive) :** मानसिक क्लेश, मानसिक खच्चीकरण, मधल्या काळात ती नीती-अनीतीच्या पलीकडे गेली होती.

५. **शारीरिक आरोग्य :** तिने तिच्या शारीरिक आरोग्याकडे पूर्णपणे दुर्लक्ष केलं होतं.

६. **आवेगपूर्ण वर्तन :** ती उद्ध्वस्त झाली होती. पण तिला पटकन या आघातातून

बाहेर यायचं होतं. ती एक मिनिटही वाया घालवायला तयार नव्हती.

७. **संरक्षण यंत्रणा** : सूडबुद्धीने ती पेटून उठली होती.

८. **विचार करण्याची शैली** : भावनिक गुंता, तर्कशुद्ध विचार करायला तिने सुरुवात केली होती; पण सहा महिन्यांतल्या तिच्या वागणुकीमुळे स्वत:वरचा विश्वास तिने गमावला होता.

९. **सोशल नेटवर्क** : तिचा सर्वांशी संपर्क तुटला होता. काही जणांना ती टाळत होती, काहींनी तिच्याशी संपर्क तोडला होता.

१०. **नातेवाइकांशी संबंध** : तिच्या पालकांशिवाय तिने कोणाशीही संपर्क ठेवला नव्हता. दैनंदिन दिनचर्या/घरगुती कामं/कर्तव्यांकडे गेल्या सहा महिन्यांत तिचं लक्ष नव्हतं.

११. **ड्रग्ज/ अल्कोहोलचा वापर** : चेन स्मोकर आणि भरपूर मद्यपान.

१२. **काम करण्याची क्षमता** : जवळजवळ शून्य.

१३. **आपल्या अपयशाबद्दल किंवा यशाबद्दल साधकाची धारणा** : पूर्ण अपयश आल्याची भावना.

१४. **सकारात्मकता / नकारात्मकता** : तिचा पिंड सकारात्मक होता; पण काही काळापुरती ती नकारात्मक विचार करायला लागली होती.

१५. **नियंत्रणाचे केंद्र** : बाह्य नियंत्रण केंद्र. तिच्या परिस्थितीला ती फक्त आणि फक्त नवऱ्याला जबाबदार धरत होती.

१६. **तिच्या क्षमतांची जाणीव** : तिला अजिबात जाणीव नव्हती.

१७. **या कालावधीत झोपेची पद्धत** : ती सर्वस्वी गोळ्यांवर अवलंबून होती.

- **या काळात खाण्याची पद्धत** : घरी काहीही करत नव्हती, सर्व विकतच घेऊन खात होती.

- **नकाराची भावना** : नवऱ्याकडून नाकारले गेल्याची भावना शंभर टक्के.

- **तार्किक / तर्कशुद्धपणे विचार करण्याची क्षमता** : तिने तर्कशुद्ध किंवा तार्किक विचार करण्याची क्षमता गमावली होती.

- **व्यायाम** : ती व्यायामाबद्दल कधीही उत्साही नव्हती.

मूल्यमापनावरून काढलेले निष्कर्ष
शारीरिक (physical)

त्रास (Distress)

- रक्तदाब समस्या : नाही
- वाढलेलं वजन : हो
- मधुमेह : नाही
- हृदयविकार : नाही
- कर्करोग आणि तत्सम व्याधी : नाही
- साथीचे संक्रमक आजार : नाही
- अनियमित पाळीचा त्रास : नाही
- पचनक्रियेतील समस्या : हो
- कामेच्छेमध्ये व्यत्यय : नाही
- सायकोजेनिक डोकेदुखी : नाही
- प्रतिकारकशक्ती कमी असणं : नाही

या निष्कर्षांवरून ऊर्मिलाला वैद्यकीय मदतीची गरज नाही हे स्पष्ट दिसते.

बिघडलेले कार्य

- अवयवांना अपुरा रक्तपुरवठा, छातीत दुखणं, लवकर दम लागणं : नाही
- सतत आजारी पडणं : नाही
- भूक न लागणं : हो
- अपचन, ॲसिडिटी, गॅस्ट्रोइंटेस्टाइनल फंक्शनमध्ये बदल : नाही
- बेशुद्ध होणे : नाही
- सुन्नपणा : नाही

भावनिक (Emotional)

त्रास (Distress)

- भीती (Fear) : हो, भविष्याची, एकटेपणाची
- दुःख (Sadness) : खूप प्रमाणात
- चिडचिडेपण (Irritation) : हो
- राग (Anger) : प्रचंड
- निराशा (Frustration) : हो
- चिंता (Anxiety) : हो

- अति-नैराश्य (Depression) : किंचित प्रमाणात
- शारीरिक आणि मानसिक थकवा (Burnout) : हो

बिघडलेले कार्य

- घाबरणे (Panic Attacks) : हो
- प्रभावित/भावनिक सुन्न (Affecting/Emotional numbing) : हो
- तीव्र पोस्ट-ट्रॉमॅटिक स्ट्रेस डिसऑर्डर (Acute post-traumatic stress disorder) : नाही
- जीवनात रस न वाटणे : नाही /होय(?)
- आत्मघाताचे विचार : नाही

संज्ञानात्मक (Cognitive)

त्रास (Distress)

- तात्पुरता गोंधळ, वेळेचं भान हरपणं (Temporary confusion, time distortion) : नाही
- एकाग्र होण्यास असमर्थता (Inability to concentrate) : हो
- समस्या सोडवण्याची क्षमता (Reduce problem solving capacity) : कमी
- एखाद्या कल्पनेने किंवा भावनेने झपाटणं, पछाडणं (Feeling overwhelmed) : नाही
- वाईट/भयानक स्वप्न (Nightmare) : हो
- सतत मूड बदलणं (mood swings) : हो

बिघडलेले कार्य

- संज्ञानात्मक क्षमता कमी होणं (Diminishing cognitive capacity : नाही
- ताणतणाव पातळी (Stress level) : टोकाची
- आशा गमावणं, निराशावादी (Hopelessness) : काही प्रमाणात
- आत्मघाती विचार (Suicidal thoughts) : नाही
- मनुष्यहानीचे विचार (Homicidal thoughts) : नाही
- मतिभ्रम (Hallucinations) : नाही
- विलक्षण भ्रम (Paranoid delusions) : नाही
- महत्त्वाच्या कामांना प्राधान्य देण्यास असमर्थता (Inability to prioritize important tasks) : हो

- पृथक्करण पुरावा (Evidence of dissociation) : नाही

वर्तनात्मक संकेत (Behavioral indicators)

त्रास (Distress)

- अतिशय किंवा टोकाची भीती (Irrational fear) : हो
- झोपेचा त्रास, अति-झोप किंवा अजिबात झोप न येणं (Sleep disturbance) : हो
- अति खाणं किंवा अजिबात न खाणं (Eating disturbance) : हो
- मित्रांना किंवा नातेवाइकांना भेटणं / टाळणं (Avoid meeting friends and relatives) : हो
- शारीरिक अस्वच्छता, व्यायाम अभाव स्वास्थ्य (Physical hygiene and health, exercise) : हो

बिघडलेले कार्य

- बिघडलेली रोजची दिनचर्या (Impaired daily routine) : हो
- कुठलीही गोष्ट करायला टाळणं (Persistence avoidance) : हो
- आक्रमक हिंसा (Aggressive violence) : नाही
- दारू, सिगारेट यांचा वापर (Use of Alcohol or cigarettes) : हो, मोठ्या प्रमाणात
- आवेगपूर्ण वर्तन (Impulsiveness) : हो
- स्वतःच्या मताने औषध घेणं (Self-medication) : नाही
- ड्रग्ज घेणं (Drugs) : नाही
- बोलण्यातली असमर्थता (Inability to Speak) : नाही
- प्रचंड बडबड (Too much talking) : नाही

उपचार योजना

एकंदरीत तिच्या बोलण्यातून, तिने लिहिलेल्या प्रश्नांची उत्तरं आणि तिला लक्षपूर्वक न्याहाळल्यावर तिला कुठली तातडीची गरज आहे हे ठरवलं. सध्या तरी तिला मनोविकार तज्ज्ञाची गरज नाही असं वाटतंय. पुढची दोन सत्रं तिने असाच प्रतिसाद दिला, तर ती नक्की मानसिक त्रासातून बाहेर येईल आणि मग तिच्या पुढच्या आयुष्याची दिशा तिला ठरवता येईल.

मूल्यमापनातून निघालेले निष्कर्ष

- **जास्त तातडीचं आणि जास्त महत्त्वाचं** : नकार संवेदनशीलता (High Rejection Sensitivity)

- **तातडीचं आणि महत्त्वाचं :** दुखावलेला स्व (Damaged Self) आणि ताण-तणाव (Stress)
- **कमी तातडीचे पण महत्त्वाचे :** आर्थिक स्वातंत्र, हानिकारक सवयी, संरक्षण यंत्रणा यासाठी तिला मानसिक प्रथमोपचारानंतर संज्ञानात्मक समुपदेशन लागण्याची शक्यता जास्त होती.

पतीच्या आरोपांमुळे तिची नकार संवेदनशीलता खूप जास्त घातक होती. त्यावर मात करण्यासाठी तिने निवडलेला मार्ग हा तिच्या नैतिकतेच्या आणि मूल्यांच्या विरुद्ध होता, त्यामुळे आत्मसन्मान खालच्या पातळीवर गेला होता. तिचं कृत्य समाजाच्या विरुद्ध होतं, त्यामुळे तिने मित्रमैत्रिणी, नातेवाईक यांच्याशी संबंध तोडले. गेले सहा महिने ती स्वत:चा शत्रू स्वत:च असल्यासारखं वागत होती. या सगळ्यांचा तिच्यावर प्रचंड ताण होता.

पण एक खूप मोठी जमेची बाजू होती आणि ती म्हणजे, तिला मुलांसाठी या स्थितीतून बाहेर यायचं होतं. तिला कुत्रा या प्राण्याची अतिशय आवड होती आणि या गोष्टीचा उपयोग चांगला करून घेता येणार होता.

उपचारयोजना

दीड महिना तिची सत्रे सुरू होती. अतिशय जिद्दीने आणि काटेकोरपणे तिने स्वत:वर काम करायला सुरुवात केली. ज्या-ज्या सूचना तिला दिल्या गेल्या, त्या-त्या तिने अमलात आणल्या. जणू तिने स्वत:ला एक उत्तम व्यक्ती बनवण्याचा ध्यासच घेतला होता.

- दीर्घ श्वसन, प्रार्थना, माइंडफुलनेस, स्वयंसूचना याचा तिने चांगला उपयोग करून घेतला. एवढंच नव्हे तर त्या दिवसापासून तिने तिच्या दिनचर्येतही सगळी तंत्रं सामील करून घेतली.
- तिला कुत्रा घेण्याचं सुचवलं आणि तिनेही त्याच दिवशी सूचनेची तत्काळ अंमलबजावणी केली. ज्याला मालकाने सोडून दिलं आहे, असा कुत्रा (rescued dog) तिने निवडला. म्हणाली, 'माझ्यासारखंच यालाही टाकून दिलंय मालकाने. आम्ही दोघं आता एकमेकांना आयुष्यात सोडणार नाही. मला त्याची आणि त्याला माझी गरज आहे. आम्हा दोघांनाही एका जवळच्या नात्याने नाकारलंय.' तिने त्याला 'व्हिस्की' असं नाव दिलं. त्याच्या नजरेत तिला तिचं दु:ख आणि नाकारलेपणाची भावना दिसते, त्यामुळे त्यांच्यातील संबंध दृढ झाले. एकमेकांच्या डोळ्यांतील समाधानाच्या भावनेने त्यांना आत्मविश्वास दिला की, ते एकमेकांना खूप हवे आहेत. ही भावना तिची नकारात्मक संवेदनशीलता कमी करण्यासाठी खूप महत्त्वाची ठरली.
- तिच्यासाठी योग्य असलेला आहार तिला सुचवला गेला. सुचवलेल्या आहाराचं काटेकोर पालन करून दीड महिन्यात तीन किलो वजन तिने कमी केलं.

- व्यायामाचा तिला कंटाळा होता म्हणून, तिला आवडत असलेला बॉलिवूड डान्स शिकून घे असं सांगितल्यावर तिने लगेच त्यासाठी एका क्लासला जायला सुरुवात केली. त्यातून तिला खूपच आनंद मिळू लागला.

- सगळ्यात तिचं कौतुक वाटलं ते हे की, तिच्या मुलांना तिच्याबद्दल आदर वाटावा म्हणून तिने सत्र सुरू झाल्यापासून पंधरा दिवसांत हळूहळू दारू पिणं आणि धूम्रपान करणं कमी केलं. दीड महिन्याने ती त्यातून पूर्णपणे बाहेर आली. डोळे मिचकावून म्हणायची, 'माझ्या व्हिस्कीला मी व्हिस्की प्यायली तर आवडत नाही.'

- स्वयं-सूचनेने तर कमाल केली. तिने जी सूचनावली तयार केली, ती दिवसात दहा-बारा वेळा ती म्हणत असे आणि तेही सूचनांचं काटेकोर पालन करून.

- घरात असतानाही तिने उत्तम कपडे घालायला हवेत असं सांगितल्यावर तिने स्वतःसाठी छान शॉपिंग केलं. म्हणाली, 'घरातले मळकट कपडे मी फेकून दिले. छान कपडे घातले की एक प्रकारचा उत्साह वाटतो.'

- प्रत्येक सत्रामधील सगळ्या कामगिऱ्या तिने अत्यंत आनंदाने केल्या.

अंतिम सत्र

शेवटच्या सत्रामध्ये ऊर्मिलाच्या डोळ्यांत अश्रू आले; पण या वेळी ते आनंदाचे अश्रू होते. ते कृतज्ञतेचे अश्रू होते. तिने म्हटलं, "मीच माझ्या नवऱ्याला नाकारते आहे, असा विश्वासघातकी माणूस मला माझ्या आयुष्यात नकोय."

"ऊर्मिला, तू स्वतःला आतापासून पाच वर्षांनी कुठे बघते आहेस ?"

यावर ती म्हणाली, "आजपासून पाच वर्षांनंतर, माझ्या मुलांनी मला एक चांगलं माणूस म्हणून पाहावं अशी माझी इच्छा आहे. मला आर्थिकदृष्ट्या स्वतंत्र व्हायचं आहे. सध्या माझे वडील मला आणि माझ्या दोन मुलांना आधार देताहेत. ते मला फारसं आवडत नाही. मला कणखर व्हायचंय. मला सर्व क्षेत्रांत स्वतःला सुधारण्याची इच्छा आहे. मला केवळ शारीरिक किंवा भावनिक पातळीवरच उत्कृष्टता प्राप्त करायची नाही. मला माझ्या ज्ञान क्षेत्र आणि सामाजिक स्तरावर काम करायचं आहे. शेवटी, मला माझ्या आध्यात्मिक वाढीचाही विचार करायचा आहे. जेव्हा मी अशा प्रकारे सर्व क्षेत्रांवर काम करीन, तेव्हा मी स्वतंत्र होईन. या टप्प्यावर माझ्या स्वतःच्या पायावर उभं राहणं ही माझ्यासाठी सर्वांत महत्त्वाची गोष्ट आहे. मी इतरांचा आधार घेऊन खूप रडले. आता मला माझा स्वतःला खंबीर करायचं आहे."

"ऊर्मिला, तू तुला हवी तशी नक्की होशील, याची मला खात्री आहे. पण हे नुसतं ठरवून होणार नाही. गेल्या दीड महिन्यांत तू स्वतःवर जे काम केलंस, ते कायम तसंच करणं गरजेचं असतं. किंबहुना यापुढचा काळ हा अधिक संयमाचा आहे. जे आयुष्य तू दीड महिना जगलीस, ती तुझी 'लाइफस्टाइल' असायला हवी. आपल्याला फार लवकर

ऐश-आरामाची सवय लागते. मौजमजा हवीच आयुष्यात; पण त्याबरोबर उत्तम आयुष्य जगण्याची साधनाही हवी. आपल्यावर वाईट प्रसंग यावा असं, कोणालाच वाटत नाही. पण तरी सुद्धा तो आल्याशिवाय राहात नाही. मग जर आपण आपलं मन खंबीर केलं, तर आलेल्या प्रसंगाला आपण यशस्वीपणे तोंड देऊ शकू. तू यापुढे समुपदेशन घ्यावंसं असं मी सुचवते. आता एक महत्त्वाचा सोपस्कार बाकी आहे, तो करायचा आणि सत्र संपवायचं."

"मला माहीत आहे. तुम्ही सांगितलं आहे मला. मी तयार आहे. पण माझा नवरा....."

"तो नसला तरीही चालेल. या खुर्चीवर बस. असं समज समोरच्या खुर्चीवर तो बसलाय!"

ऊर्मिलाने अतिशय उत्तमरीत्या हाही सोपस्कार पूर्ण केला 'नात्याचा शेवट' (Closure)!

समोरच्या रिकाम्या खुर्चीकडे बघत ऊर्मिला म्हणाली, "आपलं लग्न झालं. बरीच वर्षं आपण एकमेकांच्या सहवासात चांगले क्षण घालवले, आपल्या दोन मुलांनी आपल्या आयुष्यात आनंद निर्माण केला, त्याबद्दल मी तुझी आभारी आहे. माझ्याकडून कळत- नकळत ज्या काही चुका झाल्या, त्याबद्दल मी तुझी माफी मागते, तुझ्या चुकांना मी माफ करते. यापुढचं आयुष्य तू चांगलं, आनंदात घालव, अशी मी इच्छा करते."

ऊर्मिलाला रडू आलं, "आज मला खूप हलकं वाटतंय."

"ऊर्मिला, आपण नेहमी सगळ्यांचं चांगलं चिंतावं. त्याने तुला दोन गोड मुलं दिली, हेही नसे थोडके. नाही का?"

"अगदी खरं आहे. गेल्या दीड महिन्यांत मी त्यांच्या चेहऱ्यावरचा आनंद बघतेय."

"तसाच तो कायम राहील, अशी मी इच्छा करते."

"तथास्तु!"

विभाग दुसरा
मानसिक प्रथमोपचार : उपयोजन

सत्रांचे 'डायनॅमिक' स्वरूप

(Dynamic Nature of The Sessions)

फोनवरून साधक किंवा त्याचे नातेवाईक अपॉइंटमेंट घेतात. बऱ्याचदा ती दुसऱ्या दिवशीची असते, पण काही वेळा मात्र साधक इतके अधीर झालेले असतात की, फोनवरच 'मला लगेच, आत्ता या क्षणी यायचंय', असं म्हणतात.

काही जण तर क्लिनिकच्या बाहेर उभं राहून फोन करतात. बऱ्याचदा हे फोन SOS असतात. SOS म्हणजे, 'Si Opus Sit' ज्याचा अर्थ 'आवश्यक असल्यास' असा आहे. हा कोड जुन्या काळातील मोर्स कोड -धोक्याचे संकेत देण्यासाठी- त्रासदायक कोड म्हणून वापरला जातो. साधारपणे अशा साधकाचे विचार आत्मघाती असतात किंवा राग, सूड, नकार संवेदना खूप टोकाची असते. त्यांच्याबाबत दुसऱ्याचा किंवा स्वतःचा घात करून घेण्याची शक्यता असते. असं आढळून आलं आहे की, सहसा असं वर्तन त्यांच्या हातून घडत नाही; पण आपल्याला धोका पत्करायचा नसतो. साधकाच्या बोलण्यात किती तथ्य आहे, यापेक्षा त्याच्या मनातला विचार हा जास्त महत्त्वाचा असतो.

पहिलं सत्र हे अत्यंत महत्त्वाचं असतं. मार्गदर्शकाला साधकाच्या मानसिक जडण-घडणीची अजिबात कल्पना नसते. तो जसा व्यक्त होतो, त्याने भरून दिलेली माहिती यावरून काही ठोकताळे बांधता येतात. आणि ते ९० टक्के बरोबर असतात. पण, काही वेळा मार्गदर्शकाचा निष्कर्ष हा अपुरा असू शकतो किंवा कधीतरी चुकीचा ठरू शकतो. म्हणजे साधक स्वतःला जसं प्रोजेक्ट करतो, त्याहीपेक्षा आत खोलवर काही तरी छुपं असं दडलेलं असतं, जे पुढच्या काही सत्रांमध्ये बाहेर येतं.

सत्राचं उद्दिष्ट ठरवलं तरी आयत्या वेळी साधकाचा मूड, त्याची भावनिक स्थिती यांचा अंदाज घेत-घेत सत्र घ्यावं लागतं. बऱ्याचदा सत्राच्या आधी वेगळं उद्दिष्ट ठरवलेलं असतं; पण सत्र सुरू केल्यावर साधकाच्या बोलण्यावरून मार्गदर्शकाला वेगळा विषय हाताळण्याची गरज भासते. म्हणजे आयत्या वेळी त्याला 'अजेंडा' बदलावा लागतो. काही वेळा तर साधकाचा मूड अजिबात काहीही ऐकून घेण्याचा नसतो. अशा वेळी 'नो अजेंडा' हाच अजेंडा करावा लागतो.

'नो अजेंडा' सत्र !'

वीस वर्षांची अनन्या, आज जणू बागडत होती. आजचं तिचं सहावं सत्र होतं. कॉलेजमध्ये प्रेमप्रकरण आणि मग ब्रेकअप... मुलीने शिक्षण सोडून दिलं. एक महिन्यापूर्वी जीव द्यायची भाषा करत होती. तिचा पहिला फोन मला आठवतोय. मध्यरात्री अडीच वाजता. त्या वेळी तिच्याशी फोनवरून अर्धा तास गप्पा मारल्या. तिच्या मित्राशी मी बोलावं आणि परत जुळवून घ्यायचा प्रयत्न करावा, असा तिचा आग्रह होता. कशीबशी तिची समजूत घातली आणि दुसऱ्या दिवशी उजाडताच बाईसाहेब हजर.

"काहीही करा आणि आजच माझ्या बॉयफ्रेंडशी बोला, त्याच्याशिवाय मला जगणं केवळ अशक्य आहे."

"अनन्या, आपण असं करू या, तीन वेळा मला तू भेट. मला त्याची आणि तुझी पूर्ण माहिती कळू दे. मग ठरवू, काय करायचं ते. थेट जीव वगैरे द्यायचा विचार सध्या रद्द करू या. चालेल?"

"पण तुम्ही भेटाल ना त्याला?"

"ते तीन सत्रांनंतर बघू या. पण मी सांगेपर्यंत त्याचा विचार थोडासा बाजूला ठेवू या. काय म्हणतेस?"

"ओके!"

तारुण्याचा बहर... मग काय विचारता? लगेच जीव द्यायची भाषा... त्याच वेगाने आघातातून बाहेरही आली. आज तिचं शेवटचं सत्र घेऊन तिला काही कानगोष्टी सांगून, समुपदेशनासाठी प्रवृत्त करण्याचं अवघड काम मला करायचं होतं.

ती आली फुलाफुलांचा वन पीस घालून, "पार्लरमध्ये गेले होते."

"अरे वा, आजचं सत्र शेवटचं बरं का!"

"नाही, अजिबात नाही, मला कायम तुम्हांला भेटत राहायचं आहे आणि आज 'नो सेशन' फक्त नाच आणि गाणी."

मलाही तिचं मन मोडवेना. शेवटी साधक आनंदाने घरी जावा हेच हवं असतं आम्हाला. मग दोन तास ती अशी नाचली, अशी गायली आणि जाताना म्हणाली, "आता भेटू नका बरं का त्याला, माझ्या लायकीचा नाहीये तो. आता पुढे फक्त अभ्यास, करिअर आणि तुमच्याकडे समुपदेशन. संपूर्ण शहाणं होऊन बाहेर पडायचंय मला."

'घ्या, आता काय बोलणार!' मला जे अवघड वाटत होतं, ते तिने सोपं करून टाकलं.

अशा गमतीजमती सत्रामध्ये होत असतात. काही केसेस अवघड वाटतात, पण साधक फार लवकर उपचारांना प्रतिसाद देतो; तर काही केसेस सोप्या आहेत असं वाटतं, पण प्रत्येक सत्राला आपलं कसब पणाला लागतं.

व्यक्ती तितक्या प्रकृती. प्रत्येक सत्राला आपल्याला कॉफी

मिळते हे बघून काही साधक माझ्यासाठी घरून काही तरी बनवून किंवा विकत घेऊन येतात, थर्मासमध्ये कॉफी करून आणतात. तर काही साधक हक्काने सत्रामध्ये दोन-तीन वेळा कॉफी मागून घेतात. एक साधक तर प्रत्येक सत्राला एक गुलाबचं फूल घेऊन यायचा. एका साधकाने शेवटच्या सत्राला दहा हजार रुपये पाकिटात घालून दिले.

मी नाकारल्यावर म्हणाला, "मला माहीत आहे, तुम्ही कधी आपणहून पैसे मागत नाही. पण असा एखादा साधक तुम्हांला भेटत असेल की, जो पैसे विचारतच नसेल आणि तुम्ही मागत नसाल. त्याच्यासाठी हे पैसे तुम्हांला. तुम्ही मला काय दिलंय हे तुम्हांला नाही कळणार. दहा हजारांपेक्षा ते मोलाचं आहे."

पन्नास वर्षांच्या सविताने माझं बघून Long Skirt घालायला सुरुवात केली.

तिच्या म्हणण्यानुसार, "ताई, या पेहेरावामुळे माझा आत्मविश्वास वाढला. मी वयाच्या पंधराव्या वर्षी साड्या नेसायला लागले. अशा नवीन कपड्यांची नुसती स्वप्नं बघितली होती. सासरी साडीशिवाय कुठलेही कपडे म्हणजे थेरं वाटायची. माझा नवरासुद्धा तसाच होता. आता मला खात्री आहे की, मी माझी बाकीची स्वप्नंही पूर्ण करू शकते. तुमचं प्रत्येक सत्र म्हणजे माझा ऑक्सिजन आहे.'' शेवटच्या सत्रानंतर तिचा पुढील पाच वर्षांचा प्रवास ती कसा करणार आहे, हे तिने लिहून आणलं होतं.

"ताई, आज तुमचं जेवण मी आणलंय. उद्यापासून हा व्यवसाय सुरू करणार आहे. पहिला डबा तुम्हांला!"

"मग तुला याचे पैसे घ्यावे लागतील. तुझा व्यवसाय आहे. फुकट कसा घेऊ?"

"चालेल. या डब्याची किंमत एक रुपया!"

मी तिला एक रुपया दिला, तिने तो आपल्या पर्समध्ये ठेवला.

"हा रुपया मी कधी खर्च करणार नाही!"

असे क्षण डोळ्यांत पाणी आणतात.

नवऱ्याचं अपघातात निधन. तीन मुलांच्या शिक्षणासाठी लागणारे पैसे जवळ नव्हते आणि आता वर्षानंतर तिने घरी डबे करून द्यायला सुरुवात केली. ही झेप तिच्यासाठी फार मोठी होती आणि तिला विश्वास मिळाला लाँग स्कर्ट घातल्याने!

छंद आपल्या आयुष्यात ओऑसिससारखं काम करतो. 'गोल्डन मानसिक प्रथमोपचार युनिट'मध्ये नेहमीचे काही छंद म्हणजे गाणं, डान्स, चित्रकला, पेंटिंग यासाठी लागणारं साहित्य ठेवलेलं असतं.

'वय वर्ष सत्तर' एका स्त्री साधकाने सांगितलं, "मला फारसे छंद नाहीत. म्हणजे गाणं ऐकायला आवडतं. माझं लहानपण गावात गेलं. लग्न झाल्यावर पुण्यात आले.

माहेरी मी खूप सुंदर रांगोळ्या काढायची अगदी वयाच्या पाच, सहा वर्षांपासून! दर दिवशी आमच्या अंगणात रांगोळी बघायला लोकं यायची. देवळात तर मीच काढलेली रांगोळी सगळ्या गावाला लागायची. ”

“मग आता नाही काढत?”

“अहो शहरात कुठलं आलंय अंगण? आमच्या चार खोल्यांमध्ये धड गच्चीही नाही. मग विसरूनच गेले. ”

“अंगण नसलं तरी घरात काढायची. ”

“चकचकीत फरशीवर?”

‘ओके. आपण पुढच्या सत्राला एक गंमत करू या!”

“कसली गंमत?”

“रांगोळी काढू या!”

“कुठे आणि कशी?”

“बघू या कसं जमतंय ते!”

दुसऱ्या सत्राला मी त्यांना एक लाकडी पाट दिला, गेरू दिला आणि तीन-चार रंगांची रांगोळी दिली.

त्या इतक्या खूश झाल्या. त्यांनी दीड तास रांगोळी काढली. त्यात त्या इतक्या रमल्या.

“फार सुंदर. तुम्ही रोज काढत जा!”

“पण बघणार कोण? घरात मी एकटी!”

त्यांच्या पतीचं निधन झाल्यानंतर त्या अगदी एकट्या पडल्या होत्या. मैत्रिणी, शेजारी, नातेवाईक होते, पण यांनी स्वतःला निराशेमुळे एकटेपणात बंदिस्त केलं होतं.

“आपण असं करू या! तुम्ही निदान आठवड्यातून एकदा तरी रांगोळी काढायची आणि ज्या दिवशी तुम्ही रांगोळी काढाल त्या दिवशी मैत्रिणींना चहाला बोलवायचं. चहाबरोबर काही तरी खायला आपण करतोच. तसं करायचं आणि रांगोळी दाखवायची. मला खात्री आहे सगळ्यांना तुमची रांगोळी नक्की आवडेल. ”

“खरं?”

“अगदी खरं. करून तर बघा!”

त्यानंतर प्रत्येक सत्राला त्या नवनवीन रांगोळी काढत होत्या.

एका वर्षानंतर भेटायला आल्या तर खूप खूश होत्या, “मला सगळे रांगोळी काढायला बोलावतात— लग्नं, बारसं, वाढदिवस... आयुष्य इतकं मजेचं असू शकतं हे मला हल्ली कळलं. ”

पुरुषी अहंकार हा मोठा असतो, याला तडा देणारा एक साधक मला भेटला, नाव सुरेशराव! सतत एकमेकांची किंवा दुसऱ्यांची चेष्टा करणारं हे एक कुटुंब. त्यांना हे त्यांचं जगण्याचं प्रयोजन वाटतं होतं. हसत-खेळत जीवन हे त्यांचं ब्रीदवाक्य.

पण त्यामुळे या गृहस्थाची पत्नी लग्नानंतर दहा वर्षांनी त्याला सोडून गेली. तिने घटस्फोटाचा अर्ज केला आणि हे महाशय आपल्या कोशात बुडाले. ज्याची त्यांनी अजिबात कल्पनाही केली नव्हती, असं त्यांच्या आयुष्यात घडलं. "चेष्टा केली म्हणून कोणी घर सोडून जातं का?" हा धक्का मोठा होता. ऑफिसला जाणं बंद केलं.

सुरुवातीच्या चार सत्रांना फारसा प्रतिसाद देत नव्हते. एक तर रडायचे किंवा घुम्यासारखे, 'हं तुम्हांला काय बोलायचं ते बोला,' असा आविर्भाव.

पाचव्या सत्राला मी पवित्रा बदलला, ते आल्यापासून नुसती चेष्टा. मग स्वारी खुलली, अशा बऱ्याच गप्पा झाल्यानंतर, मी एक बॉम्ब टाकला.

"आता मला कळलं, तुमची बायको तुम्हांला का सोडून गेली आणि मला तिचं बरोबर वाटतंय. मी तिच्या जागी असते, तर हेच केलं असतं."

इतका वेळ जे हसत होते, ते एकदम गप्प झाले.

खरं तर मी असं म्हणण्यात रिस्क होती. कदाचित सत्र सोडून उठून गेले असते.

पाच मिनिटं मी गप्प बसले,

मग मी मोठ्याने हसून म्हटलं, "चेष्टा केली हो तुमची. मनावर नका घेऊ. काय मज्जा आली ना, द्या टाळी," असं म्हणून हसत बसले.

माझं लक्ष त्यांच्या डोळ्यांकडे होतं, त्यांतले भाव सरसर बदलत होते.

"अशी जीवघेणी थट्टा का केलीत? तुम्ही हसताय; पण मला तुमचा फार राग आलाय. निघून जावंसं वाटतंय."

मी काही न बोलता त्यांच्या समोर पाण्याचा ग्लास धरला. त्यांनी तो क्षणात संपवला.

"तुम्ही अशी चेष्टा का केलीत?"

"अजून पाणी देऊ तुम्हांला, की कॉफी घेताय?"

"माझा प्रश्न कळला नाही का तुम्हांला, परत विचारतो...."

"ऐकलाय मी तुमचा प्रश्न. मी उत्तर का देत नाहीये याचा विचार तुम्ही करावा, असं मला वाटतंय."

दहा मिनिटं शांततेत गेली. त्या शांततेत सगळ्यात महत्त्वाचा संवाद आमच्यात घडला,

"तुम्ही मला आरसा दाखवलात!"

"असं होतं खरं आपलं. आपण जे वागतो त्याचं प्रतिबिंब आपण नजरेआड करतो आणि दुसऱ्या व्यक्तीला नावं ठेवून मोकळं होतो."

हाताने आपला चेहरा झाकून ते रडू लागले.

"आयुष्यात किती मोठी चूक मी रोज करत होतो; पण काही वेळा चेष्टा ही जीवघेणी असते, हे आज कळलं. माझी बायको मला नेहमी म्हणायची, 'तुमची थट्टा माझ्या जिव्हारी लागते." पण आम्ही म्हणजे मी आणि माझ्या भावंडांनी त्याकडे दुर्लक्ष तर केलंच, शिवाय याबद्दल तिची अजून थट्टा केली."

"अरेरे, मी मघाशी बोलले ती थट्टा नव्हती. त्यात माझा एक हेतू होता."

"पण म्हणजे चेष्टा करायची नाही का?"

"हसत-खेळत आयुष्य व्यतीत करणं, हे जीवनाचं सार असू शकतं. पण थट्टा, चेष्टा, मस्करी किंवा टीका ही सर्व सख्खी भावंडं आहेत आणि बऱ्यापैकी द्वाड आहेत. त्यामुळे त्याची परिणती हास्यात होईल ही अपेक्षा ठेवणं चुकीचं आहे. ही भावंडं बोचरी आहेत, डंख मारणारी आहेत, दुसऱ्याला नामोहरम करणारी आहेत. तुम्ही नेमकं हेच केलंत!"

"केवळ अज्ञानामुळे हे घडलं!"

"मला तसं अजिबात वाटत नाही. स्वतःवर विनोद न करता दुसऱ्यांना टार्गेट करणं, हे अज्ञान होत नाही. हसत-खेळत आयुष्य ही उत्तम कल्पना आहे; पण त्यासाठी दुसऱ्याला दोष देणं, त्याची खिल्ली उडवणं, धमकावणं, टीका करणं हे अत्यंत चुकीचं आहे; मग ते अगदी विनोदाचा आधार घेऊन केलेलं असलं तरीही. विनोदी स्वभाव वेगळा आणि चेष्टा वेगळी. तेव्हा जाणून घ्या की, जीवनात हास्य कसं आणता येईल."

त्यांच्याशी या विषयावर चर्चा केली तेव्हा 'काय केलं मी हे?' असं म्हणून ते ढस-ढसा रडू लागले.

त्यानंतर प्रत्येक सत्र संपवून घरी जाताना मला खाली वाकून नमस्कार करू लागले.

"असं नका करू प्लीज! मला नाही आवडत," असं मी म्हणताच, ते म्हणाले,

"मी तुमच्या ज्ञानाला नमस्कार करतो.''

यानंतर त्यांची आठ सत्रं झाली. त्यांनी एका वर्षात स्वतःत बदल घडवला आणि बायकोला परत जिंकलं. अशी अनेक सत्रं, विविध अनुभवांनी नटलेली. साधक येताना रडत येतात, पण जाताना मात्र स्वतःबद्दलचा आणि उत्तम जीवनाचा एक विश्वास घेऊन जातात.

विविध समस्या, प्रत्येकाची गाथा वेगळी... गेल्या पाच वर्षांत अनेक साधक, त्यांचे प्रश्न वेगळे म्हणून मानसिक गुंताही वेगळा. म्हणून आठ सत्रं आणि एक अंतिम सत्र ही प्रत्येक साधकाची वेगवेगळी. वानगीदाखल काही सत्रं दिली आहेत. त्यांत विविध समस्या हाताळण्याचा अनुभव लिहावा म्हणून प्रत्येक सत्राला वेगळी केस हाताळली आहे.

❈

सत्र पहिले

सौहार्दपूर्ण संबंध

(Rapport Building)

सकाळी आठ वाजता फोन वाजला,

"मी राधिका बोलतेय. मला तुमची आजची वेळ हवीय?"

"दुपारी तीन?"

"चालेल. मी येते!"

तीनला दहा मिनिटं असताना ती गेटमधून आत आली. आत आल्यावर गेट व्यवस्थित लावून बागेत रेंगाळली. काही क्षण तिने गुलाबांच्या ताटव्याकडे बघत घालवले. मी गच्चीतून तिच्याकडे बघत आहे, हे बघून मला तिने नमस्कार केला. पहिल्या मजल्यावर आल्यावर बाहेर आपल्या चपला काढून रॅकमध्ये व्यवस्थित ठेवल्या. स्वच्छ, थोडीशी चुरगळलेली साधी कॉटनची साडी. ओढलेला चेहरा. खूप दिवसांत ही बहुतेक हसली नव्हती. डोळे निस्तेज. अंगकाठी अत्यंत कृश, जणू अंगात अजिबात ताकद नव्हती.

निरीक्षण १

ती धक्क्यातून सावरली नव्हती.

पहिल्यापासून अशीच आहे का अंगकाठी? की गेल्या तीन वर्षांतला परिणाम? ती येण्याच्या आधी तिच्याबद्दल कळलं होतं की, तीन वर्षांपूर्वी तिच्या पतीचं अचानक निधन झालं आणि त्यानंतर ती त्या धक्क्यातून अजूनही सावरलेली नव्हती.

मी दारात तिचं स्वागत केलं. तिचं स्वागत मला एका पाहुण्याचं करतात तसं करायचं होतं. माझ्याकडे ती मदत मागायला आली होती; पण म्हणून ती याचक नव्हती आणि मी दाता नव्हते. मी एक मार्गदर्शक होते.

"ये!" मी म्हटलं.

खोलीत आल्यावर तिने वेताची खुर्ची निवडली. मीही तशीच दुसरी वेताची खुर्ची निवडली.

"गुड आफ्टरनून डॉक्टर."

"गुड आफ्टरनून!"

"तुमची बाग खूप सुंदर आहे आणि गुलाब तर फारच छान!"

बोलताना तिच्या डोळ्यांत पाणी आलं, का?

"तुला आवडतात का?"

"माझ्या मिस्टरांना खूप आवडायचे. त्यांची आठवण आली. वाटलं, ते आज माझ्या सोबत असते तर त्यांनी बागेत बसायचा हट्ट केला असता. पण खरं तर ते आज असते तर मला तुमच्याकडे येण्याचं कारण नव्हतं. खूप जपायचे मला." तिच्या डोळ्यांतल्या पाण्याचं कारण तिच्या नवऱ्याची आठवण हे होतं. मला तिच्या व्यथेचा थोडा अंदाज आला.

"आपण बागेत बसून सत्र घ्यायचं का?"

"तसं करता येईल?"

"हो! आपण बसू शकतो बागेत!"

"आवडलं असतं मला; पण आज नको, कारण मला तुमच्याशी बोलताना खूप रडू येईल."

"ओके, आपण पुढच्या सत्रावेळी बागेत बसू या."

"चालेल. मी बोलायला सुरुवात करू का?"

"आपण आधी कॉफी घेऊ या."

"मी कॉफी पीत नाही."

"मग मसाला चहा. अद्रक डाल के!"

"तुम्हांला कशाला त्रास?"

"असं म्हणतेस, मग तू करतेस का? मी आयता घेईन."

"पण, माझा चहा तुम्हांला आवडेल?" ती चाचरत म्हणाली.

"आवडेल की!"

"बरं!" तिच्या होकारात जोर नव्हता.

"मला जमेल?"

"अगदी नक्की जमेल. ओट्यावर सगळे डबे, भांडी आहेत आणि काही लागलं तर मी आहेच की."

"बरं, करते."

आम्ही दोघी स्वयंपाकघरात गेलो.

"तुमचं किचन छान आहे. आम्ही असंच किचन करणार होतो, पण हे गेले आणि.... आता कधीच नाही करता येणार." तिने मोठा उसासा सोडला.

मी तिच्या नकळत तिला न्याहाळत होते, तिच्या हालचाली टिपत होते. ती गोंधळली होती. हालचालीत चपळपणा नव्हता. तिच्या बोलण्यातून, हालचालींतून मला काही संकेत मिळत होते. चहात साखर घातली की नाही, याबद्दल साशंक होऊन तिने दोन वेळा थोडा-थोडा चमच्याने चाखून बघितला.

निरीक्षण २

आत्मविश्वासाची कमतरता

चहाचा पहिला घोट घेतल्यावर मी तिला म्हटलं,

"अहा, भट्टी जमलीये बरं का?"

"खरं बोलताय? थोडं दूध जास्त पडलंय बहुतेक. साखर ठीक आहे ना?"

"प्रमाण परफेक्ट जमलंय.''

"ह्यांना म्हणजे यांनाही माझ्या हातचा चहा फार आवडायचा. बाकी मला काही करायला विशेष कधी जमलं नाही; पण ह्यांनी सांभाळून घेतलं. अगदी राणीसारखं ठेवलं मला आणि म्हणून आता फार त्रास होतोय. मी आता अगदी एकटी आहे हो!"

तिला रडायला आलं. चहाचा कप बाजूला ठेवून तिने पर्समधून टिश्यू काढला. अश्रू ओघळत होते, ते थांबवायचा ती आटोकाट प्रयत्न करत होती; पण तिला त्यात यश आलं नाही. आतापर्यंत तिने आणलेलं अवसान उसनं होतं की काय, अशी शंका वाटावी इतकी ती कोसळली होती.

मी उठून तिच्या जवळ गेले. तिचे हात माझ्या हातात घेऊन मी ते शांतपणे कुरवाळत बसले. पाच-सात मिनिटं आम्ही दोघी मूकपणे हातात हात घेऊन बसलो. शांततेतही खूप काही बोललं गेलं. जणू तिच्या दुःखाचा आलेख तिने मला सांगितला.

जरा शांत झाल्यावर म्हणाली, "सॉरी."

"अग हरकत नाही. होतं असं कधीकधी. माझंपण होतं."

"माझं तर गेले तीन महिने सतत होतं. काय करू? जगणं नको वाटतंय."

"काय झालंय?" मी मायेने विचारलं.

"सगळं सांगू, लहानपणापासून?" चेहऱ्यावर निरागस भाव, कदाचित थोडेसे भाबडे किंवा अति भाबडे किंवा कदाचित आत्मविश्वास गमावलेल्या व्यक्तीसारखे!

"तुला हवं तसं सांग. माझ्याकडे वेळ आहे. अगदी सविस्तर सांग."

तिने बोलायला सुरुवात केली. जवळ-जवळ तासभर ती बोलत होती. अगदी बारीक सारीक तपशील तिने सांगितला. स्वतःपेक्षा आईवडील आणि तिचा नवरा याबद्दल ती जास्त बोलत होती. सांगताना कधी उदास होत होती, कधी हसत होती, तर तीन-चार वेळा तिला रडू आवरलं नाही.

"शांत हो! थोडं पाणी पितेस?" मी तिच्यासमोर पाण्याचा ग्लास धरला. तिने अक्षरशः घटाघटा पाणी प्यायलं इतकी ती बोलून दमली होती.

"तुला हवं असेल तर आपण आज इथं थांबूया का? पुढचं उद्या बोलू या."

"नको. मी ठीक आहे. खरं तर बोलून बरं वाटतंय."

"ओके!"

"मला सगळे लोक, नातेवाईक, शेजारचे बावळट म्हणायचे. मग मी खेळायला जाणं बंद केलं."

"का?"

"खेळायला गेले की मुलं मला चिडवायची, आईबाबा आणि हे यांनी मात्र मला समजून घेतलं. खूप लाड केले. मला काही म्हणजे काहीच करू दिलं नाही आणि म्हणून मी आयुष्य चांगलं काढू शकले, नाहीतर माझं कठीण होतं. आता लक्षात येतंय. त्यांचा आधार नाही तर

मला घराबाहेर जायचीही भीती वाटते.”

“मैत्रिणी?”

“छे:! बिल्डिंगमध्ये ग्रुप आहेत बायकांचे; पण मी नाही जात. त्यांनी मला अर्धवट म्हटलं तर?”

“त्या असं का म्हणतील?”

“माझ्या मागे काही लोक म्हणतात. तुम्हांला वाटते का मी तशी?”

निरीक्षण ३

न्यूनगंड होता.

ती खचली होती, बोलण्यात सुसूत्रता होती, मात्र न्यूनगंड होता. म्हणून आपलं वागणं डॉक्टरांना म्हणजे मला योग्य वाटतंय का, हे सारखं चाचपडून बघत होती.

“नाही ग, आपण गेले तासभर बोलतोय. एक क्षणही मला तसं वाटलं नाही. तू गेटमधून आत आलीस तेव्हापासून मी बघतेय. तुझ्या प्रत्येक हालचालीतून सुसंस्कृतपणा जाणवतोय. आत आलीस, गेट नीट लावलंस, चपला नीट ठेवल्यास, मला नमस्कार केलास.”

“तुमच्या हे सगळं लक्षात आलं?”

“कोणाच्याही आलं असतं.”

“म्हणजे तुम्हांला मी बावळट वाटत नाही?”

“अजिबात नाही.’’

“पण मला सतत वाटतं, माझ्या हातून सारख्या चुका होतील, मग मी काहीही करायला जात नाही, आणि हे असेपर्यंत मला काहीही करायची जरुरी नव्हती. ह्यांनी सगळं करायला नोकर ठेवले होते.”

“माझ्या मनात काय आलं सांगू?”

“काय?”

“तू मैत्रीण म्हणून खूप गोड आहेस.” मला तिला विश्वास द्यायचा होता की, ती लोकांना आवडू शकते.

“तुम्ही खरं बोलताय? शपथ घ्या!”

मला हसायला आलं. ओशाळून ती म्हणाली,

“सॉरी, तुम्ही एवढ्या मोठ्या डॉक्टर, मी आपली लहान मुलासारखी तुमच्याशी बोलतेय.”

“तू खूप निरागस आहेस. एक ऐकशील माझं, मला डॉक्टर नको म्हणूस!”

“पण तुम्ही तर डॉक्टर आहात...”

"डॉक्टर माझं नाव नाहीये, ती माझी पदवी आहे. नावाने हाक मार, किंवा ताई म्हण!"

"चालेल, मी ताई म्हणते. मला आज मोठी बहीण मिळाल्यासारखं वाटतंय."

तिच्या आणि माझ्यामध्ये जवळीक, आपुलकीचे संबंध (Rapport building) निर्माण झाले होते.

आईवडिलांची एकुलती एक लाडकी लेक, दिसायला सुरेख; पण अतिभाबडी होती. लहान मुलासारखी, निरागस. कदाचित तिचा भाबडेपणा किंचितसा बावळटपणाकडे झुकणारा होता. इतका भाबडेपणा घेऊन ही कशी जगणार होती?

बारावी झाली आणि मागणी आली म्हणून लग्न झालं, आर्मीतल्या एका ऑफिसरशी. त्याला तिच्यातल्या वैगुण्याची पूर्ण कल्पना दिली गेली; पण तिच्यातला भाबडेपणा त्याला आवडला आणि तो त्याने सतत जपला.

आपली मुलगी घाबरट आहे हे जाणून तिच्या आईवडिलांनी तिला तळहाताच्या फोडासारखं जपलं होतं, नको इतकं जपलं होतं; पण असं करण्यामुळे आपण आपल्या मुलीला दुबळं करत आहोत, तिचा आत्मविश्वास डळमळीत करत आहोत, जगाच्या चालीरीतींपासून लांब ठेवत आहोत, हे त्यांच्या लक्षात आलं नाही. लग्नानंतर नवराही त्याच मार्गाने चालला! अर्थात, हे त्यांनी तिच्यावरच्या आत्यंतिक प्रेमाने केलं होतं, यात शंका नव्हती. पण ती मात्र दिवसेंदिवस जास्त दुबळी होत गेली.

लग्नानंतर दोघांनी चांगला संसार केला. त्यांना एक मुलगी आहे आणि आज ती डॉक्टर आहे. या सगळ्या प्रवासात नवऱ्याने बायकोला खूप छान सांभाळलं. काही कमी पडू दिलं नाही. आपल्या नातेवाइकांपासून जपलं. तसं तिच्यातलं वैगुण्य चटकन कोणाच्या लक्षात येत नसे; पण तिला फारसं काही करायला जमतही नसे.

"ह्यांनी मला हाताला धरून खूप गोष्टी शिकवल्या. वेळ लागला; पण जमल्या शेवटी. नातेवाईक म्हणायचे, ही वेडी आहे; तर ते म्हणायचे, तुझ्यातला निरागसपणा मला फार आवडतो, कधीही बदलू नकोस. मला फार जपायचे. आमचं छान चाललं होतं. मुलगी डॉक्टर आहे, तिचं लग्न झालंय. नवराही डॉक्टर आहे. तिला बारा वर्षांची मुलगी आहे. तिचं घर आमच्या घरापासून लांब आहे. तिचे सासू-सासरे तिच्याबरोबर राहतात. सात वर्षांपूर्वी मला कॅन्सर झाला. ऑपरेशन झालं. केमोथेरपी झाली आणि तीन वर्षांपूर्वी मी त्यातून पूर्णपणे बरी झाले. ह्यांनी माझी खूप सेवा केली. त्यांच्यामुळेच मी बरी झाले, पण हे मात्र अचानक झोपेत गेले. माझ्यावरचं जिवाचं संकट ह्यांनी स्वतःवर घेतलं. मी जाणार तर तेच गेले, मला एकटीला टाकून. त्यांना एवढंही समजलं नाही का, की त्यांच्याशिवाय मी एकटी कशी राहणार? त्यांच्या तेराव्याला त्यांची बहीण म्हणाली, माझी सेवा केली, त्याचा त्यांना त्रास झाला म्हणून ते गेले. तीन वर्षं मी रोज स्वतःला दूषणं देते. माझ्यामुळे ते गेले, हा विचार मला जाळतो. मला मरून जायचंय. देवाचं माझ्याकडे लक्ष नाहीये."

तिला जगायची इच्छा का नव्हती? एकटं जगायची भीती वाटत होती की, तिच्या नणंदेने जे म्हटलं त्याने, तिला अपराधी वाटत होतं? किंवा कदाचित या दोन्ही बाबी खऱ्या असतील.

पुढची दहा मिनिटं मनातले कढ मनात जिरवत मूकपणाने ती शून्यात नजर लावून बसली होती.

"मग पुढे काय झालं?'' मी तिला, भानावर आणलं.

"मरण येत नव्हतं म्हणून जगत होते आणि तो दिवस उजाडला. दहा दिवसांपूर्वी, मी मुलीला सकाळी आठ वाजता फोन केला, तर म्हणाली, "किती त्रास देतेस. मलाही माझा संसार आहे. तुझ्या या कटकटींपायी बाबा लवकर गेले. "

परत शांतता; पण ही शांतता जीवघेणी होती.

मी तिच्या डोक्यावर हात ठेवला.

"शांत हो!"

"कशी शांत होऊ? माझ्यामुळे हे गेले? ह्यांची बहीणही म्हणाली आणि आज माझी मुलगी. म्हणजे हे खरं आहे. माझ्यामुळे खूप त्रास झाला त्यांना. हे खरं होतं तर. मुलीलाही तसंच वाटतं म्हणजे नक्कीच खरं असणार. पण मी जाणूनबुजून नाही केलं. त्यांच्या माघारी तीन वर्ष मी कशी काढली, हे माझं मला माहीत आहे. मी तिला सारखा फोन करून त्रास देते हे खरं आहे, पण मग मला कोणाचा आधार आहे?"

मी फक्त तिच्या डोक्यावर थोपटत राहिले.

"नाही हो! मी खरंच ह्यांना नाही त्रास दिला. कटकटपण नाही केली, पण मग सगळे असं का म्हणतात?"

ती हतबल झाली होती. नणंदेचे शब्द तिने खरे मानले आणि आता मुलीच्या शब्दाने तर तिला मरणप्राय वेदना झाल्या होत्या. हा तिच्यासाठी मानसिक आघात होता. ज्या व्यक्तीवर तिने मनापासून प्रेम केलं होतं, त्याचा आधार हे तिच्या जगण्याचं कारण होतं आणि आता त्याच्या मृत्यूला ही कारणीभूत आहे, असं तिची मुलगी म्हणत होती. काही वर्षांपूर्वी तिने हक्काचा आधार गमावला होता, त्यानंतर तिला कोणी जगायला शिकवलं नव्हतं. तिच्या नवऱ्याशिवाय जगताना ती गोंधळत होती आणि आता हा एक नवीन धक्का.

मला तिला शांत करायचं होतं आणि त्यासाठी दीर्घ श्वसन, Relaxation आणि प्रार्थना ही तंत्रं चांगली होती. काही वेळासाठी तरी ती शांत झाली असती, मनातलं वादळ थोडं तरी शमलं असतं.

"ऐकशील माझं?"

"काय करू?"

"आपण दीर्घ श्वसन, Relaxation आणि प्रार्थना करू या का?"

"मी पूर्वी करायची हे सर्व. ह्यांच्याबरोबर!"

"ओके, म्हणजे तुला माहीत आहे कसं करायचं ते." तिने मान डोलावली.

आम्ही दोघींनी पंधरा मिनिटं दीर्घ श्वसन, Relaxation आणि तिला येणारी प्रार्थना केली.

"शांत वाटतंय. हे मला नेहमी म्हणायचे, मरेपर्यंत रोज असं करायचं."

"मग? करतेस रोज?"

"नाही. हे गेले आणि सोडलं."

"तुझे 'हे' मला बघायचेत?" मी हसत म्हटलं.

"फोटो दाखवू?"

"दाखव की!"

तिने पर्स उघडून फोटो बाहेर काढला. एखादा रोबस्ट आर्मी ऑफिसर कसा असेल तसे होते.

"आहेत की नाही रुबाबदार?"

"आहेत तर."

"आमचा जोडा अगदी शोभायचा! मी गुलाबाची कळी आणि ते उंच, धिप्पाड, रोबस्ट असं हे म्हणायचे.''

"तुझं आयुष्य इतकं छान गेलं. मग का नाही ग जगत त्यांनी शिकवलंय तसं? त्यांना आवडेल का आज असं तुला बघून?"

"नसतं आवडलं. ते म्हणायचे, प्रत्येकाने नेहमी आनंदात जगावं. पण म्हणजे कसं जगायचं, हेच मला कळत नाही. जाग आली की उठावंसं नाही वाटत. रात्री झोपताना वाटतं, उद्या मी उठलेच नाही तर किती छान."

"असा नको ग विचार करूस. तुझे हात माझ्या हातात दे! मी तुला एक मंत्र देते छान जगण्याचा." मी तिचे हात माझ्या हातात घेतले. मला तिला विश्वास द्यायचा होता की, मी आहे तिच्याबरोबर!

"पण म्हणजे त्यांना विसरू?"

"नाही ग. उलट त्यांना जास्त आठवायचं; आणि पूर्वी तुम्ही दोघं कसं मजेत राहत होतात, तसं जगायचं. म्हणजे मग तुझ्याबरोबर असतील ना ते!"

"हे माझ्या लक्षात आलं नाही."

"तू विचार कर, आज त्यांना किती क्लेश होत असतील, तुला असं हरलेलं बघताना."

"त्यांना खूप वाईट वाटलं असतं.''

"म्हणून त्यांना रोज सकाळी सांगायचं, 'तुम्ही मला शिकवलंत तसं मी छान जगते आहे.' असं त्यांना वचन द्यायचं."

"आईबाबा आणि हे गेल्यापासून माझी अवस्था कठीण झाली. गेली तीन वर्ष माझा जगाशी संपर्क म्हणजे फक्त माझी मुलगी, कधीतरी जावई आणि नात. हे ज्या दिवशी गेले, त्यानंतर तर मी अन्नपाणी सोडलं. मरायचं ठरवलं होतं ना! मग मुलीने कुठल्यातरी गोळ्या दिल्या. दोन वर्ष घेतल्या."

"अजून घेतेस?"

"नाही. गोळ्यांनी बरं वाटलं. पण मुलगी म्हणाली, जास्त नाही घ्यायच्या."

"कोणाकडे समुपदेशनासाठी जात होतीस?"

"नाही. मुलीनेच आणून दिल्या गोळ्या. म्हणाली नैराश्यावर आहेत."

"गेले वर्षभर गोळ्या घेतल्या नाहीस, तर काय वाटलं?"

"वर्ष तसं बरं गेलं, पण मरायचे विचार येतात; आणि मुलीच्या त्या फोननंतर माझी खात्री झाली, मी जगण्याच्या लायकीची नाही. रात्र-रात्र बसून असते. काहीही करावंसं वाटत नाही. सतत रडते."

"काय खातेस?"

"चहा आणि बिस्किटं."

"स्वयंपाक?"

"स्वयंपाकाच्या बाईला दार नाही उघडलं."

"सकाळची आन्हिकं कधी करतेस?"

"कधीही, रात्रीसुद्धा किंवा अंघोळ दोन-तीन दिवसांनी करते."

"कुठे घराबाहेर नाही गेलीस?"

"नाही."

"मुलीचा फोन?"

"तिचा आला दोनदा; पण मी नाही केला."

"मग काय म्हणाली ती?"

"साधंच, बहुतेक मला लागेल असं ती बोललीये; हे तिच्या लक्षात आलं नाहीये."

"तू तिला विचारलंस?"

"नाही. कोणालाच सांगितलं नाही, अगदी ह्यांनासुद्धा नाही. म्हणजे ह्यांच्या फोटोला. आमच्या मुलीबद्दल मी वाईट कसं बोलणार? चुकून तोंडून जायला नको म्हणून घराबाहेर नाही गेले, तुम्ही प्लीज कोणाला सांगू नका."

"नाही सांगणार, मला आवडेल तुझ्या मुलीला भेटायला."

"नको नको. चुकून बोलाल तिला."

या क्षणी मला ती फार आवडली. हाच तो भाबडेपणा, ज्याच्यावर तिच्या मिस्टरांनी भरभरून प्रेम केलं.

सत्राला दोन तास होत आले होते.

"मला मरायचं आहे; पण जीव कसा द्यायचा हेच माहीत नाही."

"मी काही तुला मरू देणार नाही. चांगलं जगता येत नाही म्हणून मरायचं हा एकच पर्याय आहे का आपल्याकडे? आणि आता आपलं ठरलंय, मरण्यापेक्षा उत्तम कसं जगता येईल हे बघू या. काही गोष्टी मी शिकवीन, काही गोष्टी तू मला शिकव."

"मी काय शिकवणार? लहानपणी शिवण करायची, आता विसरले."

"तेच शिकव किंवा चहा शिकव." तिला शिवण येतं, हे मी लक्षात ठेवलं. पुढच्या सत्रामध्ये याबद्दल नक्की बोलायचं ठरवलं. ही गोष्ट तिच्या जगण्याचा आधार होऊ शकली असती.

ती हसली, अगदी गोड हसली; पण केविलवाणी.

"आपण एक गंमत करू या."

मी तिला आरशासमोर उभं राहून करायची कामगिरी (टास्क) शिकवली.

ती खळाळून हसली, मग परत रडायला लागली. हसता-हसता डोळ्यांत पाणी आणि मग परत हसणं.

"किती दिवसांनी हसले." ती म्हणाली, चेहऱ्यावर मजेशीर भाव.

"मोकळं वाटलं?"

"खूप. तुम्ही मला राधिका म्हणा. आता मला कोणीच या नावाने हाक मारत नाही, मला खूप दिवसांत कोणी स्पर्शही केला नाही. तुम्ही माझे हात हातात घेतलेत, माझ्या डोक्यावर हात ठेवलात. मला खूप आनंद झाला."

"राधिका, तुला एक सांगायचं राहिलं. तुझी साडी खूप सुंदर आहे."

"आवडली तुम्हांला? ह्यांना खूप वेड मला साडी घेण्याचं. मस्त-मस्त साड्या आहेत माझ्याकडे."

"मग अजून एक काम कर. पुढच्या सत्राला येताना एखादी तुझ्या आणि तुझ्या ह्यांच्या आवडीची साडी नेसून ये आणि हलकासा मेकअप करतेस की नाही कधीतरी?"

"हे असताना रोज करायची."

"मग पुढच्या सत्रासाठी कर नक्की. आपण तिघं बागेत बसणार आहोत."

"तिघं?"

"हो. एक खुर्ची रिकामी ठेवू या, तुझ्या ह्यांच्यासाठी. उत्तम जगण्याची कला त्यांच्या समवेत शिकायची!"

"चालेल. आज मी कशीतरीच आले सत्राला. उद्या छान तयार होऊन येईन. मोत्याची माळही घालीन," ती उत्साहाने म्हणाली.

"ह्यांनी दिलेली, हो ना?" मी मिस्कीलपणे म्हटलं.

"तुम्हांला कसं कळलं?"

"जादू आहे ती. मला लोकांच्या मनातलं कळतं. राधिका, तू कधी बाजारात जाऊन मिठाईच्या दुकानातून काही विकत आणलं आहेस?"

"नाही. नेहमी हेच जायचे किंवा आमचा नोकर. ह्यांच्याबरोबर गेली आहे; पण एकटी नाही."

"ओके, असं समज, तुझ्या पुढच्या सत्राच्या दिवशी माझा वाढदिवस आहे, तर मला माझ्यासाठी काय आणशील?"

"मी शिरा करून आणू?"

"नको. मला काही तरी विकतचं हवंय आणि तेसुद्धा तू जाऊन आणलेलं." मला तिला एकटीला बाजारात जायला लावायचं होतं.

"तर मग...."

"बंगाली मिठाई?"

"मला आवडते."

"वा:! ठरलं तर तू बाजारात जायचंस, दुकानातून तुला हवी ती मिठाई आणायचीस. आपण दोघी मिळून ती खाणार आहोत."

"खरं!" थोडं साशंकतेने ती म्हणाली.

"अगदी खर त्या दिवशी मी तुला एक मस्त गोष्ट सांगणार आहे. माझ्याबाबतीत घडलेली."

"मग नक्की आणेन. आजचं सत्र संपलं?"

"संपवू या?"

"नको! आज आपण काहीच केलं नाही. तुम्ही मला औषधही दिलं नाहीत. मी घरी कशी वागू हेही नाही सांगितलंत."

"औषध द्यायला तू आजारी नाहीस आणि तू छान वागते आहेस की!"

"पण नैराश्याचं काय? मुलगी असंच म्हणते.''

"सध्यातरी नको. मी सांगितलेलं केलंस तर नाहीच लागणार औषधं."

"मी नक्की करीन. औषध घेतलं की खूप त्रास होतो. चोवीस तास झोपून राहावं लागतं. वाईट स्वप्नं पडतात. डोक सुन्न होतं."

"आपण बोलू या एकदा तुझ्या स्वप्नांबद्दल!"

"पण मग मुलगी असं का म्हणाली?"

"कदाचित त्यावेळी तिची मन:स्थिती चांगली नसेल."

"हे खरं आहे, सकाळी ती फार बिझी असते."

"तुझ्या मुलीचं एका वाक्यात वर्णन कर बरं!"

"फार लाघवी आणि प्रेमळ आहे."

"अग, मग कदाचित तिची मन:स्थिती ठीक नसेल आणि बघ, आता तर तिला काही आठवतही नाही, म्हणजे तिने फक्त त्रागयाने म्हटलं असेल. तुला वाईट वाटणं स्वाभाविक आहे. माझीही मन:स्थिती तुझ्यासारखी झाली असती. पण आपण विसरून जाऊ या का? म्हणजे आपण असं ठरवायचं की, तिच्या मनात नसताना ती चुकून बोलून गेली. आपण तिला माफ करायचं आणि ती बोललेलं मनावर घ्यायचंच नाही, चालेल?"

"चालेल. पण मी तिच्याशी नेहमी वागते तसंच वागू?"

"येस, तसंच वाग."

"चालेल!"

"राधिका, आज आपण काय काय केलं ते सांग?"

"काहीच नाही केलं, नुसत्या गप्पा मारल्या."

"दीर्घ श्वसन, रिलॅक्सेशन (Relaxation) आणि प्रार्थना?"

"हो ते केलं; पण तुम्ही मला तपासलं नाहीत."

"तपासलं की. मी तुझी मन:स्थिती समजून घेतली. तुझं आणि तुझ्या ह्यांचं सहजीवन ऐकलं. आरशासमोर तू तुझ्या मनातलं सांगितलंस."

"कुठे? आपण तर फक्त हसलो आणि मी थोडी रडले."

"तीच तुझी व्यथा आहे राधिका आणि त्यावरचा उपाय आपण पुढच्या सात सत्रांमध्ये करणार आहोत."

"मुलीला फोन करू?"

"कर की.'

"काय सांगू?"

"तुला काय सांगावंसं वाटतंय?"

"तेच कळत नाही."

"तर मग तिची माफी माग. तिला सांग, 'मला कल्पना आहे की, मी सारखा फोन करून तुला त्रास देते, यापुढे तसं करणार नाही, कारण मला एक ताई भेटली आहे.' तिला माहीत आहे का, की तू माझ्याकडे आली आहेस ते?"

"नाही."

"तुला सांगायचंय?"

"नाही. मी मुलीला उद्या जेवायला बोलावू का?"

"बोलाव की!"

"तसंच करते आणि मग मी तिची माफी मागेन. परत कधी येऊ?"

"परवा?"

"उद्या नको? मला खूप छान वाटतंय."

"नको! परवा भेटू या आणि झोप नाही आली तर काय करशील?"

"काय करू?"

"एक छान पत्र लिही."

"कोणाला?"

"कोणालाही. तुला वाटेल त्याला."

"दोन लिहिते. एक मुलीला आणि एक ह्यांना. तुम्ही हसू नका ना!"

"अग कौतुकाने हसले. जरूर लिही, मनातलं सगळं लिही. नक्की त्यांना पोहोचेल. आणि बाईला कामाला बोलाव. तुझ्यासाठी जेवण करायला सांग. बिस्किटं खाऊन नाही राहायचं. बोलावशील ना?"

"हो. आज फोन करते. मी नक्की बरी होईन?"

"तू बरीच आहेस. तुला काहीच झालेलं नाहीये. फक्त तुला काही गोष्टी माहिती नाहीत. त्या तू जाणून घेतल्यास की, तुझी तूच शिकशील उत्तम जगायला."

"खरं?"

"अगदी खरं. काय असतं राधिका, की काही वेळा आपण एका विशिष्ट पद्धतीने जगत राहतो, आणि मग त्यात काही तरी अडथळा येतो आणि आपल्याला वाटतं की, मी आता कशी जगू?"

"मग काय करायचं अशा वेळी?"

"म्हणजे बघ हं! तुझे आईवडील आणि तुझ्या तुला एका पद्धतीने वाढवलं. आता त्यांच्याशिवाय जगताना तू थोडी धडपडते आहेस. पण मला सांग, तू लहानपणी चालायला शिकलीस, तेव्हा खूपदा पडली असशील?"

"हो!"

"पडलीस म्हणून चालायचं सोडलंस?"

"नाही!"

"तसंच आत्ता करायचं. जगायचं सोडायचं नाही आणि तेसुद्धा उत्तम."

"हो. मी प्रयत्न करीन."

"प्रयत्न नाही राधिका, तू शक्य करून दाखवायचंस."

"दाखवीन!"

"ग्रेट." मी तिच्या पाठीवर थोपटलं.

इथे आमचं पाहिलं सत्र संपलं.

✳ ✳ ✳

ती गेली. ती एका लहान मुलीसारखी होती. जीवनातले चढउतार तिला ज्ञात नव्हते.

रात्री सात वाजता तिचा मेसेज आला.

'मी मुलीला तुमच्याकडून आल्याबरोबर फोन केला. छान बोलली. ती उद्या जेवायला येणार आहे. तुम्ही पण येता? मला खूप भारी वाटतंय. तुमच्यासाठी मी येताना एक गंमत आणणार आहे. सरप्राईज म्हणून मी बनवलेला शिरा आणणार आहे आणि विकतचंही आणणार आहे, बंगाली मिठाई आणि फुलंसुद्धा आणीन. 'हे म्हणायचे, कोणाकडे रिकाम्या हाताने जाऊ नये, निदान फुलं तरी न्यावीत.' तसंच करीन. बाईला फोन केला.'

'किती ग ही मुलगी भाबडी' म्हणत, मी तिला उत्तर म्हणून फक्त एक गुलाब पाठवला.

दुसऱ्या दिवशी सकाळी सात वाजता मेसेज आला.

'गुड मॉर्निंग! रात्री झोप नाही लागली; पण फक्त थोडीशी रडले. पत्र लिहायला घेतलं. पाच वाक्यं लिहिली ह्यांना. आता अंघोळ करणार आहे.'

अकरा वाजता परत मेसेज, 'बाई आली!' संध्याकाळी मेसेज, 'उद्या भेटते. साडी कपाटातून काढून ठेवली आहे. मी स्वतः जाऊन मिठाई आणली आहे. मला एकटं जायला जमलं.'

तिला हाताला धरून जगायला शिकवणं, हे काम यापुढे मला करायचं होतं आणि ते खूप समाधान देणारं असणार होतं. मी उद्याची तयारी केली. बागेत तीन खुर्च्या ठेवल्या.

आजची राधिका

राधिकेची सत्रं दीड महिना चालली. त्यानंतर तिने वर्षभर समुपदेशन घेतलं आणि आज अडीच वर्षांनंतर लहान मुलींचे फ्रॉक शिवण्याचा व्यवसाय करते. फार नाही पण जे काही थोडे पैसे मिळवते, त्यामुळे तिचा आत्मविश्वास वाढला आहे. हळूहळू एकटीने जगायला शिकत आहे. खूप मैत्रिणी तिने जोडल्या. आठवड्यातून तीन वेगवेगळ्या ग्रुप्समध्ये जाते. तिच्या मुलीच्या शेजारच्या बिल्डिंगमध्ये स्वतंत्र राहते. आता तिला कोणी बावळट, वेडी म्हणेल ही भीती वाटत नाही. 'आपण नवऱ्याला त्रास दिल्यामुळे त्याला मरण आलेलं नाही' याची तिला खात्री वाटते.

———❖———

सत्र दुसरे

उपचार सुरू
(Beginning of PFA)

या पुस्तकाची सुरुवात या केसने केली आहे. सोनाली आली, तिची मन:स्थिती समजल्यावर तिला वेगळ्या उपचारांची गरज आहे हे लक्षात आले. त्यामुळे ही पहिली केस, जिला यशस्वीरीत्या मानसिक प्रथमोपचार दिला गेला.

सोनाली वेळेच्या अर्धा तास आधी आली.

"मी बाहेर बसू का? लवकर आलेय. खरं तर मला सकाळी उजाडताच यावंसं वाटत होतं."

ती किंचितसं हसून म्हणाली.

"काही हरकत नाही. थोडा वेळ बसतेस का? वेटिंग रूममध्ये कागद आणि काही रंग ठेवले आहेत. त्यांचा वापर तू करू शकतेस किंवा गाणी ऐकायची असली तर रेकॉर्ड प्लेअर आणि हेडफोन आहेत. वाचायला काही पुस्तकंही आहेत."

"नको, मी नुसतीच शांतपणे बसते."

"काहीच हरकत नाही, तुझ्या इच्छेनुसार कर!"

असं ती म्हणाली खरं पण, तिच्या मनातलं वादळ तिला शांत बसू देणार नव्हतं.

* * *

प्रत्येक सत्र हे वेगळं असतं. आपण कितीही आधी ठरवलं तरीही साधकाचा मूड आणि भावनिक स्थिती बघून काही वेळा आयत्या वेळी मुद्दा बदलावा लागतो. आजचं सत्रही असंच होतं. पहिल्या दिवशी ती आली... बोलली, मी ऐकलं आणि मग ठरवलं की, हिला मानसिक प्रथमोपचार द्यायचा. त्याचं एक कारण असं होतं की, तिला त्याच्याशिवाय आयुष्य कसं काढायचं हे कळत नव्हतं, त्यामुळे आपण आता जीवन संपवून टाकावं, हा विचार तिला सारखा सतावत होता. बहुतेक जण इतका टोकाचा निर्णय घेत नाहीत, पण हा टोकाचा निर्णय कशा मार्गाने प्रवास करेल हे आपण नाही सांगू शकत. मला कुठल्याही प्रकारचा धोका पत्करायचा नव्हता. दुसरं कारण असं होतं की, आपलं करिअर एका सुखी कुटुंबाच्या आशेने तिने पणाला लावलं होतं. आज तिच्या हातात काही उरलं नाहीये असं तिला वाटत होतं, हा आघात तिच्यासाठी मोठा होता. पूर्ण निराश झालेल्या तिला वेळेवर उपचार झाले नाहीत, तर नैराश्याकडे जायला वेळ लागला नसता. तिसरं आणि महत्त्वाचं कारण म्हणजे आर्थिक बाब! ती मिळवती नव्हती आणि तिचं मानी मन त्याच्याकडून पैसे घ्यायला तयार नव्हतं. या सर्व कारणांची सरमिसळ होऊन एक नवीन कारण समोर आलं ते म्हणजे, त्याने आपल्याला नाकारलं. आपण नाकारले गेलोय हा नुसता विचारही माणसाला खच्ची करतो आणि प्रेमाच्या माणसाने नाकारलं तर त्याची जखम खोलवर रुतते. असं हिच्याही बाबतीत झालं होतं. ज्याला तिने सर्वस्व दिलं, दोन गोड मुलं दिली, एक अतिशय गोड असं कुटुंब घडवलं. त्याने सुखाच्या काही क्षणांसाठी तिला आपल्या आयुष्यातून काढून टाकलं. हा प्रचंड आघात होता.

* * *

वीस मिनिटांनी मी तिला आत बोलावलं.

कालपेक्षा आज ती नीटनेटकी दिसत होती.

"सत्र सुरू करण्याआधी आपण दीर्घ श्वसन, Relaxation, प्रार्थना करू या?"

"हो! फार छान वाटतं. मी काल घरी केलं."

"गुड! पुढच्या वेळी मुलांनाही घे बरोबर!"

"नक्की!!"

पंधरा मिनिटं त्यात गेल्यावर आम्ही सत्र सुरू केलं.

"कसा गेला कालचा दिवस?"

"तुमच्याकडून गेल्यावर रात्रीपर्यंत मुलांच्या संगतीत चांगला गेला. त्यांच्यासाठी पास्ता मागवला. मीही थोडासा खाल्ला, पण मुलं झोपल्यावर मात्र विचारांचं काहूर माजलं. तोही घरी आला. त्याला पास्ता खाणार का, म्हणून विचारलं. 'हो' म्हणाला. चवीने खाल्ला. मुलांची चौकशी केली. मी उत्तर दिलं नाही. मुलांच्या खोलीत जाऊन झोपला. थोड्या वेळाने बघितलं तर मुलांना कुशीत घेऊन झोपला होता. मुलंही त्याला बिलगून झोपली होती."

तिला रडू आलं.

थोडा वेळ गेल्यावर म्हणाली, "खरं तर नेहमी आम्ही असंच झोपतो. पण आज मात्र मी त्यांच्यात नव्हते. त्याने मला विचारात घेतलं नाही. मग मी हळूच त्या खोलीत गेले आणि खाली जमिनीवर झोपले."

आता तिला रडू आवरेना. हळूहळू तिच्या समोर सत्य येत होतं. आज ती त्याच्या आयुष्याचा भाग उरली नव्हती. तिला मायेच्या स्पर्शाची गरज होती. काही वेळ गेल्यावर मी तिला हळुवार कवेत घेतलं.

शांत झाल्यावर म्हणाली, "रात्रभर डोळ्याला डोळा लागला नाही. विचारांनी वेड लागायची वेळ आली आहे. 'आयुष्यातलं एक पर्व संपलं. खूप आशा-आकांक्षा ठेवून बांधलेलं एक नातं आता संपुष्टात येतंय की काय, या विचाराने थरकाप झाला. या परिस्थितीला तो म्हणतोय तसं मी एकटीच जबाबदार आहे का? आणि मीच का? माझ्या बाबतीत हे का घडलं? मी कधीच कोणाचं वाईट चिंतलं नाही, उलट सगळ्यांना सतत मदत केली, तरीही माझ्यावर हा अन्याय?" हाताने तोंड झाकून ती रडू लागली.

"यापुढचं माझं आयुष्य एकटीचं असणार आहे का? मी नोकरी करत नाही तर मग मुलांचा सांभाळ मी कसा करू? पैसे कुठून आणू? ज्या नवऱ्याने मला नाकारलं आहे, त्याच्याकडे पैशांसाठी हात पसरू? त्याच्या पैशांवर जगू? तो मला किती आणि कधी पैसे देईल, यासाठी वाट बघू? पैशांसाठी त्याच्या हातातलं बाहुलं बनू? नव्या आयुष्याला सुरुवात कुठून करू? रात्रभर या विचारांनी जीव तगमगत होता. मग तुमचे शब्द आठवले. त्याने त्याचा निर्णय घेतलाय. माझ्याकडे तीन पर्याय आहेत. कुठला निवडू? ताई, मला तिसरा पर्याय हवाय; पण जमेल मला? तुम्ही कराल मदत?"

"नक्की, पण खरं सांगू का, माझ्या मदतीशिवाय तू उभी राहशील. मनुष्यजात ही खूप अद्भुत आहे. त्याच्याकडे कुठल्याही आघातातून परत उठून उभं राहायची ताकद आहे. समृद्धपणे, अजून जास्त जोमाने उभं राहण्याची ताकद निसर्गतः असते. फक्त काही वेळा ती गत अनुभवामुळे सुप्तावस्थेत असते. प्रत्येक व्यक्तीमध्ये मानसिक उत्क्रांती घडत असते, त्यामुळे ती येणाऱ्या कठीण प्रसंगाशी सामना करायला सक्षमही होत असते. अचानक आलेल्या आपत्तीमुळे तू गडबडून गेली आहेस. असंख्य प्रश्न मनात थैमान घालतायेत. त्यातला पहिला प्रश्न म्हणजे मीच का?"

मीच का? विषय गंभीर होता. कदाचित आता तिच्या पचनी पडला नसता आणि मला या सत्रामध्ये फार गंभीर विषय हाताळायचा नव्हता.

"मी तुला एक प्रश्न विचारते. व्हाय नॉट यू?"

"म्हणजे?"

"मीच का? हा प्रश्न तुला पडणं स्वाभाविक आहे. आपत्ती आलेल्या प्रत्येक माणसाला हा प्रश्न पडतोच. असं बघ, आपल्या आयुष्यात चांगलं घडत असतं तेव्हा आपण कुठे म्हणतो, माझ्याच बाबतीत सगळं का चांगलं घडतंय? मीच का?"

"हं..."

"या व्यक्तीला त्रास द्यायचा, ही व्यक्ती चांगली आहे तर तिला त्रास नको द्यायला, असं कोणी ठरवत नाही ग! या घटना सरसकटपणे (Random) घडत असतात. काही प्रमाणात सहजगत्या म्हणजेच उदेश नसताना घडलेल्या असतात. मग मला सांग 'मीच का?'च्या विचारात गुरफटून जाण्यापेक्षा आपण आता काय करू शकतो, हा निर्णय आपला असू शकतो की नाही? की आपलं सतत स्वतःला प्रश्न विचारत मनाला क्लेश द्यायचे?"

"पटतंय. पण...."

"कळतंय पण वळत नाही. हो ना?"

"हो. भविष्याची चिंता वाटते."

"अगदी स्वाभाविक आहे. पण डोन्ट वरी! Why meचा फार विचार नको करूस."

माझ्यावर विश्वास ठेवून तिने त्यावर विचार करणं सोडून दिलंय हे पुढच्या सत्रामध्ये मला समजलं. काही वेळा जास्त हुशार नसलेले किंवा भाबडे साधक हाताळायला सोपे असतात.

आता तिचं लक्ष दुसरीकडे वळवणं गरजेचं होतं.

कपात कॉफी ओतत मी म्हटलं, "आपण ते सगळं नंतर बघू. तुझ्या सगळ्या प्रश्नांची उत्तरं तुलाच मिळतील. कॉफी घेऊ या का? तुला कशी हवी, गरम की कोमट? मला तरी गरम लागते. थर्मासमध्ये होती तरी जरा कोमट झालीये. आपण करू या का परत गरम?"

"मी करू? चालेल?"

"अग, पळेल. शेजारच्या खोलीत मायक्रोवेव्ह आहे."

तिने कॉफी गरम करून आणली.

"हं, आता फ्रेश वाटतंय. हवीच होती आपल्याला. मुलं काय म्हणतायेत? मला त्यांच्या गमतीजमती सांग ना."

मुलांचा विषय मी मुद्दामहून काढला. मला तिला तिच्या नकळत तिच्या जगण्याचं प्रयोजन द्यायचं होतं.

मुलांच्या आठवणीने ती जरा तरतरीत झाली.

पुढची तीस मिनिटं आम्ही त्यांच्याबद्दल बोलत होतो.

"मावशी, मला खूप भीती वाटते."

"कसली ग?"

"मला काल मुलांना घेऊन बाहेर जायचं होतं. घरात बसून कंटाळली होती. सारखा हट्ट करत होती बागेत जाऊ या म्हणून. त्यांचे मित्रमैत्रिणी येतात खेळायला. पण त्यांच्या आयाही येतात. त्यांनी विचारलं तर?"

"काय विचारतील?"

"हेच, माझ्या आयुष्यात चाललंय त्याबद्दल!"

"ओके, म्हणजे तुला वाटतंय की, त्यांना कळलंय आणि तुला आता ते प्रश्न विचारून भंडावून सोडतील."

"हो, कारण मी काही दिवस मुलांना शाळेत पाठवलेलं नाहीये."

"का?"

"नाही माहीत. पण जीवनातला रस गेल्यासारखं वाटतंय."

"आणि त्यामुळे तू मुलांच्याही जीवनातला रस घालवते आहेस?"

ती रडायला लागली, मी तिला जवळ घेतलं. ''असं बघ, मी समजू शकते तुझी परिस्थिती. पण मुली, ही घटना लज्जास्पद तर बिलकूल नाहीये. आपण काही गुन्हा केला आहे का, की समाजापासून तोंड लपवून राहायला लागतंय? समाजाचा बागुलबुवा करून आपण तुझ्या छोट्या गोड दोन मुलांवर अन्याय करतोय. आपल्या आयुष्याचा शिल्पकार समाज नाही, खरं नां?''

"हो!"

"मुलांना बागडू दे. बघू, पुढे काय होतंय. सध्या त्यावर विचार नको. कदाचित असंही आपण म्हणू शकतो की, आयुष्याने नव्याने जगायला दिलेली एक संधी आहे आणि त्याचा आपण नक्कीच फायदा करून घेऊ या!"

"हं...!"

ती स्वतःला कोषात गुरफटून घेत होती आणि मला तिला तसं करू द्यायचं नव्हतं. तिला

तिच्यातील गुणांची जाणीव करून द्यायची ही संधी होती आणि त्यासाठी बालपणीच्या आठवणी सुखकारक असतात.

"तू लहान असताना कशी होतीस ग? म्हणजे आता मी तुला बघतेय त्यावरून तरी असं वाटतंय की तू खूप मस्तीखोर, मजेशीर असणार. एक आनंदी आणि हुशार मुलगी?"

"असं सगळे म्हणायचे. ......"

ती बोलत होती, बोलताना मजेशीर माना करत होती, हसत होती. जणू प्रत्येक प्रसंग जगत होती, तिच्या सांगण्यात एक गोडशी छटा डोकावत होती आणि त्यात निरागसतेची झाक होती.

तासाभराने ती थांबली, "तुझी मुलं तुझ्या वळणावर आहेत का ग?"

"हो, आणि तुम्हांला सांगते,'' असं म्हणून परत अर्धा तास ती मुलांबद्दल भरभरून बोलली.

मला जे हवं होतं ते घडत होतं. तिच्या सांगण्यातून मला बऱ्याच गोष्टी कळत होत्या. तिची विचारांची पद्धत, बोलण्याची ढब, परिस्थितीला सामोरं जायचं तिचं तंत्र, नात्यांकडे बघायचा दृष्टिकोन, मोठ्याचा आदर, आपल्या संस्कृतीचा मान, जीवनमूल्य आणि बरंच काही!

"तू लीडर आहेस ग, फार मजा आली मला ऐकताना. मीही लहानपणी तुझ्यासारखींच होते. आईबाबा म्हणायचे तुला ज्या दिवशी शिक्षा होणार नाही, त्या दिवशी मी तुझ्या आवडीचं एक गिफ्ट देईन."

"खरंsss"

"अगदी खरं. वाटत नाही नं माझ्याकडे बघून!"

"मी मॉडेलिंग करिअर निवडल्यावर माझ्यात खूप बदल झाला."

ती पंधरा मिनिटं बोलत होती. आजचं सत्र ती एन्जॉय करत होती हे कळत होतं; पण वातावरण हलकं करायला तिची जरा थट्टा करावी म्हणून मी तिला विचारलं,

"ओ बाईसाहेब, संपवू का आजचं सत्र?"

"झालं? पण आपण काहीच केलं नाही!"

"दोन तास झाले की आणि मला जे हवं होतं ते मिळालं."

"म्हणजे?"

"म्हणजे वाघाचे पंजे हत्तीचे कान."

"मला माहीत नाही तुम्ही काय केलंत ते; पण मला प्रचंड हलकं वाटतंय."

"नेमकं हेच केलं. तुला तुझ्यातल्या गुणांची जाणीव करून दिली. खरं तर तुझी तूच केलीस. लहानपणी आपण आपल्या आईबाबांच्या छत्रछायेखाली सुरक्षित असतो; पण मोठेपणी उगाचंच काही गोष्टींचं ओझं बाळगतो. अर्थात, तुझ्याबाबतीत झालं ते वाईटच झालं; पण सोन्या, तू एकटी नाहीयेस. तुझी दोन गोड मुलं तुझ्याबरोबर आहेत, ज्यांना

तुझ्या छायेखाली तुला सुरक्षित ठेवायचंय. समाजाचं काय घेऊन बसलीस? बाहेर पड त्रास देणाऱ्या विचारांतून! मुलांना मजेने जगायला मदत कर. विचारलं कोणी तर सांग त्यांना, 'आपण या विषयावर बोलायला नको. मुलं बघा कशी बागडत आहेत. त्यांची मजा घेऊ या.' असं सांगणं जमेल तुला? जसं लहानपणी तू वर्गात बाणेदारपणे सांगितलं होतंस तसं!'

तिच्या लहानपणाच्या एका गोष्टीचा मी आधार घेतला.

"जमवशील ग, आणि आत्ता प्रश्न मुलांच्या सुखाचा आहे."

मी तिला अजून आत्मविश्वास देण्याच्या दृष्टीने म्हटलं.

"जमेल. मी नक्की जमवीन!"

"लोक काय म्हणतील या भीतीने जगणं सोडायचं नसतं ग मुली! आणि आता बाहेरचं अन्न नको, छानसा स्वयंपाक कर मुलांच्या आवडीचा. तुझा छंद काय आहे ग?"

"डान्स. मला नाचायला प्रचंड आवडायचं. आता मात्र जमत नाही."

"मग हल्ली काय करतेस?"

"पेंटिंग."

"ग्रेट, तर मग पुढच्यावेळी आपण पेंटिंग करत डान्स करायचा."

"दोन्ही गोष्टी माझ्या आवडीच्या."

"एक सांगू, म्हणजे विचार कर हं! पटलं तर स्वीकार. प्रश्नांनी मनात काहूर निर्माण केलं की, मन अजून नकारात्मकतेकडे झुकतं. सगळं जग नुसतं नकाराने भरलंय असं वाटायला लागतं आणि मग आपण सगळ्यांना दूर ठेवायला लागतो. कोणालाही भेटू नये, असं आपल्या वाटतं आणि आवडत नसूनसुद्धा आपण एकटे राहायला सुरुवात करतो. जसं तुझं झालंय."

"पण काय करू, विचार येतातच."

"ते स्वाभाविक आहे. आज आपण त्यावरचा उपाय करू या. मला सांग, तुझ्या आयुष्यात कुठली तीन टिंबं महत्त्वाची आहेत?" मी विचारलं.

"टिंबं?"

"प्रत्येकाच्या आयुष्यात तीन गोष्टी जास्त महत्त्वाच्या असतात, ती आपली तीन टिंबं. फार जपायचं त्यांना. मी माझी तीन टिंबं सांगते, माझं कुटुंब, माझं काम आणि माझी आनंदी सकारात्मक वृत्ती. या तिघांनाही मी खूप जपते. या तीन गोष्टींची जपणूक हे माझ्या जगण्याचं प्रयोजन आहे. त्यामध्ये मी कुठलेही अडथळे येऊ देत नाही आणि आले तर निर्धोकपणे अडथळ्यांना बाजूला सारते. मी सतत तीन टिंबांचं संगोपन करत असते. तुझ्या आयुष्यातील तीन टिंबं शोध. आपण त्यांची जपणूक कशी करायची ते बघू या!"

"किती सुंदर कल्पना आहे. मला आता जे सुचतंय ते सांगते. सांगू?"

"हो."

"मुलं, मुलांना उत्तम वाढवणं, भावनिक स्वावलंबन आणि आर्थिक स्वातंत्र्य!"

"तर मग मुली, तुला तुझ्या जगण्याचं प्रयोजन सापडलंय. आता मागे नाही हटायचं. उत्तम जगण्याचे मार्ग स्वीकारायचे. प्रश्न मुलांचा आहे, त्यामध्ये अगदी परमेश्वर आला तरी त्याला बाजूला सारायचं. आपण त्यावर नक्की काम करू या. मी तुला एक सोपं तंत्र शिकवते. त्याची सगळी माहिती सांगते. ते कसं वापरायचं हे सांगते आणि मग आपण तुझ्यासाठी छान वाक्य तयार करू या."

मी तिला स्वयंसूचना आणि सकारात्मक विचारांत रमणं याबद्दल माहिती सांगितली. माझ्या मदतीने तिने तीन वाक्यं तयार केली. तिच्याकडून ती म्हणून घेतली.

"आता यापुढे तू ठरवायचंस आणि याचा मस्त उपयोग करून घ्यायचा."

तिने मान डोलावली.

एक गोष्ट, ज्यामुळे मोठी जादू झाली. सोनाली परत आपल्या उत्तम जगण्याचा विचार करू लागली. काही वेळा एखादी थिअरी किंवा थेरपी वापरण्यापेक्षा खऱ्या घडलेल्या गोष्टी जीवनाचं प्रयोजन देऊन जातात.

"मी तुला अमेरिकेतल्या भल्यामोठ्या घरात घडलेली एक सत्यकथा सांगते आणि मग आपण आजचं सत्र संपवू या, ऐक हं नीट.

"माझ्या अगदी जवळच्या नातेवाइकांच्या घरी घडलेली. त्या कुटुंबात दोन मुलं १२ आणि १५ वर्षांची, आई, बाबा, दोन कुत्रे आणि एक मोची, म्हणजे दोन वर्षांचा एक पक्षी. आईबाबांचं ऑफिस घरात. त्याला आणलं आणि लॉकडाउन सुरू झालं. मुलांच्या शाळा ऑनलाइन म्हणजे घरात. हे पिल्लू आपलं सतत दोन मुलांच्या खोल्यांत ठाण मांडून बसायचं. कधी याच्या डोक्यावर तर कधी तिच्या खांद्यावर. लहर आली तर दोन कुत्र्यांच्या डोक्यावर बसून घरात फेरफटका मारायचं. मजेत दिवस चालले होते.

"दीड वर्षाने शाळा सुरू झाल्या. मुलं शाळेत जाऊ लागली. हे पात्र मात्र त्यांच्या खोलीत बसून त्यांची वाट बघू लागलं. आईबाबा घरात; पण त्यांच्या ऑफिसमध्ये बिझी आणि हळूहळू लक्षात यायला लागलं की, आज दोन पिसं गायब, उद्या सहा आणि एके दिवशी अंग रक्तबंबाळ. अंगावर एकही पिस नाही. काही कळेना काय झालं! डॉक्टरकडे नेलं तर त्याने अजबच सांगितलं. 'याला कुठला तरी प्रचंड ताण आहे, हा स्वत: आपली पिसं उपटतो आहे, हे नवीनच.' पक्ष्याला ताण? डॉक्टरने विचारलं, 'घरात काय बदल झालाय?' मग लक्षात आलं. हे महाशय मुलांच्या खोल्यांत दिवसभर एकटे बसतात. दोन कुत्र्यांना मुलं नसण्याचं विशेष नाही वाटलं. कारण त्यांना मुलांच्या शाळेत जाण्याची सवय होती."

"अरे बाप रे! आपल्या लक्षातही आलं नसतं. मग काय केलं, त्यावर काय उपाय केला?"

"त्याला वैद्यकीय उपचारांची गरज नव्हती. त्याला मायेची, स्पर्शाची, आधाराची गरज होती. त्याला मलमपट्टी केली. आईने त्याच्यासाठी छानशी उबदार झालर असलेली बंडी

शिवली. त्याला त्या बंडीत गुरफटून आळीपाळीने आईबाबा आपल्या कुशीची ऊब देऊ लागले. त्याच्याशी बोलू लागले.' त्याच्याशी गप्पा मारू लागले. त्याच्यासाठी ते घरात गाणी लावत. पक्ष्यांच्या किलबिलण्याची टेप लावत आणि मग जादू झाली. आता त्याला छान पिसं यायला सुरुवात झाली; आणि गंमत म्हणजे, तो आता एकटा खोलीत बसायला लागलाय. आता गाणी ऐकत आपलं एकटेपण छान उपभोगतो आहे."

"वॉव, हे काय आहे? मी याला नाव देऊ शकते. त्याला त्यांनी मानसिक प्रथमोपचार दिला. जसा तुम्ही मला देताय!"

"अगदी बरोबर, पण बाईसाहेब, तुझ्या मुलांचं काय? त्यांच्याही आयुष्यात मोठा बदल होतोय."

"त्यांची काळजी मी घेईन. तुमच्याकडून शिकतेय मी काय करायचं ते. मला माझ्या पिलांनी त्यांची पिसं उपटायला नको आहेत."

"खूप कौतुक वाटतंय मला तुझं. मुली, आता मागे नाही हटायचं. कदाचित काही वेळा एखाद दुसरा दिवस वाईट जाईल, हरकत नाही. कधी रडू येईल, तर मग रडून मोकळं व्हायचं, चिडचिड होईल, अशा वेळी आपण आपली स्वत: तयार केलेली वाक्यं म्हणायची. निराश वाटेल, पण इट्स ओके म्हणायचं. पण एक लक्षात ठेवायचं... ."

"काय?"

"आपली पिसं कधी उपटायची नाहीत. त्या बिचाऱ्या पक्ष्याला ताणामुळे हे नाही कळलं की, आईबाबा आहेत सोबत करायला. तो त्यांच्या खोलीत उडत जाऊ शकला असता."

"थँक यू मावशी."

"सत्र संपवू या?"

"खरं तर संपवायला नको वाटतंय; पण...."

"चला, पळा घरी, मुलं वाट बघत असतील."

तिला जगण्याचं प्रयोजन मिळालं होतं.

आजची सोनाली

सोनालीची सत्रं एक महिना चाललं.

शेवटच्या सत्रानंतर तिने ठरवलं की, पर्सनल ट्रेनर म्हणून काम करायचं. तिचं व्यक्तिमत्त्व आकर्षक आहे. त्याला योग्य असा व्यवसाय तिने निवडला. योगाचं, आहाराचं आणि पर्सनल ट्रेनरचं प्रोफेशनल शिक्षण घेऊन आज तिचं स्वतःचं हेल्थ बुटिक आहे. खूप सुंदर असं हे बुटिक महिलांसाठी एक विसाव्याचं ठिकाण तर आहेच, शिवाय मध्यंतरी लंडनला जाऊन ती दोन कोर्स करून आली. नवऱ्याकडून एक पैसा न घेता हे सर्व तिने स्वतःच्या बळावर केलं, हे जास्त विशेष.

ताणाचे नियोजन

(Stress Management)

आजचं सत्र जरा विशेष ठरवलं होतं. निमिषा, वय बत्तीस! लग्नाला दोन वर्षं झालेली आणि तीन महिन्यांपूर्वी नवऱ्याचं अपघातात निधन झालेलं. चार महिन्यांची एक मुलगी. आज मला तिला कुठेतरी बाहेर अशा ठिकाणी घेऊन जायचं होतं की, तिचं मन जरा वेगळ्या वातावरणात रमेल. म्हणून मी गावाबाहेरचं निवांत हॉटेल निवडलं. त्या हॉटेलच्या सगळ्यात वरच्या मजल्यावरचं Open to Sky हे माझं अतिशय लाडकं ठिकाण आहे. बंद खोलीपेक्षा, मोकळ्या वातावरणात मन जरा प्रफुल्लित होतं.

निमिषा सध्या प्रचंड ताणातून जात होती. तिच्याबरोबर दोन सत्रं झाली होती. पहिल्या सत्रापेक्षा आता खूप सावरली होती.

मी पोहोचले तर ती आधीच येऊन बसली होती.

मला बघताच ती म्हणाली,

‘‘ताई, खूप सुंदर ठिकाण आहे. बऱ्याच महिन्यांनी मी असं कुठेतरी आले. येताना मन जरा साशंक होतं. माझ्यावर काय प्रसंग आलाय आणि मी एन्जॉय तर करत नाही ना?’’

‘‘खूप छान दिसतेस. हा रंग शोभतोय तुला!’’

छानशी हसत ती म्हणाली, ‘‘तुमची अशी सूचना होती की छान कपडे घालून, मला हवा असेल तर मेकअप करून यायचं.

‘‘बघ, किती गोड दिसतेस!’’

‘‘पण थोडंसं अपराधी वाटतंय. खरं तर तयार होताना खूप मस्त वाटत होतं. पण मग वाटतं, मला कोणीतरी असं तयार झालेलं बघितलं तर काय म्हणतील?’’

‘‘काय म्हणतील?’’

यावर तिने खांदे उडवले.

‘‘आणि काही का म्हणेनात, आपल्या मागे म्हणतील ना?’’

‘‘आई मात्र म्हणाली, ‘अशीच राहा ग पोरी’ बाबा सोडायला आले होते. म्हणाले, वचन दे, यापुढे अशीच छान राहशील.’’

‘‘निमिषा! ही खरी आपली माणसं. जी आपल्याला नावं ठेवतात त्यांची आपण पर्वा का करायची? ज्यांना आपली काळजी असेल त्यांना आपण दुःखी राहिलेलं आवडेल का? आणि तुझं पिल्लू, अनिका? कशा आहेत बाईसाहेब?’’

‘‘मस्त आहे. आईबाबा खूप काळजी घेतात तिची. ताई, मी आता ठरवलंय, यापुढे मी अनिकाला आनंदी ठेवणार.’’

‘‘ग्रेट, मग आधी तुला आनंदी राहावं लागेल.’’

‘‘तुम्ही दिलेला टास्क मी काल पूर्ण केला.’’

‘‘ओके, मग कोणाला सांगितलंस, यापुढे माझी काळजी करू नका. मी उत्तम जगणार आहे?’’

''माझ्या मुलीला. तिच्या कानात सांगितलं, अनिका, यापुढे मी तुझ्यासाठी सगळं विसरून चांगलं राहणार आणि हे मी खात्रीने सांगते, तुला तुझी आई कायम आनंदी दिसेल, आणि ताई, जणू तिला ते समजलं. खुदकन हसली ती.''

''अग, आपल्या माणसांना आपल्या भावना लगेच कळतात. अनिका छोटी असली तरी आपली आई दु:खात आहे हे तिला नक्की जाणवत असेल. चल, काही तरी मस्त मागवू या. काय मागवू?''

''तुम्ही काय घेणार? तुमच्या आवडीचं मागवू या. नेहमी तुम्ही मला जपत असता.''

''ओके म्हणजे आज माझे लाड पुरवणार तर. आधी सूप घेऊ या गरम, मग पुढची ऑर्डर.''

''चालेल!''

तिने वेटरला बोलावून सूपची ऑर्डर दिली, बरोबर भजी सांगितली.

''भजी, तुला आवडतात?''

''त्याला आवडायची.''

''अरे वा, मग खूपदा होत असतील ना?''

''हो ना. महिन्यातून एकदा. खरं तर तो तब्येतीबाबत जागरूक होता; पण भजी म्हटली की मात्र ताव मारायचा.''

आज त्याची आठवण काढताना ती किंचितसं हसली, एरवी रडायची. आमच्याबरोबर तोही असावा असं मात्र तिला वाटत होतं.

सूपचा आस्वाद घेता-घेता मी आजच्या विषयाला सुरुवात केली.

''तू अनिकाला वचन दिलं आहेस, तर आता तुला तसं वागायला हवं. नाही का?''

''अगदी खरं आहे. मला काल रात्री वाटलं की, जणू माझी छोटी एक कुरूप वेडं पिलू आहे आणि मला तिला राजहंस करायचंय.''

''किती छान सांगितलंस ग. तिच्यात एक राजहंस दडलाय. तुझ्या प्रयत्नाने त्याला शोधायचंय. पण निमिषा, त्यासाठी आधी तुला राजहंस व्हावं लागेल.''

''तिच्यासाठी जे-जे शक्य आहे, ते सर्व मला करायचंय. तुम्ही म्हणाल ते मी करणार आहे.''

''तर मग आधी स्वत:वरचा ताण (Stress) कमी करायला हवा. कारण त्यामुळे आपल्या शरीराची आणि मनाची हानी होत आहे, ती थांबवायला हवी. ताण हा किती हानिकारक आहे हे तुला शास्त्रीय भाषेत सांगते. सांगू ना?''

''मला कळेल का?''

''नक्की, आपण असं करू या, आज तुझ्याबद्दल काहीच बोलायचं नाही. मी तुला ताण म्हणजे काय हे सांगते. तू सुज्ञ आहेस, तुझं तूच ठरव, तुला ताण आहे का आणि

त्यातून बाहेर येण्यासाठी तू काय करणार आहेस.''

''ताणासंबंधी माझी मैत्रीण म्हणते, आजकालच्या धकाधकीच्या, तणावपूर्ण, बदलत्या, वेगवान आयुष्यात बऱ्याचदा मनावर दडपण येतं, ताण येतो आणि तो अपरिहार्य असतो.''

''अशी चुकीची समजूत आहे खरी. याचं कारण लोक ताणाची कारणं, त्याचे स्रोत आणि खुद्द ताण हे दोन्ही शब्द समानार्थीच वापरतात. म्हणून त्यांना वाटतं की, ताणनिर्मितीस कारणीभूत होऊ शकेल, अशी परिस्थिती असली म्हणजे ताण आलाच. तसं असतं तर ताणपूर्ण परिस्थिती असली की, ताण येणारच आणि मग हेही बरोबर ठरेल की, अशा परिस्थितीत ताण हा अपरिहार्य आहे.''

''म्हणजे तुम्हांला असं म्हणायचं आहे का, की बाह्य परिस्थिती कितीही प्रतिकूल असली तरीही ताण येणारच, हे अपरिहार्य नाही?''

''अगदी बरोब्बर! अर्थात, हे सोपं नाही आणि ते कसं साध्य करायचं, हे आपण पाहणारच आहोत. पण तत्पूर्वी हे शक्य आहे हे पटण्यासाठी आपण काही उदाहरणं घेऊ.

''समजा, एखादी वाईट घटना घडली, उदाहणार्थ परीक्षेत नापास होणं, नोकरी जाणं, भांडण होणं, आर्थिक नुकसान होणं, अशा प्रत्येक घटनेत काही व्यक्ती अशा असतात, ज्या याचा फारसा त्रास करून घेत नाहीत, तर काही एखाद्या क्षुल्लक गोष्टीचाही त्रास करून घेतात.

''इतकंच काय, एखाद्या विशिष्ट घटनेचा आपल्याला कधी ताण येतो, तर कधी येत नाही. ते इतर अनेक गोष्टींवर अवलंबून असतं. आपल्या सर्वांची शरीरं, गुणसूत्रं तर एकसारखीच असतात. फरक असतो तो आपल्या दृष्टिकोनात.

''एखाद्या गोष्टीचा आपण कसा अर्थ (Interpretation) लावतो. म्हणजेच कुठलीही घटना ताणासाठी मूलतः कारणीभूत नसते, तर आपण त्या घटनेकडे कसं पाहतो ही गोष्ट ताणाला कारणीभूत असते. याहून गंभीर गोष्ट म्हणजे, काही जण असंही म्हणतात की, ताण आला तर काम जास्त चांगलं होतं आणि म्हणून आपल्या प्रगतीसाठी ते उत्तम असतं.''

''हे मी पण ऐकलंय!''

''पण हे अतिशय चुकीचं विधान आहे. याचं कारण म्हणजे, बऱ्याच जणांना आव्हान (Challenge) आणि ताण (Stress) यांतला फरक लक्षात येत नाही. आव्हानं स्वीकारायला हरकत नाही; पण ताण मात्र अजिबात नको. कारण या दोन्ही गोष्टींत फार मोठा फरक आहे. एखाद्या कामाचं आव्हान स्वीकारणं आणि पेलणं उत्तम, त्यामुळे आपली प्रगती होते; पण तो तणाव झेपण्याच्या पलीकडे गेला की ताण स्थिती निर्माण होते, जे शारीरिक आणि मानसिक स्वास्थ्यासाठी खूपच हानिकारक आहे.''

''चॅलेंज व्हेरी गुड... बट् स्ट्रेस व्हेरी बॅड!'' ती म्हणाली.

''योग्य आव्हानांमुळे आपल्या मज्जासंस्थेमध्ये (Nervous System) बदल होत नाही; पण ताण (Stress) आला तर मात्र शरीराच्या आत प्रचंड उलथापालथ होते आणि म्हणून तो वाईट. इथे एक छानसं उदाहरण असं देता येईल की, सितार, वीणा, तंबोऱ्यासारख्या तंतुवाद्यात तारेला योग्य प्रमाणात ओढून बसवलं, तर सुमधुर संगीत उमटतं; पण त्याच तारेला जास्त ताण दिल्यास ती तुटते. म्हणजेच योग्य प्रमाणात तार ओढली तर आव्हानं आणि दबाव म्हणून सुमधुर संगीत; पण जास्त ओढली, तर ताण म्हणजे शरीरात होणारा बदल आणि असं वारंवार घडलं तर शरीर दुर्बल होतं.''

''म्हणजे तुम्हांला असं म्हणायचं आहे का, की दुःख व्हायलाच नको?''

''छे: छे: अग, अशा प्रसंगात दुःख होणं हे स्वाभाविक आहे. ते आपल्या भावनिक स्थितीचं प्रकटीकरण आहे.''

''मग...''

''दुःख आणि ताण यांत मोठा फरक आहे. कुठल्याही परिस्थितीमुळे दुःख होणं, निराश होणं, राग येणं स्वाभाविक आहे; पण ताण येणं नाही.''

''आता दुःख झालं की ताण येणारच.''

''नाही ग, ताण येणं हे बिलकुलच अपरिहार्य नाही!''

''माझा गैरसमज होता की, या भावना म्हणजे ताण.''

''भावना आणि ताण यांत खूप फरक आहे आणि तोच मी तुला सांगणार आहे. आता शास्त्रशुद्धरीत्याही सिद्ध झालं आहे की, ताण-तणावांमुळे उच्च रक्तदाब, मधुमेह, हृदयरोग, अपचनाचे विकार, त्वचेचे रोग, श्वसनसंस्थेचे रोग होतात.''

''हो, ऐकलंय मी! माझ्या वडिलांना मधुमेह झाला तेव्हा डॉक्टर म्हणाले होते, तुम्ही खूप ताण घेता म्हणून ही व्याधी तुम्हांला जडली आहे.''

''येस निमिषा! ताण आपल्या कल्पनेपेक्षाही आपल्या शरीराचं नुकसान करतो, आणि एकदा का हे सगळे ब्रह्मराक्षस आपल्या शरीरात शिरले की, आयुष्य संपेपर्यंत ते आपल्यावर राज्य करतात. त्यांना बाहेर काढायला अथक प्रयत्न करावे लागतात. आपल्या शरीरातल्या सर्व हार्मोन्स यंत्रणा कमकुवत करतात आणि आपल्या शरीराचा संथगतीने नाश करतात. आता असंही सिद्ध झालं आहे की, माणूस ताणतणावाखाली असतो, तेव्हा त्याची रोगप्रतिकारक शक्तीही कमकुवत होते.''

''बाप रे, ही खूपच धोकादायक गोष्ट आहे.''

''हो आणि आपली रोगप्रतिकारक शक्ती कमकुवत असताना आपण कुठल्याच विषाणू (virus), अथवा रोगकारक जीवाणूंचा (bacteria) प्रतिकार करू शकत नाही. तेव्हा ताणतणावाखाली जगणं किती धोकादायक आहे, हे नीट लक्षात घे!''

''आणि तुम्ही म्हणताय की, ताण हा नकारात्मक भावनांपेक्षा वेगळा आहे, म्हणजे नेमकं काय घडतं शरीरात की, आपल्याला आजार होतात?''

''मस्त प्रश्न. आता खूप जणांना हे माहीत आहे की ताण घेणं हे वाईट आहे. पण हे वाईट का आहे, हे समजण्यासाठी आपल्या शरीराचं कार्य कसं चालतं हे समजून घेणं जरुरीचं आहे. हे खूप तांत्रिक (Technical) आहे आणि ही वैद्यकीय शास्त्रातील बाब आहे. तुला ते समजून घ्यायला आवडेल का? त्यातील वैद्यकीय बारकावे कदाचित नाही कळले, तरी त्याचा आशय आणि सारांश कळला तरीही तुझ्या बऱ्याच शंकांचं समाधान होईल.''

''नक्कीच आवडेल मला त्याबद्दल ऐकायला.''

''आपल्या शरीराचं कार्य हे आपली मज्जासंस्था आणि संप्रेरक यंत्रणा यांच्यामार्फत चालतं. मज्जासंस्थेचे 'पॅरासिम्पथेटिक' (Parasympathetic) आणि 'सिम्पथेटिक' (Sympathetic) असे दोन उपप्रकार असतात. यातील पॅरासिम्पथेटिक यंत्रणा शरीराची वाढ, चयापचय क्रिया, अपायकारक घटक काढणे आणि प्रतिकारशक्ती वाढविणे यांसारखी महत्त्वाची कामे करते. तर सिम्पथेटिक यंत्रणा ही आणीबाणीत वापरायची यंत्रणा आहे. तिचं मुख्य काम संकटाचा सामना करण्यासाठी शरीराची दुय्यम कामं थांबवून ऊर्जा निर्माण करणं हे आहे. पण ही यंत्रणा सतत वापरली गेली तर शारीरिक आणि मानसिक स्वास्थ्यावर दुष्परिणाम होतो.

उदाहरणार्थ, यामुळे मधुमेहासारखे रोग का होतात, हे जाणून घेण्याची गरज आहे. ताण आला आणि रोग झाला असं नाही होत. त्यासाठी आत, शरीरात काही तरी घडत असेल ना?''

''तेच तर विचारतेय! असं काय घडतं? आणि हे प्रकरण एवढं तापदायक आणि धोकादायक आहे तर देवाने आपल्याला का दिलं?''

''तुझ्या दुसऱ्या प्रश्नाचं उत्तर मी आधी देते. हे प्रकरण तापदायक आणि धोकादायक आहे, हे बरोबर आहे, पण मानवजातीचं अस्तित्व टिकून राहण्यासाठी हे प्रकरण आपल्या शरीरात तयार होत गेलं. तुला कदाचित माहीत नसेल की, उत्क्रांती प्रक्रियेत ही यंत्रणा आणि सर्व नकारात्मक भावना आपल्यामध्ये निर्माण झाल्या आणि त्या वेळी माणसाला जिवंत राहण्यासाठी त्यांची गरज होती.''

''गरज? ती कशी काय?''

''पूर्वी संकट होतं; ते हिंस्र प्राण्यांपासून असणारा धोका. माणूस स्वतःचं संरक्षण करायला असमर्थ आहे. शस्त्रांचा शोध लागलेला नव्हता, मग माणूस हिंस्र प्राण्यांपासून स्वतःचं रक्षण कसं करणार? एक तर त्याला त्यांच्याशी लढणं किंवा पळून जाणं हे दोनच पर्याय होते. लढा किंवा पळा (flight or fight). लढणं कठीण होतं, कारण प्राण्यांसारखे

तीक्ष्ण दात आणि नखं माणसाकडे नाहीत; आणि पळून जायचं तर त्यांच्यापेक्षा आपली शारीरिक ताकद कमी. हल्ला झाला तर कसं वाचवेल तो स्वत:ला?

त्या काळी माणसाच्या आयुष्यात जिवंत राहणं हेच मुळी एक ताणाचं कारण होतं. या संकटांचा झटपट, जलद सामना करता यावा म्हणून उत्क्रांती प्रक्रियेत आपली जी शरीररचना घडली, त्यात 'स्ट्रेस मेकॅनिझम' ही यंत्रणा हा एक उत्कृष्ट बचावाचा मार्ग होता. आपलं आयुष्य सुरळीत सुरू असतं, तेव्हा शरीरात, पॅरासिम्पथेटिक मज्जासंस्था (Parasympathetic Nervous System) नावाची प्रक्रिया सुरू असते. मात्र ज्या क्षणी मेंदूला संकट समोर आहे, याची जाणीव होते, त्या क्षणी शरीरात बदल होऊन सिम्पथेटिक मज्जासंस्थेची (Sympathetic Nervous System) ही यंत्रणा सुरू होते. ती आपला या संकटाचा सामना करायला मदत करते. हेच ते 'स्ट्रेस मेकॅनिझम'. ही एक संरक्षण यंत्रणा (Defense Mechanism) आपल्याला निसर्गाने देणगी म्हणून दिली आहे. ज्यामुळे आपण संकटात आपला बचाव करू शकतो.''

''ही यंत्रणा नेमकं काय करते ज्यामुळे आपली शारीरिक ताकद वाढते?''

''यंत्रणा शरीरात तत्काळ शक्तीचा (Energy) स्रोत निर्माण करते. ज्यामुळे आपल्याला लढायला किंवा पळायला बळ येते. आपल्या शरीरात रक्तातील साखरेची पातळी वाढवते. जी आपल्याला संकटाशी सामना करायला जास्त शक्ती देते.''

''हे सगळं अद्भुत आहे.''

''त्या वेळी जिवंत राहणं हा एकच ताण होता आणि तोही शारीरिक. जगणं किंवा मरणं यांपैकी एकाचीच निवड शक्य होती, तीही माणसाच्या हातात नव्हती. ही त्याच्या अस्तित्वाचीच लढाई होती. निसर्गाला माणसाच्या पुनरुत्पादनाच्या वयापर्यंत म्हणजेच तो पुनरुत्पादन करायच्या लायकीचा होईपर्यंत, त्याचं जगणं अपेक्षित होतं.''

''बरोबर, तरच पुढची पिढी निर्माण होईल.''

''नाही तर माणूस ही जमात नष्टच झाली असती.''

''काय ही निसर्गाची कमाल? पण मला सांग, ही यंत्रणा सुरू झाली की काय घडतं शरीरात? आणि ती आपोआप कधी सुरू होते?''

''आता पॅरासिम्पथेटिक मज्जासंस्था नावाची प्रक्रिया सुरू असते तेव्हा आपल्या शरीरातली सर्व कामं संथपणे सुरू असतात. उदाहरण द्यायचं झालं तर पचन, श्वासोच्छ्वास, रक्ताभिसरण अशा क्रिया ज्या आपण काहीही केलं नाही तरी, त्या सुरळीत सुरू असतात.

थोडक्यात सांगायचं झालं तर शरीरातले सर्व अवयव अगदी शहाण्या मुलांसारखे आपल्याला नेमून दिलेली कामं करतात. पण ज्या क्षणी सिम्पथेटिक मज्जासंस्था ही यंत्रणा सुरू होते, त्या क्षणी मात्र सर्व गडबड होते. याला शास्त्र 'लढा किंवा पळा' (Fight or Flight) असं नाव देतं. या यंत्रणेचं काम म्हणजे शरीराचं रक्षण करणं.

आपल्यासमोर एखादं संकट उभं राहतं, मग ते संकट कुठच्याही प्रकारचं म्हणजे शारीरिक किंवा मानसिक असो, ही यंत्रणा आपोआप सुरू होते. आपली इच्छा नसली तरीही! शरीर स्वयंचलनाने (Automatically) या 'लढा किंवा पळा' याच एका मागनि त्याचा सामना करायचा प्रयत्न करतं.''

''कमाल आहे निसर्गाची...'' ती म्हणाली.

''खरंच ही एक किमयाच आहे. पूर्वी संकटं ही शारीरिक इजेशी संबंधित असत, त्यामुळे शरीरात संकटांचा सामना करायला लागणारी ऊर्जा निर्माण करण्याची गरज होती. लढायचं किंवा पळायचं या दोन्हींना ऊर्जा लागणार. म्हणून जास्तीत जास्त ऊर्जा निर्माण करण्यासाठी ही यंत्रणा कामाला लागायची.

''आपल्या शरीरात पॅरासिम्पेथेटिक मज्जासंस्था ही यंत्रणा सुरू असते, तेव्हा सर्व अवयव आपापली कामं व्यवस्थित करत असतात. पण सिम्पेथेटिक मज्जासंस्था या यंत्रणेत मात्र ते सर्व अवयव आपापली कामं तात्पुरती थांबवून फक्त जास्त ऊर्जा तयार करायच्या कामाला लागतात. म्हणजेच या यंत्रणेत दोन गोष्टी घडतात.

''शरीरातल्या ज्या प्रक्रियांना ऊर्जा लागते त्या सर्व प्रक्रिया काही काळासाठी तात्पुरत्या बंद केल्या जातात. आता उदाहरण द्यायचं तर, जठरातील पचनक्रिया बंद होते, हात-पाय (जे लढायला अथवा पळायला उपयोगी आहेत.) सोडून इतर अवयवांचा रक्तपुरवठा कमी होतो, तोंडात लाळ निर्माण होणं बंद होतं, (म्हणून अशा प्रसंगी तोंडाला कोरड पडते.) याच्याच बरोबरीने रोगप्रतिकारक यंत्रणाही स्थगित केली जाते. आणि इतरही बरीच कार्यें तात्पुरती स्थगित केली जातात.

''दुसरी गोष्ट अशी होते की, शरीरातले सर्व अवयव जास्तीत जास्त ऊर्जा म्हणजेच साखर (Glucose) निर्माण करायच्या कामाला लागतात.

''अधिक ऊर्जा निर्माण करण्यासाठी यकृत (Liver) अधिक साखर तयार करतं, त्यामुळे रक्तातलं साखरेचं प्रमाण वाढवतं. ही साखर वापरून पेशींना अधिक ऊर्जा निर्माण करता यावी, म्हणून स्वादुपिंड (Pancreas) इन्सुलिन नावाचं संप्रेरक अधिक प्रमाणात तयार करतं. बाकीच्या ग्रंथी Adrenaline आणि यांसारखी संप्रेरक तयार करतात. अधिक रक्तपुरवठा व्हावा म्हणून हृदयाचे ठोके वाढवले जातात आणि हृदय अधिक दाबाने रक्तपुरवठा करतं.

''आता ही सर्व यंत्रणा निर्माण झाली ती वाघ, सिंहापासून पळून जाण्यासाठी, अथवा त्यांच्याशी युद्ध करण्यासाठी. पळून जाणं किंवा लढणं या दोन्ही क्रियांमध्ये ही जास्त निर्माण केलेली साखर वापरली जात असे आणि काही मिनिटांतच आणीबाणीचा प्रसंग निभावल्यावर शरीर पूर्ववत पॅरासिम्पेथेटिक मज्जासंस्था व्यवस्थेकडे वळून शरीराचे सर्व कारभार मूळपदाला येत असत.''

''ती उत्सुकतेने म्हणाली, ''म्हणजे शरीर जणू काही युद्धपातळीवर काम करू लागतं, असं म्हणायला हरकत नाही. पण हे संकट शारीरिक झालं. मानसिक संकट असेल तर ?''

''कुठलंही संकट मग ते शारीरिक किंवा मानसिक असू दे, शरीराला हा युद्धाचाच प्रसंग वाटतो; पण मला सांग, सध्याच्या काळात संकटं मानसिक असतात की शारीरिक ?''

''जास्त करून मानसिकच असतात.''

''शारीरिक धोका होण्याचे प्रसंग आता जवळ जवळ उरलेले नाहीत. सर्व संकटं ही मानसिक, वैचारिक स्वरूपाची आहेत.''

''उदाहरणार्थ ?'' तिने स्पष्टीकरण विचारले.

''उदाहरणच द्यायचं झालं तर, ऑफिसमधील कामाचा दबाव, कुटुंबातले वाद, पैशांचा आणि वेळेचा तुटवडा, मुलांच्या दहावी-बारावीच्या परीक्षा, प्रत्येक गोष्ट पाहिजे अशी सुटलेली हाव, नात्यातले तणाव किंवा नैसर्गिक आपत्ती आणि अजूनही बरीच कारणं आहेत,'' मी तिला समजावलं.

''हं! पटतंय मला. माझ्यावर, जे संकट आलं आहे, तो माझ्या शारीरिक जीवन-मरणाचा प्रश्न नाहीये. यापुढे माझी प्रिय व्यक्ती आता माझ्या सोबत असणार नाही ही माझी मानसिक स्थिती माझ्यावरच्या तणाला कारणीभूत आहे. माझं आणि माझ्या मुलीचं कसं होणार ? आम्हांला आधार कोणाचा ? आम्ही एकट्या पडलो, आर्थिक बाबतीत मी पुरी पडीन का ? हे सगळे प्रश्न मानसिक आहेत.''

''तरीही तुझ्या शरीरात आपत्कालीन यंत्रणा सुरू झाली आहे, जी हानिकारक आहे.''

''दुःखात, निराशेत ही यंत्रणा सुरू होत नाही ?''

''नाही. या भावनांचं ताणात रूपांतर झालं नाही, तर ही यंत्रणा सुरू होत नाही.''

''पण मग मानसिक संकट आणि शारीरिक संकट यांतला फरक मेंदूला कळत नाही का ?''

''नाही कळत. मेंदूला ताण मानसिक आहे की शारीरिक आहे, हे नाही कळत. आपल्या शरीरात शारीरिक किंवा मानसिक संकटांचा सामना करण्यासाठी दोन वेगवेगळ्या यंत्रणा तयार झालेल्या नाहीत. त्यामुळे आपलं शरीर कुठलंही संकट दिसलं, मग ते मानसिक का असेना, त्याच्या जुन्या-पुराण्या 'लढा किंवा पळा' यंत्रणेचा वापर करतं.''

''अरे बाप रे! हे तर फारच धोकादायक आहे.''

''ही यंत्रणा तयार झाली तेव्हा ती दिवसातले काही मिनिटंच वापरली जाईल, अशी अपेक्षा होती; पण आता तर आपण सतत चोवीस तास ताणाखाली असतो, म्हणजेच सिम्पेथेटिक मज्जासंस्था कार्यरत असलेल्या अवस्थेमध्ये असते.''

''अरे, बापरे!! इतका विचार केलाय निसगनि आपल्याला घडवताना ?''

''हो ना! आपल्याला जे वरदान मिळालंय त्याचाच दुरुपयोग करून आपण त्याचं

शापात रूपांतर केलंय.''

''मला तर एक विश्व उघडल्यासारखं वाटतंय.''

माझ्या अपेक्षेप्रमाणे ती या विषयात गुंतत होती. मधल्या काळात मी जेवण ऑर्डर केलंय हेही तिच्या लक्षात आलं नाही. जेवता-जेवता आम्ही बोलू लागलो.

''आता विचार कर की, संकट तर मानसिक आहे, पण ही यंत्रणा तर साखरेचं उत्पादन करून त्याचं रक्तातील प्रमाण वाढवत आहे. पण शरीराला या वाढीव साखरेची गरज नसल्याने ती वापरली मात्र जात नाही. आपण ती साखर वापरत नाही. मग रक्तातलं साखरेचं प्रमाण वाढणारच ना?''

''मग मधुमेह आणि इतरही बरंच काही होतं,'' तिने पुष्टी जोडली.

''बरोबर! म्हणून म्हणते की, ताणापासून होणारे हे शारीरिक धोके लक्षात घेऊन शक्य तितक्या लवकर या ताणापासून आपली मुक्तता करून घ्यायला हवी आणि मला सांग, ताण आला म्हणून संकट दूर होणार आहे का? की त्यावरचा उपाय शोधला तर संकट दूर होईल?''

''हं! पटतंय मला! हे सर्व फारच भयंकर आहे. याला उपाय आहे का? आणि आपत्कालीन नकारात्मक भावनांचं ताणात रूपांतर होऊ न देण्यासाठी काय करायचं?''

''अगदी योग्य प्रश्न विचारलास. उपाय आहे की, आणि तो आपल्याच हातात आहे. ताण आल्यावर त्याचं नियोजन करण्यापेक्षा ताण येऊच द्यायचा नाही, हे उत्तम! म्हणजे, मग त्याचं नियोजन करण्याचा प्रश्नच येणार नाही. आपण मूळच उपटून टाकायचं.''

''म्हणजे काय करायचं?''

''ज्या समस्येचं मूळ अंतर्मनात आहे, त्याचा उपायही अंतर्मनात आहे. या अंतर्मनातला सूचना संच बदलून जीवनाबद्दलचा आपला दृष्टिकोन बदलायचा, शरीरात ताणस्थिती निर्माणच होणार नाही हे आपण बघायचं. आता अजून एक माहिती तुला देणार आहे. म्हणजे हा ताण कायमचा आपल्या आयुष्यातून तडीपार कसा करायचा हे तुला कळेल. स्ट्रेस येतो कधी?''

''शरीरात आपत्कालीन यंत्रणा सुरू झाली की!''

''हो, पण मेंदूला कसं कळतं की, हा ताण आहे. आता शरीरातली यंत्रणा आपण बदलली पाहिजे?''

''कसं कळतं?''

''त्यासाठी तीन संवेदनांची जाणीव मेंदूला होण्याची गरज असते. त्याला आपण तीन निकष असं म्हणू शकितो, ते तीन निकष पूर्ण झाले की, मेंदू यंत्रणा बदलतो.''

''वॉव! ही पण योजना असते का?''

''आपलं शरीर कसं बनलंय आणि त्याचं कार्य कसं चालतं, हे सगळंच विस्मयकारक

आहे.''

''खरंच आहे.''

''तीनही अटी पूर्ण झाल्या तरच मेंदू ठरवतो की, संकट आलेलं आहे. त्या क्षणी मेंदू सर्व परिस्थिती आपल्या ताब्यात घेतो आणि यंत्रणा बदलतो. यातली एक जरी अट पूर्ण होत नसेल, तर आपल्याला ताण येत नाही.''

- **पहिली अट म्हणजे,** काही तरी अप्रिय, नको असलेली, अपायकारक घटना घडली आहे, घडत आहे अथवा घडण्याची शक्यता आहे, असा मनाचा समज होणे; आणि लक्षात घे की, ताण निर्माण होण्यासाठी अशी घटना प्रत्यक्षात घडणं जरुरीचं नाही. तिचा नुसता विचारही पुरेसा असतो.

- **दुसरी अट म्हणजे,** अप्रिय घटना टाळण्यासाठी, तिला प्रतिबंध करण्यासाठी किंवा तिच्यावर मात करण्यासाठी लागणारी क्षमता आणि त्यासाठी लागणारी साधनसामग्री (Resources) आपल्याकडे अपुरी आहे, आपण अक्षम आहोत, असा स्वतःचा समज होणे. आपण ही परिस्थिती हाताळायला असमर्थ आहोत.

- **तिसरी अट म्हणजे,** घटनेचा परिणाम स्वीकारण्याची आपल्या मनाची तयारी नसणे. या प्रसंगातून आपल्याला असं लक्षात आलं की, परिणाम मला आवडणारा नाही किंवा मला जसा अपेक्षित आहे तसा नाही; आणि हे पण नुसतं वाटणं फक्त मनातल्या मनात असतं! नकारात्मक परिणामांचा नुसता विचारही संकटांना आमंत्रण असतं. या तिसऱ्या संवेदनेबरोबर मेंदू ठरवतो की, संकट आलेलं आहे. मग सिम्पेथेटिक मज्जासंस्था ही यंत्रणा सुरू होते.''

''म्हणजे या तीनही अटींमध्ये आपल्या वाटतंय, हे पुरेसं आहे.''

''येस! नुसता विचारही तिन्ही अटींची पूर्तता व्हायला पुरेसा आहे.''

''बाप रे! नुसत्या विचाराने?''

''हो, हो! नुसत्या विचारानेसुद्धा ताणस्थिती सुरू होते.''

''बाप रे! म्हणूनच म्हणतात विचार करताना योग्य करा.''

''आपण सोपं उदाहरण घेऊ या. परीक्षा जवळ आली आहे. तिच्याकडे एक विद्यार्थी अप्रिय घटना म्हणून पाहतो. म्हणजे पहिला निकष पूर्ण झाला. त्याला असं वाटत असेल की, माझा अजिबात अभ्यास झालेला नाही, तर दुसरा निकष पूर्ण झाला. मी बहुतेक नापास होणार आणि माझी सगळीकडे नाचक्की होणार, तर तिसराही निकष पूर्ण झाला. यानंतर मेंदू लगेच ठरवेल की, युद्धभूमी तयार झाली आहे आणि ताण येईल; पण दुसरा एखादा मुलगा म्हणेल की, परीक्षा मला आवडत नाही, माझा अभ्यासही झालेला नाही, पण हरकत नाही, फारतर मी नापास होईन, इट्स ओके! तर त्याला ताण येणार नाही.''

''अच्छा म्हणजे, तीनपैकी एक अट जरी पूर्ण झाली नाही, तरी ताण येत नाही.''

''अगदी बरोबर!! असं बघ, नुसत्या आत्ताच्याच नाही तर एकंदरीत भूतकाळात घडलेल्या कुठच्याही गोष्टींबद्दलही ताण येऊ शकतो.''

''तो तर येणारच, कारण नुसत्या विचारानेसुद्धा आपल्याला भूतकाळातल्या घटना आठवतात आणि अटींची पूर्तता होऊन जाते.''

''आणि म्हणूनच आपल्याला ताणमुक्त व्हायचं असेल, तर या तीनही अटींपैकी एकतरी आपण मोडायला हवी. खरं तर मी म्हणीन की, या तिन्ही अटींवर आपण विजय मिळवला पाहिजे.''

''कसा ?'' तिने विचारलं.

ताण निर्माण न होण्यासाठी, ''आयुष्य जगताना प्रत्येक घटना आपल्याला हवी तशीच असू शकत नाही. सगळेच दिवस काही सारखे नसतात. आपल्या सर्वांना प्रतिकूल, कठीण, वेदनादायक, आव्हानात्मक, तणावपूर्ण, भयावह परिस्थिती आणि संकटांना कधी ना कधी सामोरं जावं लागतं. म्हणून माझ्याच बाबतीत हे का घडलं? अशा विचारात न गुरफटता आपण सकारात्मक विचारसरणी ठेवली पाहिजे. येणाऱ्या घटनेकडे एक सहजसाध्य आव्हान म्हणून, एक संधी म्हणून पाहिलं पाहिजे. माझ्या आयुष्यात जे काही संकट आलं आहे, ते मी स्वीकारते आहे, या वृत्तीने पाहिलं तर पहिला निकष मोडून पडेल.

पण काही वेळा असा विचार आपण करू शकत नाही, मग दुसऱ्या अटीला मोडून काढायचं. येणारं संकट माझ्यासाठी अप्रिय आहे, पण मी त्याच्याशी दोन हात करायला तयार आहे. तिचा प्रतिबंध करण्यासाठी किंवा त्याच्यावर मात करण्यासाठी लागणारी क्षमता आणि त्यासाठी लागणारी साधनसामग्री (Resources) माझ्याकडे आहे. या घटनेचे जे काही पडसाद माझ्या आयुष्यावर उमटणार आहेत, ते मी स्वीकारायला तयार आहे. मी परिणामांना तयार आहे. असा विचार करायला शिकायला हवं.''

''पटतंय मला! म्हणजे तहान लागली की विहीर नाही खणायची!''

''आधीच खणून ठेवायची. दुसऱ्या अटीबद्दल बोलायचं तर योग्य प्रशिक्षण घेऊन, तालीम करून (Training), आपला बुद्ध्यांक (IQ), भावनांक (EQ) आणि सर्जनशीलता (Creativity) आपण वाढवू शकतो. जीवनाला उपयोगी अशी कौशल्यं आत्मसात करून आणि संबंधित विषयांचं आपलं ज्ञान वाढवून आपण आपली क्षमता वाढवू शकतो, म्हणजे मग येणाऱ्या संकटांचा मुकाबला करायला आपण समर्थ आहोत, हा विश्वास वाटतो, मग त्या घटनेची भीती वाटेनाशी होते.''

''हे तर मी करू शकेन तुमच्या मदतीने!''

''आपली क्षमता वाढवायला वेळ नसेल तर निदान आपली क्षमता पुरेशी आहे, असा (खोटा का होईना!) आत्मविश्वास ठेवला तर निदान ताणस्थिती तरी निर्माण होणार नाही.आणि शेवटच्या अटीवर विचार करायचा झाला तर आपल्या भगवद्गीतेने शिकवलंच

आहे की, 'कर्मण्येवाधिकारस्ते मा फलेषु कदाचन' म्हणजेच, भगवान म्हणतात, फक्त कृतीचा अधिकार तुझा आहे, कर्म करणं तुझ्या हातात आहे; पण त्या कर्माचं, कृतीचं फळ लाभदायक असंच मिळालं पाहिजे, अशी अपेक्षा तू ठेवू नकोस, तो अधिकार तुझा नाही.' ज्या व्यक्ती अशी विचारसरणी ठेवतात, त्या कधीच तणावग्रस्त होत नाहीत. आपल्याला मिळालेलं फळ स्वीकारून जीवनाला सामोरं जातात आणि हीच ताणरहित जीवनाची जादूची कांडी आहे.''

''ओके! या तीनही अटी माझ्या परिस्थितीला लावण्याचा प्रयत्न करते. तुम्ही सांगा, मी बरोबर विचार करत आहे का?''

''ही चांगली कल्पना आहे.''

''पहिली अट म्हणजे माझ्यावर जो प्रसंग ओढवला आहे, तो अप्रिय नाही, संकट नाही, असा विचार करणं माझ्यासाठी कठीण आहे. मला ही अजिबात सर्वसाधारण घटना वाटत नाही.''

''तुझं बरोबर आहे. हा दुःख देणाराच प्रसंग आहे.''

''सध्या तरी मला त्यांच्याशिवाय जगणं कठीण वाटतंय! पण तुमच्याशी बोलल्यावर मला असं जाणवलं की, मी जर असा विचार केला की, माझ्याकडे माझ्या लहान मुलीला वाढवण्याची ताकद आहे, तिच्यासाठी खूप कष्ट करायची माझ्याकडे पात्रता आहे. म्हणजे माझ्यात या परिस्थितीला सामोरं जायची क्षमता आहे, तर मला दुःख होईल; पण ताण येणार नाही?''

''होय! शंभर टक्के बरोबर; आणि मग तिसऱ्या निकषाचा तुला विचार करायचीही गरज नाही, तू दुसऱ्या निकषात ताणाला मोडून काढलं आहेस.''

''म्हणजे आपत्कालीन यंत्रणा माझ्या शरीरात सुरू होणार नाही?''

''येस!!''

''समजा, दुसरी अट मी खोडून काढू शकले नाही तर...''

''तर मग असा विचार करायचा की, 'या घटनेमुळे होणाऱ्या परिणामांना सामोरं जायला मी तयार आहे. माझ्याकडे आज क्षमता नसली तरीही त्यासाठी मी स्वतःला लायक बनवीन. मी धीराने या घटनेला सामोरं जाईन. माझ्याबरोबर खूप लोक आहेत, मला मदत करायला. मुख्य म्हणजे माझी चिमुकली, तिच्यासाठी मी आनंदाने राहणार आहे, हे निश्चित! कारण मी तिला तसं वचन दिलं आहे.''

''अच्छा, म्हणून मला तिला तसं प्रॉमिस द्यायला लावलंत!''

''मी तुला कोणालाही प्रॉमिस दे असं सांगितलं होतं, तू अनिकाला निवडलंस, कारण ती तुला सगळ्यात प्रिय आहे.''

''खरं आहे आणि जेव्हापासून मी तिला प्रॉमिस दिलं, तेव्हापासून मी माझ्याही नकळत

आनंदी राहण्याचा प्रयत्न करू लागले आहे.''

''निमिषा, हे आपल्या मनावर ठसवायला हवं की, आपण दुबळे नाही. वारंवार मनाला बजावायला हवं. म्हणजे ते वेड्यासारखं वागणार नाही.''

''त्यासाठी काही उपाय आहेत का ?''

''आहेत की, आपण त्यासाठी प्रयत्न करायला तयार असलो, तर शास्त्रशुद्ध उपाय आहेत. अंतर्मनाला पटवण्याची, बदलण्याची खरी गरज आहे आणि त्यासाठी उपलब्ध असणारी तंत्रं, म्हणजे रोज प्रार्थना करणं, स्वयंसूचना देणं (Auto suggestion), सर्जनशील कल्पनाचित्रं रंगवणं (Creative Visualization), मनःशांती (Mindfulness) ही तंत्रं आपण शिकलो आहोत आणि त्यांचा सराव म्हणून तू ती रोज करतेस. अजूनही बरीच तंत्रं आहेत, जी आपण पुढे शिकणार आहोत.''

''हो, तुम्ही सांगितलेलं मी रोज करते.''

''त्यामुळे आजचं सत्र तुला पटकन समजलं.''

''मला हे शक्य करून दाखवायचं आहे.''

''मग त्यासाठी तुझ्या शब्दकोशातला 'अशक्य' शब्द काढून टाक.''

''टाकला!!'' ती म्हणाली.

''मला अजून एक गोष्ट सांगायची आहे. आपल्या समोर नेहमी दोन ग्लास असतात. एक अमृताचा आणि एक विषाचा. नकारात्मक भावना आपल्या शरीरात विष तयार करतात आणि सकारात्मक भावना आपल्या शरीरात अमृत निर्माण करतात. आपण दर क्षणी ठरवत असतो की, अमृत की विष? आणि मुली, माझ्यावर विश्वास ठेव, नको असलेल्या परिस्थितीत आपण ताण न घेता मार्ग काढायचा प्रयत्न केला, तर आपण जास्त उत्तमरीत्या त्याला तोंड देऊ शकतो. कारण तणावग्रस्त परिस्थितीत आपली विचारप्रक्रिया चुकीच्या दिशेने जाते. आपण सारासारबुद्धी गहाण ठेवतो. तर्कशुद्ध विचार आपल्यापासून कोसो दूर पळतात.''

''मला तुमचे हात माझ्या हातात धरायचे आहेत. कसे आभार मानू तुमचे!!''

''तुझ्यावरचा ताण संपवून टाक. मी तुझ्यासाठी एक गिफ्ट आणलंय. हे घे!!''

''वॉव, टेडी बेअर! अनिकासाठी ?''

''नाही, तुझ्यासाठी! मी हे गिफ्ट का घेतलं माहितेय ?''

''का ?''

''टेडी बेअर हे मुलांच्या निष्पापपणाचं प्रतीक आहे. लहान मुलांना तो आपला सोबती वाटतो. त्याला कवटाळून झोपलं की, आपण एकटे नाही हा दिलासा त्यांना मिळतो. आज मी तुला हा देतेय, कारण हा अनिकाच्या संगोपनात तुला मदत करेल. तुला जेव्हा एकटं वाटेल तेव्हा हा तुला सोबत करेल.''

''काय बोलू मी!''

''काही बोलू नकोस! फक्त प्रॉमिस लक्षात ठेव. जाता-जाता एक सांगते, या नकारात्मक भावनांचा पुरातन काळी मानवाला फायदा झाला असला, तरी आता यांचं कुठलंही उपयुक्त प्रयोजन राहिलेलं नाही. त्यामुळे आपण प्रयत्नपूर्वक या भावनांवर नियंत्रण आणि विजय मिळवला पाहिजे आणि खात्रीलायक तो तसा मिळवता येतो.''

आजची निमिषा

निमिषाला पाच सत्रांमध्ये मानसिक प्रथमोपचार दिला गेला. त्यानंतर तिने दोन वर्षांचा कॉम्प्युटरचा कोर्स केला आणि आज ती महिना पन्नास हजार रुपये उत्पन्न मिळवते आहे. आईबाबांकडे राहते. तिची छोटी मुलगी फार गोड आहे; आणि तिला दिलेले टेडी बेअर सतत तिच्या पर्समध्ये असते.

म्हणते कशी, "याने मला हसत जगायला शिकवलं..."

सत्र चौथे

फिश! फिलॉसॉफी

(Fish! Philosophy)

आजचा साधक जरा विशेष होता. एक ७८ वर्षांचे गृहस्थ गेले सहा महिने एका वृद्धाश्रमात राहत आहेत. सहा महिन्यांपूर्वी त्यांच्या बायकोचं निधन झालं. दोन्ही मुलं अमेरिकेत. आई गेल्यावर मुलं आली; पण अमेरिकेतील नोकरी, किती दिवस राहणार? मग त्यांनी बाबांना त्या वृद्धाश्रमाध्ये ठेवायचं ठरवलं. तशी त्यांना कल्पना दिली आणि त्या क्षणापासून या गृहस्थांनी कोणाशीही बोलणं सोडलं. दिवसभर शून्यात नजर लावून एका जागी बसून राहत. रोजची दिनचर्या कधीतरी करायची आणि तीसुद्धा यंत्रवत, पण बऱ्याच वेळा नाहीच. बळेबळे खायला घालायला लागायचं.

त्यांना दोन समस्या होत्या

- पत्नीचं निधन
- घर सोडून वृद्धाश्रमात स्थलांतर

त्यांना मानसिक प्रथमोपचारासाठी आणलं, तेव्हा पहिली दोन सत्रं नुसतं एकटक माझ्याकडे बघत बसले होते. आजूबाजूच्या परिसराकडे अजिबात लक्ष नव्हतं. दीर्घ श्वसन, प्रार्थना या कुठल्याही उपचाराला त्यांनी प्रतिसाद दिला नाही. जो काही थोडासा प्रतिसाद मिळाला, ती स्पर्शाची जादू होती. हात हातात घेऊन हळुवार त्यावर थोपटणं, डोक्यावर हात ठेवणं, असं जेव्हा केलं, तेव्हा त्यांना रडायला यायच.

तिसऱ्या सत्रात त्यांनी किंचितसा प्रतिसाद दिला. आजच्या चौथ्या सत्राला मात्र ते खोलीत आल्यावर बनारसच्या फोटो फ्रेमकडे एकटक बघत बसले.

"काका, तुम्ही गेला होतात का कधी बनारसला?"

"ही आणि मी गेलो होतो. मला अजिबात जायचं नव्हतं! कारण मला घाण आवडत नाही, पण हिचा हट्ट. हिचे बाबा पूर्वी बनारसच्या हिंदू युनिव्हर्सिटीमध्ये काम करत असत. हिचा जन्म तिथलाच!"

"मग बरोबर आहे, आपलं जन्मस्थान बघावं असं वाटतंच प्रत्येकाला; पण तुमचं खरं कौतुक वाटतंय, मनात नसूनही तिची इच्छा म्हणून तुम्ही गेलात. नशीबवान आहेत तुमच्या पत्नी!"

"होती, आता नाहीये!"

"पण मनाने आहेत की, तुमच्याजवळ... बरोबर?"

"हो! मी तिला कधीच विसरू शकत नाही. सगळे म्हणतात, 'दुःख विसरा, आहे ते स्वीकारा.' ती आता गेली! असं दुःख विसरता येतं?"

"अजिबात नाही आणि दुःख कशाला विसरायचं? पण काका, दुःख सतत उगाळत बसून त्या दुःखद घटनेचा आपल्या उर्वरित आयुष्यावर नकारात्मक परिणाम होऊ न देणं आणि दुःख न विसरता आनंदी मनाने परिस्थिती स्वीकारून आयुष्यात पुढं जाणं, या दोन

वेगवेगळ्या गोष्टी आहेत. मला सांगा काका, तुमच्या पत्नीला तरी आवडेल का तुम्हांला असं बघून?"

"माझं आयुष्य तिच्याबरोबर संपून गेलं."

ते रडत नव्हते, पण ते कोरडे अश्रू मला दिसत होते. ते अगदी अगतिक आणि करुण झाले होते.

"काका, तुमच्या पत्नीला काय झालं होतं?"

"वैऱ्यालाही होऊ नये असा कर्करोग. तीन वर्षं अंथरुणाला खिळून होती. सात केमो झाल्या. वेदना तर इतक्या होत्या. रोज रात्री म्हणायची, देवा रे! 'सकाळ नको पाहायला लावूस.'

काकांना रडू आवरेना. त्यांचा हात हातात घेऊन मी कुरवाळत बसले, मूकपणे. थोडा वेळ गेल्यावर म्हणाले, "फार कठीण दिवस होते ते. मी तिची समजूत घालायचो. तू असं नको म्हणूस, मला तुझ्याशिवाय कोण आहे?"

"काका, तुम्ही त्यांच्या यातना, वेदना घेऊ शकत होतात का?"

"नाही ग पोरी, ते केवळ अशक्य होतं."

"तर मग आपण असा विचार करू या का की, देवाने त्यांना यातनामुक्त केलं."

"पण मला एकटं पाडलं."

"खरं आहे. पण काका, मरण ही एकच गोष्ट अशी होती की, त्यामुळे त्यांना यातनांतून मुक्ती मिळणार होती."

"हं..!"

"त्या गेल्या हे दुःख मोठं आहेच, यात शंकाच नाही! पण निदान त्यांची यातनांतून तरी सुटका झाली. म्हणजे बघा हं, पटतोय का माझा विचार, आपल्याला एकटं राहायला लागू नये म्हणून त्यांनी यातना सहन करत जगायला हवं हे चुकीचं नाही का?"

"हा विचार स्वार्थी आहे हे खरं आहे; पण मग मी जगू कसा? तिच्याशिवाय कसं जगायचं हे मला नाही सुचत."

"काका, आपण असं करू या. तुम्ही आनंदात राहायचं आणि तुमच्या पत्नीलाही तुम्ही तुमच्या मनाच्या कप्प्यात आनंदात ठेवायचं. ही कल्पना कशी वाटते?"

"म्हणजे?"

"आज घरी गेल्यावर..."

"मी वृद्धाश्रमात राहतो."

"काका, ते तुमचं घर आहे. जिथे राहतो ते घर. तर काका, आपण आपल्या मनाचा कप्पा एवढा मोठा करू या, म्हणजे त्या मावतील त्यात."

मी माझे हात पसरले.

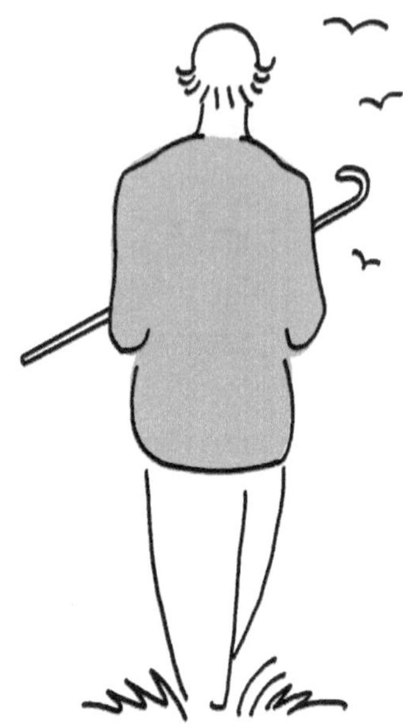

किंचितसं हसून ते म्हणाले, "माझं तर शरीर आणि मन तिनेच व्यापलंय!"

"मला तुमची कल्पना फार आवडली. असं होतं खरं, आपल्या प्रियजनांनी आपलं संपूर्ण जीवन व्यापून जातं."

"मग मला सांगा, कसा राहू मी सुखात आणि तेसुद्धा इथं. एका खोलीला घर मानून?"

"खरं आहे. हे कठीण आहे यात शंका नाही."

"बघा, तुम्हांलाही पटलं माझं म्हणणं, पण मुलं मात्र मला समजून घेत नाहीत. सारखं फोन करून मला सांगतात, 'आता स्वीकारा!' मी हल्ली त्यांचे फोन घेणं बंद केलंय," उद्वेगाने ते म्हणाले.

घर सोडून वृद्धाश्रमात राहणं हे कठीण असलं, तरीही तिथं सुखाने राहणं आवश्यक आहे, हे तर्कशास्त्राच्या आधारे त्यांना पटणं शक्य दिसत नव्हतं. काही तरी अशी युक्ती करायला हवी होती की, काका आपल्या जगण्याचा संदर्भ या गोष्टीला लावतील, शिवाय पत्नीच्या आठवणीतून काही काळ बाहेर येतील. मग डोक्यात एक कल्पना आली.

"काका, तुम्हांला कॅडबरी आवडते?"

"हो आणि तिलासुद्धा खूप आवडायची."

"ओके, तर मग मी तुम्हांला दोन कॅडबरी देते. मधुमेह नाही ना?"

"नाही."

"ग्रेट. कॅडबरी खात एक छानशी आठवण मला सांगायची."

"दोन्ही खायच्या?"

"तुम्हांला हव्या असतील तर दोन्ही खा. सांगाल मला एखादी मजेशीर आठवण?"

"कुठली सांगू? हिची?"

"चालेल की! पण त्यात तुम्ही हवेत बरं का!"

"बरं, सुचत नाहीये पण…"

"कॅडबरी खाताना सुचेल बहुतेक," मी हसत म्हटलं.

त्यांनी दोन्ही कॅडबरी खाल्ल्या. त्यांना तरतरी आल्यासारखं वाटलं. माझी युक्ती हीच होती. कॅडबरी जवळ-जवळ सगळ्यांना आवडते. आणि मग ते सांगू लागले, त्यांनी दोन आठवणी सांगितल्या.

"काका, फार मजेशीर आहात बुवा तुम्ही. माझं हसणं काही थांबत नाहिये."

"खूप दिवसांनी हसलो!"

"तर मग काका, आपण दोघं मिळून एक गंमत करू या. माझ्या लहान भाच्याने शिकवलंय."

मी आणि त्यांनी मिळून त्यांना आरशात बघून हसायचा टास्क केला.

"बाप रे! खरं तर मला सुरुवातीला पोरकट वाटत होतं, पण मजा आली."

"माझंही असंच झालं त्याने शिकवला तेव्हा. पण मग वाटलं, आपणही कधीतरी लहान होऊ या की! नेहमीच कशाला मोठेपणाचं दडपण घेत जगायचं?"

"पण मी राहतो तिथं असं वातावरण नाही. आम्ही सगळे बिच्चारे आहोत."

मी त्यांच्या बोलण्याकडे दुर्लक्ष करत म्हणाले, "काका, तुम्हांला एका प्रेक्षणीय आणि श्रवणीय स्थानाबद्दल सांगणार आहे."

"कशाला?"

"वा! तुम्ही नाही का तुमच्या आठवणी सांगितल्यात, माझीही ऐकायला हवी."

"मला कॉफी मिळेल?" थर्मासकडे बघत ते म्हणाले. आतापर्यंत प्रत्येक सत्राला त्यांनी कॉफी नाकारली होती. आज आपणहून त्यांनी मागितली होती.

"हो!"

"मस्त झाली आहे. हं आता सांगा!"

"वा! ये हुई ना बात, असा श्रोता हवा. कॉफीबरोबर एक छानशी गोष्ट. काका, हे स्थळ आहे फिश मार्केट!"

"फिश मार्केट आणि प्रेक्षणीय? यू मस्ट बी जोकिंग!"

"नो! आय रिअली मिन इट!"

"मला मासे खायला आवडतात, पण फिश मार्केटमध्ये जायचं म्हणजे धर्मसंकट! घाण,

कलकलाट, वास. मग ते श्रवणीय कसं होईल?"

"अहो, खरंच ते तसंच आहे. मी बघितलंय आणि मी मासे खात नाही, तरीही मला तिथं जायला आवडतं. हे फिश मार्केट अमेरिकेत सिएटलला आहे. त्याला 'पाइक प्लेस फिश मार्केट' म्हणतात. आणि काका, गंमत म्हणजे जॉन क्रिस्टेनस्टेन (Johan Christenstain) यांनी १९९८मध्ये या मार्केटवरून संघटनात्मक संस्कृती (Organisational Culture) सुधारण्यासाठी 'फिश! फिलॉसॉफी'-फिश तत्त्वज्ञान- तयार केली.

"अजब आहे. आहे काय त्यात एवढं मोठं?"

काका आता पुरे गुंतले होते.

"१९९७ मध्ये सिएटलला भेट देताना, चार्ट हाउस लर्निंगचे मालक जॉन क्रिस्टेनस्टेन यांनी 'पाइक प्लेस फिश मार्केट'मधील मासेविक्रेत्यांना मजेने, आनंदाने, गाणी गात, कधी नाच करत, रंगबेरंगी कपडे घालून हवेतून ट्राउट आणि सॉल्मन फेकताना पाहिलं.

क्रिस्टेनस्टेनच्या लक्षात आलं की, खरं तर मासे विकण्याचं काम म्हणजे कंटाळवाणं, बोअरिंग! रोज आपलं मासे विकायचे; त्यात ना कलात्मकता... अतिशय बिनडोक आणि थकवणारं, कंटाळवाणं असं हे काम आहे; आणि तरीही सर्व विक्रेते इतक्या आनंदाने हे काम कसं करतात? अशी कुठली जादूची कांडी त्यांच्याकडे आहे की, जणू काही प्रत्येक क्षण हा त्यांचा स्वतःचा आहे आणि तो मजेत घालवायचा हे त्यांनी अगदी ठरवूनच टाकलं आहे. बरं, त्यांची आर्थिक स्थितीही काही फारशी बरी नाही. मग हे काम ते कसं जमवतात? आनंद त्यांना मिळतो कसा?"

"स्वच्छता?"

"बाप रे काका, ते तर विचारू नका. आपलं घरही त्यापुढे फिकं पडेल. गंमत म्हणजे त्या मार्केटमध्येच सुंदर हातगाड्यावर हाताने बनवलेल्या वस्तू विकायला ठेवतात. जाम, मुरंबे, कपडे, रुमाल, भरतकाम केलेले कपडे, दागिने, फोटो फ्रेम्स असे विविध प्रकार विकणारे! स्वतःचे कपडे किंवा हातगाड्या इतक्या मस्त सजवतात की, नुसत्या त्या बघायला तरी तिथं जावं. म्हणून मी प्रेक्षणीय आणि श्रवणीय म्हणते. आणि काका, इथं शनिवार-रविवारी काही बायका येतात, आपल्या गाडीवर त्यांनी हाताने बनवलेले मुरंबे, जाम, सॉस ठेवलेले असतात. खूप नटून सजून येतात."

"त्यांनी आपल्या हाताने घरी बनवलेले?"

"येस! स्वतःच्या हाताने... आणि त्या सर्वही जणी सिनिअर सिटिझन कॉलनीत राहतात."

"माझ्यासारख्या?"

"हो आणि मी तर थक्क झाले, जेव्हा मला त्यांची वयं कळली. खूप लहान वय म्हणजे,

८० ते ८५ च्या घरात. झुळझुळते कपडे, गळ्यात मोत्यांच्या माळा, डोक्यावर हॅट, त्यावर फुलं. बापरे, मी तर त्यांना बघून थक्क झाले. आणतात कुठून एवढा उत्साह?”

“खरं?”

“शंभर टक्के.”

“नवल आहे.”

“काका, तुम्ही आता म्हणालात ना, अगदी तसंच जॉन क्रिस्टेनस्टेनला वाटलं. मग त्यांनी त्यांच्याशी संपर्क साधला, त्यांच्याशी बातचीत केली, त्यांच्याकडून त्यांची वृत्ती समजून घेतली. जून, १९९८ साली स्टीफन सी. लुंडिन, हॅरी पॉल आणि जॉन क्रिस्टेनस्टेन यांनी मनोबल वाढवण्याचा एक युनिक मार्ग सांगितला, त्याला ‘फिश! फिलॉसॉफी’ म्हणतात.”

“हे म्हणजे असं झालं की, आधी केलं आणि मग शोधलं!”

“काका, अगदी बरोबर सांगितलंत! म्हणजे बघा हं! ज्यांनी अमलात आणलं त्या विक्रेत्यांना या तत्त्वज्ञानाचा पत्ताच नाही. त्यांनी आपलं साधं सूत्र ठरवलं, आपण जे काम करतो, ते कसंही असू दे, ते काम स्वीकारायचं, त्यात आनंद शोधायचा आणि आनंद घ्यायचा असेल, तर खेळत-खेळत काम केलं की, दिवसही चांगला जातो. हे शक्य करायचं असलं, तर त्यासाठीची जी वृत्ती लागते, ती स्वीकारायची!”

“खरं आहे. पण ते तत्त्वज्ञान आहे तरी काय?”

“सांगितलं की तुम्हांला.”

“तत्त्वज्ञान कुठे सांगितलंस?”

“ओके! परत सांगते, ‘दृष्टिकोन’, ‘खेळ’, ‘चांगला दिवस’ आणि ‘वर्तमान क्षणात जगणं.’ या चार गोष्टींना त्यांनी महत्त्व दिलं आणि आपलं जीवन सुखकर केलं. जसं जीवन त्यांच्या वाट्याला आलं, ते त्यांनी आधी स्वीकारलं, मग ते त्यांनी हसत-खेळत करून आपला प्रत्येक दिवस चांगला जावा, यासाठी सकारात्मक दृष्टिकोन ठेवला. काका, गंमत म्हणजे ते विक्रेते सहज म्हणून जे जगले, ते आता कॉर्पोरेट वर्ल्ड (corporate world) ने तत्त्वज्ञान म्हणून स्वीकारलं आणि आपल्या ऑफिसमधील वातावरण त्याला पूरक असं निर्माण केलं.”

“खरंच सांगता?”

“येस, नेट वर फोटो आहेत, ते तुम्ही बघू शकता. रोचेस्टरमधील रोचेस्टर, फोर्ड, टोयोटा कंपनीत या तत्त्वज्ञानामुळे त्यांचा सेल दुपटीने वाढला, असा त्यांचा दावा आहे, आत्ता तर त्याचा जगभर वापर आहे.”

“तुम्हांला एक गोष्ट विचारायची आहे. विचारू?”

“विचारा की!”

“तुम्ही तुमची ही समुपदेशनाची जागा कधी तयार केली?”

"काका, तुमचा उद्देश कळला मला. अगदी बरोबर आहे; मी ते मार्केट बघितल्यावर डिझाइन केलं."

"वाटलंच मला. फार छान आहे, तुमची बागही सुंदर आहे. प्रसन्न वाटतं."

"काका, मला वाटतं की, हे तत्त्वज्ञान आपण आपल्या आयुष्यालाही लावू शकतो. जे काम करायचं ते आवडत नसेल तर बदलायचं, ते बदलणं शक्य नसेल, तर त्यात आनंद शोधायचा. गंमत करत आपण मजेने काय करू शकू, याचा विचार करायचा आणि एक ठरवायचं, येणारा प्रत्येक क्षण आनंदात घालवायचा आणि आपला दिवस स्पेशल करायचा.''

"हंsss"

"काका, परत एक मस्त मसाला चहा!"

"चालेल, पण अजून काही तरी सांग!"

"त्यापेक्षा मला तुम्ही राहता त्याबद्दल सांगा की!"

"बोअरिंग आहे ग!"

"पण जर असं म्हटलं की, आत्ता त्याशिवाय पर्याय नाही तर....?'

"तर मग तुझ्या त्या तत्त्वज्ञानाप्रमाणे राहायचं."

"ग्रेट, आता चहाबरोबर बिस्किटंही आणते. "

चहाबरोबर गप्पा झाल्या आणि सत्र अडीच तासाने संपलं.

निघताना काका म्हणाले, "आपली उपचारपद्धती संपली नाही बरं का? पुढच्या सत्रामध्ये काय सांगणार आहेस?"

"तुम्ही बुद्धिबळ खेळता?"

"फार नाही, पण पूर्वी खेळायचो!"

"ओके, तर आपण ते खेळू या!"

"म्हणजे?"

"माय लाईफ - माय चेस!"

"अरे वा! तुझ्या सुपीक डोक्यातून काय-काय बाहेर निघेल, ते अजब आहे. पण फार मजा आणतेस तू सत्रामध्ये. म्हणजे बघ हं, शेवटी मला पटवलंस ना की, यापुढे मी एकटा असलो, तरीही मजेत राहणं गरजेचं आहे."

"बरोबर, आजचा टास्क करायचा राहिला की!"

"काय करू सांग. तुझं सगळं ऐकायचं ठरवलंय."

"तर मग कोणाला तरी सांगा, तुम्ही तुमची काळजी घेणार आहात आणि त्यांना तुमची चिंता वाटेल असं काहीही करणार नाहीत."

"हिच्या फोटोला सांगतो."

"आणि मुलांना सांगायचंही मनावर घ्या. फार काळजीत आहेत. मला फोन आला होता."

"तुम्हारी इच्छा पूर्ण होगी!" काका हसत म्हणाले.

"मला माझ्या आईबाबांनी एक मंत्र दिलाय, प्रत्येकाच्या आयुष्यात काही ना काही तरी अप्रिय घटना घडतेच. त्याबद्दल वाईट वाटणं, त्याचं दुःख होणं स्वाभाविकच आहे. पण वर्तमानात आनंदी राहणं म्हणजे त्या घटनेला, त्यामुळे झालेल्या दुःखाला विसरणं नव्हे, आपल्याला सोडून गेलेल्या माणसांशिवाय आनंदी राहणं म्हणजे प्रिय व्यक्तीशी प्रतारणाही नव्हे; तर आपण त्या व्यक्तीला दिलेली अमूल्य भेट असेल!"

"मी ही अमूल्य भेट तिला नक्की देणार. प्रॉमिस!!"

आजचे काका

काकांनी आपलं प्रॉमिस पाळलं. वर्तमानात आनंदी राहणं अनुसरलं.

⸙

सत्र पाचवे

आयुष्य : एक बुद्धिबळाचा खेळ

(Life : A Game of Chess)

"दीदी, आज आपण बुद्धिबळ खेळणार आहोत!" मोठ्या उत्साहात तो खुर्चीत बसत म्हणाला.,

"कॉफी नको?"

"नको, आपण मध्यंतरात घेऊ या आणि आज मी थर्मासमध्ये करून आणलीय. कॉफी बरोबर खायला एक गंमत आणलीये!'

"आज एकदम भारी कडक दिसतो आहेस."

"दीदी, माझी फिरकी घेताय?"

"नाही रे बाबा, खरंच फ्रेश आणि रुबाबदार दिसतोयस. आज मस्त डेटवर जा!"

"कोणाबरोबर?" हसत त्याने विचारलं.

"तुला हवं त्याच्या-तिच्याबरोबर. मलाही बोलावू शकतोस."

"खरंच?"

आदित्य, वय वर्ष पस्तीस, धंद्यात मोठाच फटका बसला होता. त्याला माहीत होतं की, एका मोठ्या टेंडरसाठी त्याची बोली सर्वोत्तम होती. पण पैसा आणि इतर मार्ग वापरून त्याच्या प्रतिस्पर्ध्याने ते कॉन्ट्रॅक्ट मिळवलं होतं. त्याचे वर्षभराचे प्रयत्न आणि पैशांची गुंतवणूक फुकट गेली होती. आपल्यावर अन्याय झाल्याची भावना त्याला अस्वस्थ करत होती. तो जवळ-जवळ नैराश्याकडे चालला होता. एक महिन्यात ऑफिसला गेला नव्हता.

मला आठवतंय, पहिल्या सत्राला तर सारखा येरझाऱ्या घालत होता. कॉफी तर प्यायला नाहीच, बाथरूमलासुद्धा तीन तासांत नऊ वेळा गेला. बहुतेक आतमध्ये बसून रडत होता. दुसऱ्या सत्राला कॉफी चार वेळा गरम करून घेतली आणि शेवटी प्यायला नाहीच. तिसऱ्या सत्राला मात्र थोडा सावरला. चौथं सत्र ठीकठाक झालं आणि आज पाचवं सत्र. आज मात्र जमीन-अस्मानाचा फरक जाणवतोय.

असं काय घडलं मधल्या काळात?

नाही म्हटलं तरी दीर्घ श्वसन, Relaxation, प्रार्थना यांमुळे तात्पुरतं का होईना, त्याचं मन स्थिर आणि शांत झालं होतं. आपण एकदम निरुपयोगी, टाकाऊ नाही, हे त्याला हळूहळू पटत होतं. स्वयंसूचना, सकारात्मक विचारांत रममाण होणं, स्पर्शाचा महिमा होताच जोडीला! वडिलकीच्या पण मित्रत्वाच्या नात्याने मारलेल्या गप्पांमधून आणि 'फिश! फिलॉसॉफी' सत्रामुळे त्याला कळलं होतं की, आपली परिस्थिती सुधारणं हे फक्त आणि फक्त आपल्याच हातात आहे. मुख्य म्हणजे त्याने आता थोडा तर्कशुद्ध विचार करायला सुरुवात केली होती.

आजच्या सत्राला तर तो जणू ठरवून आला होता की, स्पर्धेत जिंकायचंच. आता मी वाट बघत होते, तो ऑफिसला कधी जायला लागतो याची. मला खात्री होती की, लवकर तो हा निर्णय घेईल.

"आदित्य, तयार? सुरू करू या?"

"लगेच करू या!"

"बुद्धिबळ खेळताना तीन गोष्टी लागतात. एक पट, प्यादी आणि एक भिडू; जो आपला प्रतिस्पर्धी असतो. बरोब्बर?

"येस, आणि आपलं तल्लख डोकं!" त्याने हसत म्हटलं.

"हुशार आहेस. बुद्धिबळात महत्त्व राजाचं. प्रत्येक क्षणी विचार राजाचा, त्याच्या सुरक्षेचा!"

"हो!"

"पट म्हणजे?"

"चौसष्ट घरं." आदित्य खेळात रमत होता.

"मोहरे?"

"राजाचं सैन्य."

"प्रतिस्पर्धी?"

"धोका."

"अरे वा, आता मी जर म्हटलं की, बुद्धिबळाचा डाव म्हणजे माझं आयुष्य आणि त्यातला राजा म्हणजे मी!"

"ओके!"

"तर पट म्हणजे?" मी विचारलं.

"बुद्धिबळात मोहऱ्यांना चाल करण्यासाठी मिळालेली जागा. मग आयुष्याबद्दलही आपण तसंच म्हणू शकतो. आयुष्यात आपल्याला आपली प्रगती करून घेण्यासाठी मिळालेली जागा," आदित्य म्हणाला.

"करेक्ट! म्हणजे बघ हं, आपल्याला मजल मारायला किती जागा उपलब्ध आहे? तुला काय वाटतं?"

"संपूर्ण जग!"

"अरे वा! म्हणजे जेवढी जागा आपण व्यापू तेवढी आपली प्रगती, असं म्हणू शकतो का आपण? म्हणजे निदान आपल्याला संधी तरी आहेत. आणि त्याचा आपण उपयोग किती करून घेतोय, कसे निर्णय घेतोय, यावर आपलं यश अवलंबून आहे."

"ओके, कुठे शिक्षण घ्यायचं, कुठे नोकरी करायची किंवा कुठे वास्तव्य करायचं? उदाहरण द्यायचं तर, शिक्षण पुण्यात करून, नोकरीला अमेरिकेतही जाऊ शकतो. हे सगळं आपल्याला उपलब्ध आहे. आता आपण ठरवायचं की, किती मजल मारायची," आदित्य उत्साहाने म्हणाला.

"शंभर टक्के. काही राजकीय निर्बंध वगळता आपण कुठेही संचार करू शकतो. आता

तुला बुद्धिबळातल्या पटाची संकल्पना कळली ?"

"येस!"

"ओके! आता विचार करू या मोहऱ्यांचा."

'बत्तीस!"

"आपण सोळांचा विचार करू या! कारण खेळताना सोळा मोहरे प्रत्येक स्पर्धकाला मिळतात. आपलं सैन्य म्हणजे सोळा लढवय्ये. एक राजा, एक वजीर, दोन हत्ती, दोन उंट, दोन घोडे आणि आठ प्यादी!"

"बरोबर!"

"गंमत बघ हं, आदित्य! ज्याने हा खेळ शोधला, त्याने सैन्यात किती विविधता आणली. त्यांना वेगवेगळी डोकी दिली, वेगवेगळी क्षमता दिली, त्यामुळे प्रत्येकाची चाल वेगळी ; पण सगळ्यांची कामगिरी एकच, 'राजाला सुरक्षित ठेवून प्रतिस्पर्ध्यावर मात ?'"

"हो आणि जर आपण त्यांच्या क्षमतेचा विचार करून प्रत्येकाचा योग्य उपयोग करून घेतला, तर प्रतिस्पर्ध्यावर मात निश्चित!" आदित्य आता खेळात रमत चालला होता.

"मला तर हे फार डोकेबाज वाटतंय. युद्ध लढायला सगळे वेगवेगळ्या विचारांचे असले, तर विविध युक्त्या वापरता येतील. हत्ती आडवा किंवा उभा पण सरळ विचार करणारा आणि नाकासमोर चालणारा, उंट तिरक्या डोक्याचा म्हणजेच चालीचा! घोडा तर आपल्यामध्ये कोणीही आलं तरीही हा पट्ट्या त्यांच्या डोक्यावरून टुणकन उडी मारून चक्क अडीच घरं ?"

"प्यादी मात्र एकएक घर लुटुलुटु चालणारी आणि सगळ्यात शक्तिशाली, बलशाली वजीर."

"हो! पण तू एक विसरतो आहेस. प्यादी प्रतिस्पर्ध्याच्या वजिरालाही मारू शकतात. वेळप्रसंगी तिरकी चालतील, पण शत्रूला मारतील निश्चित. आणि मग परत आपली सरळसोट चालत बसतील. आणि त्या सरळ चालीतही माहीर इतकी की, लुटुलुटू चालत जाऊनही शेवटच्या घरी पोहोचली तर त्याचा वजीर होतो."

"हो की, म्हणजे जणू शर्यतीतले कासव."

"बरोबर. हे मला सुचलं नव्हतं. म्हणजे प्यादी कौशल्याने वापरली तर शक्तिशाली, बलशाली होऊ शकतात. त्याचा सुयोग्य वापर करता आला पाहिजे."

"आणि राजा ? त्यांची कामगिरी काय ?"

"आपल्या सैन्याला हाताशी धरून स्वतःची सुरक्षा. आपल्या राजाला सुरक्षित ठेवून प्रतिस्पर्ध्यावर मात केली की आपण जिंकलो ?"

"येस!"

"आणि आदित्य, अजून एक गंमत म्हणजे, बुद्धिबळाच्या खेळात दोन्ही भिडूंकडे

सारखंच सैन्य असतं. म्हणजे हार-जीतचा फैसला हा आपण खेळात किती उत्कृष्ट आहोत, यावर असतो. आपण आपल्या सैन्याचा उपयोग कसा करून घेतोय, यावर आपली हार-जीत असते. आणि गंमत म्हणजे, जीवनाच्या बुद्धिबळात मात्र आपल्याला आपलं सैन्य निवडण्याचा अधिकार असतो. उदाहरणार्थ, दोन हत्तीऐवजी आपण तीन-चार हत्ती घेऊ शकतो. तसंच उंट, घोडा, प्यादी यांबद्दलही म्हणता येईल. आपण आपले हुकमी मोहरे कोणते, हे ठरवायचं. म्हणजे आपली हार-जीत आपल्या कौशल्यावर अवलंबून आहेच; शिवाय आपण कोणते मोहरे हाताशी धरतोय, तेही फार महत्त्वाचं आहे."

"आपले मोहरे, सैन्य कोणतं?"

"तूच सांग!"

"इतर लोक, म्हणजे आपल्याला मदत करणारे लोक?"

"ते तर आहेच, पण सगळ्यांत महत्त्वाचं सैन्य म्हणजे आपल्याकडे असलेली सामग्री. आपलं सैन्य दोन प्रकारचं असतं. स्व-मदत आणि बाह्यमदत. त्यांतही स्व-मदत ही सगळ्यात बलशाली, शक्तिशाली असते. सांग बरं, स्व-सैन्य म्हणजे काय?"

"आपण स्वत:!"

"येस, शिवाय आपल्याकडे असलेली कौशल्यं, आपली मानसिकता, आपला प्रचंड ताकदीचा असा मेंदू, आपलं अंतर्मन, आपली शारीरिक, मानसिक, सामाजिक, बौद्धिक आणि आध्यात्मिक या क्षेत्रांतली क्षमता. सगळ्यात महत्त्वाचं म्हणजे आपली सकारात्मकता, हार न मानण्याची सवय, असं अगणित सैन्य आपल्या दिमतीला असतं. ही सगळ्यात महत्त्वाची आणि हुकमी प्यादी आहेत. आपलं छोट्यातलं छोटं कौशल्यही प्याद्याची भूमिका बजावू शकतं, मात्र त्याचा वापर कौशल्याने करायला हवा.

'मग सांग आदित्य, असं विविध रंगी आणि गुणी सैन्य आपल्याकडे असताना त्याला बळकट करणं हे आपलं काम आहे की नाही? की त्याचा वापर न करता तसंच वाया घालवायचं, हार मानून डाव अध्र्यावरच सोडून द्यायचा?''

"So true, आणि आपण मदत बाहेर शोधतोय!" आदित्य उत्साहाने म्हणाला.

"अर्थात बाहेरचं सैन्यही असतंच. आपल्या कुटुंबातल्या व्यक्ती, नातेवाईक, मित्रमंडळी, कामाच्या ठिकाणी असलेली माणसं, शेजार, समाज! पण त्यांपैकी विश्वासार्ह कोण हे ओळखण्याची कुवत आपल्याकडे हवी. बऱ्याचदा आपण चुकीच्या व्यक्तीवर नको तितका विश्वास टाकतो, त्यांच्यावर भावनिक अवलंबून बसतो आणि मग भावनिक क्लेशांना बळी पडतो. काही वेळा हे स्वाभाविक असतं, पण मग अशा वेळी शक्य तितक्या लवकर स्व-मदत घेऊन मानसिकरीत्या स्थिर होणं, म्हणजे आपल्या राजाला सुरक्षित ठेवणं.''

"खूप मोलाचा सल्ला. म्हणजे आपली बलस्थानं कणखर करणं याला पर्याय नाही."

"बुद्धिबळ आपण एकटं खेळू शकत नाही, त्यासाठी दुसरा भिडू, प्रतिस्पर्धी लागतो."

"आपला प्रतिस्पर्धी कोण?" आदित्यने विचारलं.

"कोण? तूच सांग!"

"प्रतिस्पर्धी आपल्याला असलेला धोका. आपल्याला हरवणारा कोणीतरी!"

"गुड! पण म्हणजे कोण?"

"आपल्या प्रगतीच्या मार्गातले धोके, आपले शत्रू, संकट, आपण गमावलेल्या संधी, किंवा आपल्याला न दिसलेल्या संधी, काही वेळा दैव, नियती!"

"पण आदित्य तुला माहीत आहे का, की आपला सगळ्यात मोठा शत्रू आपण स्वत: असतो."

"हो, हे मला पटलंय."

"नियती किंवा दैव सोडलं तर आपल्या अधोगतीला आपणच जबाबदार असतो. आपल्या दैवाने किंवा नियतीने एखाद्या कामात आपल्याला अपयश दिलं तरीही त्याचं काही आपल्याशी कायम वैर नसतं. मग अशा वेळी 'असं कसं झालं,' म्हणत हताश होऊन त्याकडे बघत बसण्यापेक्षा आपण पुन्हा प्रयत्न करूच शकतो. खड्ड्यात पडणं ही हार नाही, त्यानंतर किती वेळात आपण त्यातून बाहेर येतो, हे महत्त्वाचं. जीत यावर अवलंबून आहे."

"दीदी, मी ठरवलंय, आता हार मानायची नाही. सगळं सैन्य गोळा करायचं, त्याचं बळ वाढवायचं."

"राइट स्पिरिट, शार्पन युवर टुल्स! (Sharpen your tools) आपल्या शस्त्रांना धार काढत बसण्यापेक्षा वेळोवेळी सैन्याची निगा राखायची, म्हणजे वेळ आली की गडबड नको."

"मला आयुष्यात एवढा मोठा धक्का बसलाय. आता वाटतंय, मी जर आधीच माझी शस्त्रं तयार केली असती, तर मानसिक धक्का कमी बसला असता."

"आदित्य, तुला 'गुड्डी' सिनेमातलं गाणं आठवतंय, 'हमको मन की शक्ती देना, मन विजय करे!'"

"आठवतंय ना! माझं आवडतं गाणं आहे, पण त्या शब्दांना मी फार महत्त्व दिलं नव्हतं. दीदी, तुम्ही म्हणालात ना की, आपल्याकडे सगळी सामग्री असते, ते खरं आहे."

"अजून एक महत्त्वाची गोष्ट म्हणजे, बुद्धिबळ खेळताना त्या खेळात पटाईत असलेले खेळाडू चार गोष्टींची सतत जाण ठेवतात. प्रत्येक खेळी या चार गोष्टींचा विचार करून केली जाते."

"कुठल्या चार गोष्टी?"

"त्या चार गोष्टी म्हणजे….

राजाची सुरक्षितता : या सुरक्षेसाठी कदाचित काही वेळा आपल्याला वजिरालाही गमवावं लागतं. पण त्या वेळी निराश होऊन खेळ सोडून देण्यापेक्षा आपल्याकडे प्याद्याला वजीर बनवण्याची ताकद आहे, हे लक्षात ठेवलं पाहिजे. प्याद्यांनी पटावरची किती जागा व्यापली आहे, यावर जेवढा लांबचा पल्ला सुरक्षितपणे मोहरे गाठतील, तेवढी त्यांची प्रगती होऊन प्रतिस्पध्र्यावर मात करण्याची शक्यता वाढेल.

प्याद्यांची पटावरची रचना : राजाला पुरेसं संरक्षण आहे का? राजाभोवती तटबंदी केली आहे का? जेणेकरून शत्रू राजापर्यंत पोहोचणार नाही.

पटावरचा राजाचा विकास : राजाचा विकास म्हणजे प्रगतिपथावरची त्याची वाटचाल!

दुसर्‍या भिडूची बळकावलेली सामग्री म्हणजेच मोहरे : म्हणजे प्रतिस्पध्र्याकडून त्याची बलस्थाने हिसकावून घेणं, त्याला 'सळो की पळो' करून सोडणं. शत्रूला शरण आणून त्याला दुबळं करणं."

"गमावलेल्या संधी परत खेचून आणणं, संकटावर मात करणं, मानसिक आघाताला तडीपार करणं, मानसिक क्लेशापासून आपली मुक्तता करून घेणं."

"ब्रेव्हो आदित्य! मस्त! अजून कितीतरी गोष्टी आपल्याला मिळतात. अनुभव, आपल्याला मिळालेली शिकवण हेही नसे थोडके! आदित्य तुला काय करायचंय?"

"मुझे तो खिलाडी बनना है. कारण सैन्य माझं, चौसष्ट घरंही माझी. माझा वजीर मी गमावला आणि म्हणून मी हार मानली. पण आता नाही, दीदी मला कळलंय, मी काय करायला हवंय ते. आपण या खेळात किती रंगून गेलो. कॉफी विसरलोच की!"

"अशी कशी विसरेन? मला हवी आहे बरं का तुझ्या हातची कॉफी!"

आदित्यने स्वत: करून आणलेली कॉफी साखर न घालताही भलतीच गोड लागत होती आणि बरोबर खुसखुशीत शंकरपाळे!

आजचा आदित्य

आयुष्यातल्या बुद्धिबळाच्या खेळातला उत्कृष्ट गडी. पट्ट्याने चौसष्ट घरं तर काबीज केलीच, शिवाय एका गोड पोरीशी लग्न करून आज एका मुलाचा बाप आहे.

भेटला तेव्हा म्हणतो कसा, "दीदी, मुलाला बुद्धिबळ शिकवायला आत्तापासून सुरुवात केली आहे!"

सत्र सहावे

अजेंडा बदला!

(Change Agenda)

हर्षवर्धन सत्तावीस वर्षांचा यूपीएससीच्या परीक्षेचा अभ्यास करणारा विद्यार्थी. हुशार होता. नेहमी उत्तम मार्कांनी पास व्हायचा. आत्तापर्यंत त्याने अपयश कधी बघितलं नव्हतं. पण यूपीएससी परीक्षेत तीन-चार वेळा अपयश मिळाल्यावर महाशयांनी महिन्यापूर्वी जीव द्यायचा प्रयत्न केला. त्याच्या घरच्या मंडळींनी त्याला वाचवलं. तो वाचला; पण त्या दिवसापासून नैराश्य आलं. तो काहीही करेनासा झाला. आईवडिलांनी आपल्याला वाचवलं म्हणून त्यांच्यावर रागावून त्यांच्याशी बोलणं टाकलं होतं. पहिले तीन महिने औषधं सुरू होती, तरी साहेब निराशेच्या फेऱ्यात अडकलेले.

सुरुवातीच्या तीन सत्रांत त्याचा प्रतिसाद अतिशय थंड होता. नेहमी जे सत्र दोन ते तीन तास चालतं, ते जेमतेम तासभर चालायचं; तेसुद्धा शांततेत. हर्षवर्धन चिडीचूप असायचा. मख्खासारखा बघत बसायचा. त्याला कळत नव्हतं असं मात्र अजिबात नव्हतं. पण हे सर्व व्यर्थ आहे, असा आविर्भाव असायचा. चौथ्या सत्राला त्याने खऱ्या अर्थानं मानसिक प्रथमोपचाराला प्रतिसाद द्यायला सुरुवात केली. दीर्घ श्वसन, प्रार्थना हे उपचार या सत्रापासून सुरू झाले. म्हणजे तसं म्हणायचं झालं तर चौथं सत्र हे त्याचं पाहिलं सत्र धरायला हरकत नव्हती.

पाचव्या सत्रात तो थोडा प्रतिसाद द्यायला लागला होता. बोलताना लक्षात आलं की, त्याचा आत्मसन्मान आणि आत्मविश्वास अतिशय कमी झाला आहे. त्याने आत्महत्येचा प्रयत्न केला, याचाच अर्थ त्याचा स्वाभिमान दुखावला गेला होता. त्याने स्वत:ची किंमत शून्यावर नेऊन ठेवली होती. यापुढे आपल्याला यश मिळणं केवळ अशक्य आहे, कारण आपण त्यासाठी लायक नाही, अशी त्याची खात्री झाली होती. हसणं तर जणू विसरूनच गेला होता.

आजच्या सत्राचं उद्दिष्ट त्याला स्वत:ची ओळख करून देणं हे होतं. 'तू काहीही गमावलं नाही. तुझी हुशारी, आत्मविश्वास, स्वाभिमान तुझ्याकडे सुरक्षित आहे, याची जाणीव त्याला करून देणं,' हा होता. उंचापुरा, काळा-सावळा पण स्मार्ट अशा हर्षवर्धनच्या चेहऱ्यावर परत हसू आणण्याची अवघड कामगिरी मानसिक प्रथमोपचाराची होती.

"हर्षवर्धन, 'क्रिएटर ऑफ जॉय' मला तुझं नाव खूप आवडलं आणि तुझे आईबाबा म्हणाले तू अगदी आपल्या नावाप्रमाणे आहेस!"

"अजिबात नाही. मी सतत त्यांना दु:ख देत आलोय."

"असं का वाटतंय तुला?"

"यूपीएससीत नापास आणि नंतर आत्महत्येचा प्रयत्न!"

"हं, पण ते गेल्या दोन वर्षांत घडलेलं, त्याआधी?"

"माहीत नाही."

"मी सांगते. तुझे आईबाबा म्हणत होते, लहानपणापासून तू हुशार विद्यार्थी आणि

नावाप्रमाणे हसरासुद्धा. तुला काय वाटतं?”

“मला घरातला जोकर म्हणायचे!”

“दे टाळी, माझा भाऊ अगदी तुझ्यासारखा. घरात असला की नुसते हास्याचे फवारे. तुला पहिल्यांदा बघितलं, तेव्हा त्याचीच आठवण झाली. आता कळतंय त्याची का आठवण आली ते! मला सांग हर्षवर्धन, आजपर्यंत तुझ्या आयुष्यातली तुला वाटणारी तुझी उत्कृष्ट कामगिरी कोणती?”

‘‘अजून उत्कृष्ट कामगिरी करायची आहे,” तो बेफिकीरपणे म्हणाला.

सत्र सुरू झालं, तरीही अजून पुरेसं पकड घेत नव्हतं. आजच्या ठरवलेल्या विषयाकडे त्याला नेण्यासाठी आमच्यातल्या गप्पा रंगायला हव्या होत्या. मख्खासारखा तो शांत बसला होता. माझ्या कुठल्याही प्रश्नाला एका शब्दात, गप्प बसून किंवा मला अपेक्षित असलेलं उत्तर मिळत नव्हतं. कदाचित आज सत्र अर्धवट बंद करायची गरज भासू शकेल किंवा मग नो अजेंडा असं होतंय की काय? असा विचार करून मी एक वेगळी भूमिका घ्यायची ठरवलं. एरवी मी कठोरपणे बोलणं टाळते, पण आज प्रयोग करून बघायचं ठरवलं.

“तुला माझा प्रश्न नीट कळला नाही बहुतेक. मी ‘आत्तापर्यंत’ असं विचारलं,” मी किंचितशा कठोरपणे म्हटलं. त्याला माझा स्वर कळला.

“सॉरी, नाही आठवत!” अजूनही महाशय फार काही सांगायला तयार नव्हते.

“ओके. आपण आजचं सत्र थांबवू या का? कदाचित तुझा आज वेगळा मूड असेल. ”

“नाही, माझा मूड बरा आहे.”

“ओके, तर मग आज तू मला प्रश्न विचार!”

“म्हणजे?”

“नाही माहीत.” मी त्याचा सूर पकडत म्हटलं.

“सॉरी! मी सांगतो माझी उत्तम कामगिरी.” साहेबांना माझा रोख कळला होता बहुतेक.

मी त्याच्या म्हणण्याकडे मुद्दामहून दुर्लक्ष केलं, मला हे बघायचं होतं की, तो आपणहून मला त्याची आठवण करून देत आहे का? अजूनही एक छुपं कारण होतं; तो माझ्या प्रश्नांना बगल देत तुटक उत्तरं देत होता, त्याचप्रमाणे मी त्याच्याशी वागत होते. हे खरं तर मानसिक प्रथमोपचाराच्या विरुद्ध होतं. पण काही वेळा चतुरपणे, किंचितशा अलिप्तपणाने अपेक्षित असलेला परिणाम मिळू शकतो. मी त्याला फार भाव देत नाहीये हे मला त्याला दाखवून द्यायचं होतं.

मी विचारलं, “केक खाणार आहेस?”

“केक?”

“काल माझा वाढदिवस होता.”

“ओह, बिलेटेड हॅप्पी बर्थडे!”

"थँक यू!"

"मला आवडतो केक," गाडी बहुतेक वळणावर यायला लागली. आपणहून काही तरी सांगत होता.

त्याने मनापासून केक खाल्ला. बहुतेक भूक लागली होती.

"अजून देऊ?"

"चालेल, पण मग तुम्हांला?"

"मला फारसा आवडत नाही आणि माझा वाढदिवस वगैरे काही नव्हता. मी आपलं गंमत म्हणून म्हटलं, पण माझ्या भावाला आवडतो."

"म्हणजे आमच्यासारखंच. माझ्या बहिणीला नाही आवडत, मला आवडतो."

"हं, ज्याची त्याची आवड."

त्यानंतर मी मुद्दामहून गप्प बसले. मला बघायचं होतं की, तो त्यावर तो काय म्हणतोय.

पाच मिनिटं आम्ही दोघं गप्प होतो. त्याची इच्छा असली तरच आजचा विषय घेणार होते, नाहीतर नो ॲजेंडा, वॉज माय ॲजेंडा!

"तुम्ही गप्प का आहात?"

"विचार करतेय. कुठल्या विषयावर तुला बोलावंसं वाटेल? तुलाही आपली चर्चा आवडली पाहिजे. तू हुशार आहेस, चर्चेमधून काही गोष्टी मलाही तुझ्याकडून शिकता येतील."

"माझी चेष्टा करताय? मी काय शिकवणार तुम्हांला?"

"नाही रे मुला, तुझ्याशी गप्पा मारायचा प्रयत्न करतेय. पण अजून आपले सूर जुळत नाहीयेत असं वाटतंय!"

"मला तर तसं नाही वाटत!"

"ग्रेट! चला म्हणजे माझी शंका दूर झाली."

"शंका?"

"हो! गेले काही दिवस मला वाटत होतं, मी तुला फारशी आवडत नाहीये. म्हणून आपण सत्रं थांबवावीत असं वाटत होतं."

"का?"

"फारसा उपयोग होत नाहीये असं वाटतंय. कदाचित आपली नाळ जुळत नसेल, म्हणून तू कदाचित तुझं मन मोकळं करत नाहीयेस. तुला बहुतेक आवडत नाहीये हे सगळं."

"पण मला आवडतं तुमच्याकडे यायला. मी आपणहून येतो."

"ओके!"

मी परत गप्प बसले. काहीही प्रतिक्रिया न देता शांत बसले. आज आपण त्याला काहीही स्वतःहून विचारायचं नाही, असं ठरवलं. कधीतरी असं होऊ शकतं. अजिबात

कोणाशीही बोलायचा आपला मूड नसतो आणि मग समोरच्याने प्रश्न विचारले की, आपली चिडचिड होते. आपल्याला त्याचं बोलणं कटकटीचं वाटतं. अशा वेळी इतरांनी समजून घ्यावं, असं आपल्याला वाटत असतं. आता मला त्याच्या संरक्षण यंत्रणेचा (Defence Mechanism) अंदाज घ्यायचा होता. कदाचित त्याची बोलण्याची पद्धत अशीच असेल. त्याच्या विचारधारेकडेही लक्ष द्यायला हवं होतं आणि हेसुद्धा त्याच्या वागण्याचा अंदाज घेतघेत!

"मी सांगू, माझा आतापर्यंतचा सगळ्यांत यशस्वी क्षण?" तो म्हणाला.

"सांग की, पण हर्षवर्धन असं होऊ शकतं बरं का की, कधीतरी आपल्याला कोणाशीही बोलायचा मूड नसतो. विचारात आणि जास्त करून नकारात्मक विचारांनी आपण त्रस्त असतो, त्यामुळे कदाचित आपल्याला दुसऱ्याच्या असण्याचाही त्रास होतो. माझं होतं असं काही वेळा. एकटं राहावंसं वाटतं. मात्र असे क्षण आयुष्यात कमीतकमी यायला हवेत, नाहीतर मग आपण स्वतःला आपल्याला कोशात जखडून ठेवू आणि त्याचीच सवय होईल."

हर्षवर्धनचं नेमकं हेच झालं होतं. मी त्याच्या मर्मावर बोट ठेवलं होतं. माझं असं बोलणं त्याला त्याच्या कोशातून बाहेर काढायला उपयोगी ठरलं. गप्पांमध्ये त्याने त्याच्या नकळत रस घ्यायला सुरुवात केली. बघू या तरी आजचं सत्र कुठल्या दिशेने जातंय.

"माझं तर नेहमी असंच होतं."

"म्हणजे?"

"मला बहुतेक वेळा एकटं राहायला आवडतं. खरं तर आवडत नाही; पण मला आता त्याची सवय झालीय."

"तुझी निराशा वाढत चाललीय असं वाटतं का तुला?"

"हो! हताश वाटतं!"

"मित्र? त्यांच्याशी नाही बोलत?"

"मित्र खूप आहेत, पण मी कधी त्यांच्याशी माझ्या मनःस्थितीबद्दल नाही बोलत."

"एकटं असताना रडावंसं वाटतं का?"

"मी रडतो. दार बंद करून!"

"असं किती वेळा होतं?"

"रोज. निदान एकदा तरी, काही वेळा दोनदाही. हल्ली तर जास्तच!"

बहुतेक माझा अंदाज खरा ठरत होता. त्याची संरक्षण यंत्रणा हाही एक प्रॉब्लेम असू शकतो.

"तुम्ही मगाशी म्हणालात तुम्हांला एकटं बसावंसं वाटतं; तर मग तुम्ही अशा वेळी काय करता? तुम्हीसुद्धा रडता?" त्याने जाणून घेण्याच्या उत्सुकतेने विचारलं.

"त्या वेळी मला जे आवडेल ते आणि सुचेल ते. रडू नाही येत, कारण त्या वेळी माझ्या मनात नकारात्मक विचार नसतात. मी हरत चालले आहे, असं मात्र मला कधीही वाटत नाही. फक्त काही वेळा माझा वेळ माझा असावा असं वाटतं. मग मी बहुतेक वेळा कॉफी करते आणि माझ्या आवडत्या ठिकाणी बसून शांतपणे एकटीच बसून कॉफी पिते. एक कप कॉफी पोटात गेल्यावर मस्त वाटतं."

"मी काय करतो ते सांगू?"

"सांग की!"

"एकटा खोलीत बसून रडतो, स्वतःला दोष देतो, अशा वेळी वाटतं, संपूर्ण जगात आपण एकटे आहोत. हरल्यासारखं वाटतं."

"का रे, आईबाबा, बहीण आहेत की तुझ्यापाशी." मी हळुवार विचारलं.

"आहेत; पण त्या वेळी त्यांची आठवण येत नाही. मी आज सत्राला यायला निघालो तेव्हाही तसं वाटत होतं. कधीकधी वाटतं, मोठ्याने रडावं. सगळ्यांना कळू दे मी अस्वस्थ आहे."

"आता कसं वाटतंय? हर्षवर्धन, रडायला येत असेल तर रडून मोकळा हो. रडणं वाईट नाही. मीसुद्धा रडते. आपल्यात पुरुषांना उगाचच म्हणतात, रडू नका म्हणून! पण ते काही बरोबर नाही. तीही माणसंच असतात. रडल्यामुळे मन मोकळं होतं… तसं करण्यात काहीच चुकीचं अथवा कमीपणाचं नाही."

"खरंच? हे बरं सांगितलंत मला. मी रडतो याचा गिल्ट वाटत होता. आता मला ठीक वाटतं आहे. आज, मला तुमचा आधार हवासा वाटतोय. आपण गप्पा मारू या?"

"नक्की. कॉफी हवी?"

"मी करतो. चालेल?"

"अरे वा! नेकी और पूछपूछ!"

त्याने कॉफी केली. आम्ही दोघांनी मजेने प्यायली.

"मी असं का केलं, याचा विचार करतोय मी!"

"कशाबद्दल बोलतो आहेस?"

"माझ्या आत्महत्येच्या प्रयत्नाबद्दल."

"हर्षवर्धन, तुला मोकळेपणाने बोलायला आवडेल का या विषयावर?"

"नाही माहीत. पण प्रयत्न करतो."

"ओके. मग एक प्रॉमिस दे. ज्या क्षणी तुला त्रास होईल, त्या वेळी मला तसं सांगायचं. कबूल?"

"कबूल!"

"तर मग तुझ्या लहानपणापासून सुरुवात कर. तुझं यश-अपयश, तुझ्या अपेक्षा, तुझी

स्वप्नं. म्हणजे बघता येईल की, कधीपासून बिनसत गेलं. कारण तू लहानपणापासून आनंदी प्राणी आहेस, असं तुझे आईबाबा म्हणाले होते.”

आणि तो भरभरून बोलू लागला. एका क्षणी त्याला रडू आवरेना.

“मी सगळ्यांच्या अपेक्षांखाली दबला गेलो होतो. मला सतत भीती वाटायची. मी नापास झालो तर? पण चांगले मार्क मिळवत गेलो आणि सगळ्यांच्या अपेक्षा वाढत गेल्या!”

“एक विचारू?”

“विचारा!”

“नेमकं काय वाटत होतं तुला? कदाचित तुला ज्या दुसऱ्याच्या अपेक्षा वाटत होत्या, त्या त्यांच्या नव्हत्या, पण तुला असं वाटत होतं की, त्यांच्या आहेत.”

“म्हणजे?”

“असं बऱ्याचदा होतं की, आपल्या आईबाबांच्या आपल्याकडून अपेक्षा आहेत, हे आपण गृहीत धरतो. त्या अपेक्षा खरं तर आपल्याला आपल्याबद्दल असतात.”

“कदाचित असं असेल. यश मिळत गेल्यावर मी मोठ्या उंच उड्या मारायला गेलो. माझी झेप उंचावली. मला वाटतं होतं, आपल्याला काहीही अशक्य नाही. आईबाबा म्हणाले, तुझ्यासारख्या मुलाने यूपीएससी करायला हवं. मी फारसा विचार न करता हो म्हटलं. मग लक्षात आलं, हे क्षेत्र आपल्याला आवडत नाहीये.”

“मग तसं आईबाबांना का नाही सांगितलंस?”

“त्यांनी ऐकलं नसतं.”

“हेही तूच ठरवलंस?”

“हो!”

हा मुलगा आनंदी होता पण मोकळा नव्हता किंवा कदाचित स्वतःबद्दल आणि दुसऱ्यांबद्दलसुद्धा चुकीच्या धारणा करून घेणारा होता.

“तू मगाशी म्हणालास की एकटा बसून रडतोस, लहानपणीसुद्धा तू असंच करायचास?”

“हो. आई म्हणायची, अगदी घुम्या आहेस. मनातल्या मनात कुढत बसशील, पण बोलणार नाहीस.”

“तुझ्या मनाविरुद्ध काही झालं किंवा तुला दुःख झालं तर तू कोणाला सांगतोस?”

“कोणालाही नाही.”

“आणि मग तुला पूर्वपदावर किती वेळ लागतो?”

“खूप दिवस!”

“अशा वेळी तुझ्या मनात काय विचार असतात?”

“हरल्यासारखं वाटतं!”

“तुझं चुकलं असं वाटतंय तुला?”

"नाही."

"'अपराधी वाटतंय? आत्महत्येच्या बाबतीत?"

"अपराधी असं नाही, पण मी असं का केलं, हे समजत नाही. वाटतं, दुसऱ्याच्या आणि जास्त करून आईबाबांच्या अपेक्षा आपण पूर्ण नाही केल्या. आता मी हरलो. गेले वर्षभर मनावर दडपण होतं."

"तू एकटा खोलीत बसतोस तेव्हा आईबाबा काय करतात? तुला मोकळीक देतात?"

"अजिबात नाही, माझ्या फार मागे लागतात. आई तर सारखं दार ठोठावते किंवा वडील हाका मारतात."

"मग?"

"मग मला फार चीड येते."

"का?"

"का? कारण मला त्यांच्याबरोबर, खरं तर कोणाबरोबरही राहायचं नसतं. मला डोळ्यांसमोर कोणीही नको असतं."

"ते खरं आहे; पण मग आईबाबांना हे कसं कळणार की, तू असं का करतोस ते?"

"मी त्यांना सांगतो की, मला एकटं राहायचं आहे; पण त्यांना मी त्यांचा अपमान करतोय असं वाटतं."

"तू त्यांना कसं सांगतोस?"

"चिडून किंवा ओरडून?"

"हं!"

"हर्षवर्धन, जेव्हा कोणी आपला हेतू समजून न घेता आपल्यावर डाफरतो तेव्हा अपमान वाटणारच."

"मी डाफरतो हे खरं आहे."

"कदाचित त्यांना माहीत नसेल की, प्रत्येकाची संरक्षण यंत्रणा (Defence Mechanism) म्हणजेच कुठल्याही प्रसंगाला सामोरं जायची पद्धत वेगळी असते. कठीण प्रसंगात प्रत्येक माणसाची त्याला तोंड देण्याची एक वेगळी रीत असते, म्हणून तो वेगळं वागतो. कारण प्रत्येक माणूस हा वेगळा आहे. याला आपण त्याच्या जगण्याचं तंत्र असंही म्हणू शकतो. या बचावतंत्राच्या संकल्पनेला इंग्रजीत डिफेन्स मेकॅनिझम (Defence Mechanism) म्हणतात.'' मी थेट विषयाला हात घातला.

"पटतंय मला. माझी बहीण त्रासात असली की, सगळ्यांशी मोठ्याने हातवारे करत बोलत सुटते. मनाविरुद्ध काही झालं की, बाबा आमच्यावर उगाचच चिडतात, आई भांडी आपटते."

"म्हणजे बघ, तुझं किती वेगळं आहे. तू शांत बसून मनाशी कुढतोस आणि तू असं का

करतोस हे त्यांना कळत नाही. कारण ते सर्वजण समोरच्याला आपण चिडलोय, रागावलोय हे दाखवतात. त्यांची चीड, राग ते शब्दांतून किंवा कृतीतून व्यक्त करतात. म्हणजे निदान दुसऱ्याला त्यांचा मूड कळतो पण तुझ्या बाबतीत कदाचित त्यांना कळत नसेल कारण तू मात्र एकटं राहणं पसंत करतोस. व्यक्त होत नाहीस. त्यामुळे त्यांना तुझी काळजी वाटते.”

“पण यात चूक कोणाची? कसं वागायला हवं, त्यांच्यासारखं?”

आमच्या गप्पांची गाडी योग्य दिशेने जायला लागली होती. अंदाज केला होता तो बरोबर होता. त्याची संरक्षण यंत्रणा दीर्घकाळासाठी योग्य नव्हती, नुकसान करणारी होती. आजच्या सत्राचा विषय ठरला.

“यात चूक-बरोबर असं काहीही नाही. म्हणजे आहे खरं तर; पण आपण ते नंतर बघू. मुद्दा एवढाच आहे की, त्यांना तुझ्या मन:स्थितीची कल्पना द्यायला पाहिजे होतीस.”

“कशी?”

“आपण कुठलीही गोष्ट दुसऱ्यांना कशी सांगतो, हे महत्त्वाचं आहे. रागावून ओरडलो, तर दुसऱ्याला तो अपमान वाटेल. तो म्हणेल, मी तुला मदत करतोय तर माझ्यावर का ओरडतोस? पण अशा वेळी आपण जर शांतपणे त्यांना सांगितलं की, मला काही वेळ माझं माझं एकटं राहायला आवडतं. मी शांत झालो की, तुमच्याशी बोलेन, तर त्यांचा गैरसमज होण्याची शक्यता जवळ-जवळ नसेल. तुला काय वाटतं?”

“ते समजून घेतील?”

“करून बघ!”

“हं!”

“आणि तुझ्या मनात निर्माण होणाऱ्या नकारात्मक भावना तू अंतर्मनात दाबून टाकल्यामुळे त्या तिथे घट्ट रुतून बसल्या आहेत, ज्या तुला वेळोवेळी बाहेर येऊन त्रास देतात. तुला हताश, हरल्यासारखं वाटतं, तो त्याचाच परिणाम आहे. त्या भावनांचा निचरा व्हायला हवा, त्या बाहेर फेकल्या गेल्या पाहिजेत, तसं होत नाहीये.”

“मग काय करायला हवं?”

“कोणाशी तरी बोलायला हवं. तुझा ज्यांच्यावर विश्वास आहे अशा व्यक्तीसमोर मोकळं व्हायला हवं!”

“पण ती व्यक्ती तेवढी सक्षम हवी की, आपल्या प्रश्नांवर तोडगा सुचवेल.”

“लाख मोलाचं बोललास. तोडगा निघाला तर फारच उत्तम; पण जरी तो निघाला नाही तरीही व्यक्त झाल्याने नकारात्मक भावनांचा निचरा तर होईल, आणि तेही तितकंच किंबहुना अधिक महत्त्वाचं आहे. सर्वांत उत्तम म्हणजे अशा वेळी समुपदेशकाकडे निश्चिंत मनाने जावं. तो या विषयातला तज्ज्ञ असतो. तुझ्या प्रश्नांवर तोडगा सुचवण्याऐवजी तुला सक्षम बनवण्याकडे त्याचा कल असेल.”

"म्हणजे मी आधी समुपदेशकाकडे गेलो असतो, तर माझी संरक्षण यंत्रणा बरोबर नाही, हे त्यांच्या लक्षात आलं असतं?"

"हो नक्कीच. म्हणजे बघ, तू आत्महत्येचा प्रयत्न केलास, हर्षवर्धन, चालेल ना मी उल्लेख केला तर?"

"हो. मला जाणून घ्यायचंय नेमकं झालं काय? मला हे कृत्य का करावंसं वाटलं?"

"त्याला बरीच कारणं असू शकतात. नेमकं एकावर बोट ठेवता येणार नाही. आणि काही कारणं तर चटकन लक्षात येत नाहीत. म्हणून तर आपण गप्पा मारतो. त्यातून मार्गदर्शकाला अंदाज येतो. काही वेळा तो पुरसा नसतो. माझंही काहीसं असंच झालं तुझ्याबाबतीत. सुरुवातीला कारण जाणून घेताना मला वाटलं होतं की, तुझ्या परीक्षेतील अपयशामुळे तू आत्मविश्वास गमावलास. अर्थात ते एक कारण आहेच आणि आपण पुढील काही सत्रांमधून तो विषय हाताळणार आहोत. पण अजून एक कारण समोर आलंय आणि ते म्हणजे तुझी संरक्षण यंत्रणा. तू मोकळेपणाने कोणाशी बोलत नाहीस, त्यामुळे तुझ्या मनात काय चाललंय याचा कोणाला अंदाज येत नाही. उद्भवणाऱ्या नकारात्मक भावनेचा जसा निचरा करायला हवा, तसा करायला तुला जमत नाही. बराच गुंता मनात साठून राहिलाय. ज्या विषयात आवड नाही, त्याच विषयात सारखं अपयश येत राहिलं, त्यापेक्षा मोकळेपणाने बोलून प्रश्न सोडवता आला असता."

"हं! हे खरं आहे."

"हर्षवर्धन, आपलं आयुष्य चुकीच्या मार्गावर जाण्याची जी कारणं आहेत, त्यांपैकी एक महत्त्वाचं कारण म्हणजे आपली संरक्षण यंत्रणा. कारण संकटकाळात आपलं मन जास्त करून नकारात्मक भावनांनी भरून जातं. त्यांचं जणू आपल्यावर अधिराज्य असतं, उद्भवणाऱ्या नकारात्मक भावना ठाण मांडून अंतर्मनात रुतून बसतात. मग आपण त्यांचा योग्य प्रकारे निचरा करतो का नाही, यावर आपण त्या प्रसंगातून सहीसलामत बाहेर येतो का नाही, हे ठरतं. मन स्वच्छ झालं तर उन्नती निश्चित, नाहीतर आपली गाडी अधोगतीच्या मार्गावरून जायला वेळ लागत नाही."

"खरं आहे. मला अजून या संकल्पनेबद्दल सांगा ना!"

"ही एक निसर्गतः निर्माण झालेली मानसिक यंत्रणा आहे, जी आपण आपल्या मानसिक सुरक्षिततेसाठी सहजपणे वापरतो. एखादा कठीण प्रसंग आपल्यावर आला की आपण चटकन विचार न करता आपल्या संरक्षण यंत्रणेप्रमाणे वागतो. तुझं उदाहरण घ्यायचं झालं तर तू अशा प्रसंगात आपल्या कोशात जातोस. थोड्या वेळासाठी तुला त्यामुळे बरंही वाटत असेल."

"हो, एकटं राहिलं की थोडा वेळ बरं वाटतं."

"बरोबर, मग आपली ती सवय होते. एखाद्या मनाविरुद्ध घडलेल्या प्रसंगात किंवा

दुःखदायक प्रसंगात ती परिस्थिती विसरण्यासाठी किंवा त्यापासून दूर जाण्यासाठी किंवा परिस्थिती स्वीकारण्यासाठी ही यंत्रणा आपल्याला मदत करते. त्यामुळे निर्माण होणाऱ्या चिंता, काळजी आणि भीती कमी करण्याचं काम ही यंत्रणा करते. न ठरवता म्हणजेच आपसूक. आपल्या मूळ प्रवृत्तीनुसार, स्वभावानुसार वागणारी मनोवैज्ञानिक यंत्रणा आहे. थोडासा गंभीर विषय आहे, तुला आवडेल का जाणून घ्यायला?" मी विचारलं.

"नक्की आणि आत्ता खरं तर मला मज्जा येतेय सत्रामध्ये."

"तुला सिग्मंड फ्रॉईड (Sigmund Freud) माहीत आहेत?"

"हो, मी त्यांचं एक पुस्तक वाचलंय. नाव नाही आठवतं, पण स्वप्नांबद्दल आहे."

"अरे वा! म्हणजे तू एक उत्तम वाचक आहेस. सिग्मंड फ्रॉईड मनोविश्लेषणाच्या सिद्धांताचे संस्थापक आणि मानसशास्त्रज्ञ; हे संरक्षण यंत्रणा या संकल्पनेचे जनक आहेत.

'ते असं म्हणतात की, 'संरक्षण यंत्रणा ही एक दुःखापासून, धोक्यापासून संरक्षण करण्यासाठी आणि नकारात्मक भावनांपासून मनाचं रक्षण करण्यासाठी, अवचेतन मनाने (Subconscious Mind) निर्माण केलेली एक रणनीती असते आणि यामुळे चेतन मनाला (Conscious Mind) अशा भावनिक प्रसंगाला तोंड देणं शक्य होतं. आपण त्या प्रसंगातून बाहेर येऊ शकतो आणि अयोग्य विचार आपल्या सजग मनामध्ये प्रवेश करण्यापासून आपल्याला थांबवू शकतात किंवा परिस्थितीची वास्तविकता थांबवू शकतात.

"ही यंत्रणा ज्यात जीव आहे, त्या सगळ्यांत असते, अगदी प्राणी आणि पक्षी यांच्यामध्येही असते; पण ती सगळ्यांत सारखी नसते. प्रत्येकाची दुःख व्यक्त करायची, हाताळायची पद्धत प्रत्येकाच्या मानसिक बैठकीप्रमाणे वेगवेगळी असते. कित्येक वेळा एकच व्यक्ती वेगवेगळी यंत्रणा वेगवेगळ्या प्रसंगांत वापरते. त्याचं व्यक्तिमत्त्व, कौशल्य संच, त्याची जागतिक दृष्टी, सामाजिक-आर्थिक परिस्थिती, सांस्कृतिक अपेक्षा, विचारांची परिपक्वता आणि आनुवंशिक मानसिक रचना यावर अवलंबून असते. ही बऱ्याचदा वयानुसार, अनुभवानुसार, परिस्थितीनुसार किंवा आध्यात्मिक अभ्यासामुळे बदलूही शकते."

"किती प्रकारच्या असतात या यंत्रणा?"

"अनेक! व्यक्ती तितक्या प्रवृत्ती! आता हेच बघ ना, तुझे बाबा तुमच्यावर डाफरतात म्हणजेच आपला राग किंवा नकारात्मक भावनांना मोकळं करण्यासाठी आपल्या हक्काच्या माणसांवर रागावतात. तुझी बहीण आणि आई आपल्या भावनांना कृतीने मोकळं करतात. पण मला सांग, याचा त्यांना आणि दुसऱ्यांना किती त्रास होत असेल?"

"खूप मोठा त्रास. आई तर थरथर कापते, शिवाय बाबांना मधुमेह, हृदयरोग आणि अजून बऱ्याच आरोग्याच्या तक्रारी आहेत. डॉक्टर म्हणतात, या व्याधी मानसिक ताणामुळे झालेल्या आहेत."

"म्हणजे वड्याचं तेल वांग्यावर हाच प्रकार झाला. काही जण आपल्यावर कठीण प्रसंग आला आहे हेच मुळी नाकारतात. आणि ती सोडवण्याचा प्रयत्न करत नाहीत, पण मग ती समस्या जेव्हा गंभीर रूप धारण करते तेव्हा? या सगळ्या यंत्रणा काही काळ त्यांना अपेक्षित असलेला परिणाम देतात; पण दीर्घकाळासाठी मात्र त्या हानिकारक असतात."

"मी आत्महत्येचा प्रयत्न करणं हे एक प्रकारचं माझं 'संरक्षण तंत्र' होतं?"

"तुला जर कारणं जाणून घ्यायची असतील, तर संरक्षण तंत्राशिवाय अजून खूप गोष्टींचा विचार करायला लागेल. तुझी विचारांची पद्धत, तुझी मानसिक जडणघडण! असं एका वाक्यात सांगता येणार नाही."

"माझा संरक्षणाचा (Defense) पवित्रा? तो अत्यंत चुकीचा होता?"

"हं!"

"म्हणजे प्रत्येकाचं संरक्षण तंत्र बरोबर असते असं नाही?"

"हो. काही यंत्रणांमुळे सकारात्मक परिणाम तत्काळ मिळतात; पण फायदे मात्र अल्पकालीन असतात. अशा यंत्रणा दीर्घकाळात फायदेशीर ठरत नाहीत आणि काही मात्र दीर्घकालावधीत खूप फायदेशीर ठरू शकतात."

"त्या कुठल्या? मला जाणून घ्यायचंय. कारण सिग्मंड फ्रॉईड म्हणाले होते, आपलं संरक्षणतंत्र बऱ्याचदा वयानुसार, अनुभवांनुसार, परिस्थितीनुसार किंवा आध्यात्मिक अभ्यासामुळे बदलूही शकते. मला बदलायचंय! मला याविषयी आणखी सांगा."

"सांगते काही संरक्षण यंत्रणा उत्तम असतात."

१. परिस्थितीचा स्वीकार (Acceptance) : अस्वस्थता निर्माण करणारी परिस्थिती आली की, आहे त्या परिस्थितीचा स्वीकार करायचा. कुठल्याही भावनेचा निचरा करायचा असेल किंवा त्यावर मात करायची असेल, तर उत्तम उपाय म्हणजे सर्वप्रथम ती भावना ओळखायची, मग त्या भावनेचा स्वीकार करायचा आणि मग त्यातून बाहेर येण्यासाठी उपाय शोधायचा.

सर्वप्रथम आपली भावना ओळखता यायला हवी (नेमकं दु:ख कुठलं?).

ती भावना आपल्या मनामध्ये का उत्पन्न झाली याची कारणं शोधायला हवीत (दु:खाचं कारण) आणि ती कारणं स्वत:शी निगडित असावीत. उदाहरणार्थ, आपल्या अपेक्षा, हाव!

दु:खाचं निवारण आपल्या हातात हा आत्मविश्वास (निरोध).

दु:ख संपवण्यासाठीचे उपाय करणं.

२. उष्मायन (Sublimation) : सर्वात उपयुक्त असं हे संरक्षण किंवा बचाव तंत्र आहे. या तंत्रामध्ये दु:खाला, रागाला किंवा इतर त्रासदायक भावनांना नीटपणे हाताळण्यासाठी स्वतःला चांगल्या, विधायक कामांमध्ये गुंतवून ठेवले जाते. खरं तर प्रत्येकाने जाणीवपूर्वक हे तंत्र शिकून विकसित करणं जरुरीचं आहे. प्रसंगाला प्रतिक्रिया देण्यापेक्षा प्रतिसाद

कसा द्यावा हे नक्कीच शिकता येऊ शकतं. आपल्यावर जी परिस्थिती ओढवली आहे ती बदलता येत नसेल, तर त्याचा स्वीकार आणि मग त्यात जास्त न रमता स्वत:ला विधायक कामाकडे वळवणं हे योग्यच आहे. नाहीतर नैराश्याने आपल्या हातून असं काही तरी वर्तन होतं की, ज्याचा परिणाम दीर्घकालीन असतो. दु:ख, राग, संताप, ताणतणाव अशांसारख्या नकारात्मक भावना जोपासताना आपली पुष्कळ शक्ती खर्च होते. त्यातून सकारात्मक असं काहीही निष्पन्न होत नाही. उलटपक्षी आपण अजून नकारात्मकतेच्या गर्तेत खोलवर रुतत जातो. या पुढची आपली स्थिती म्हणजे निव्वळ नैराश्य!

"उदाहरण द्यायचं तर, माझ्या ओळखीच्या एका जोडप्याला एक मुलगा होता. वयाच्या आठव्या वर्षी त्याचं अपघातात निधन झालं. हा प्रसंग त्यांचं आयुष्य उद्ध्वस्त करायला पुरेसा होता. पण त्या जोडप्याने काही काळानंतर लहान मुलांच्या अनाथाश्रमासाठी स्वत:ला वाहून घेतलं. आजच्या मितीला शंभरपेक्षाही जास्त मुलांची शिक्षणं केली असतील. आता मला सांग, दु:ख झालं नव्हतं का त्यांना? हे दु:ख इतकं मोठं आहे की, त्यांनी असं काही करावं हे अपेक्षित नव्हतं. त्यांच्याकडे आयुष्यभरासाठी उरलेला काळ नैराश्यात व्यतीत करावा, असं कारण होतं. पण निव्वळ त्यांची 'संरक्षण यंत्रणा' उत्तम आहे म्हणून त्यांना हे सुचलं...."

"हे मात्र अजब आहे. आपलं दु:ख विसरून दुसऱ्यांच्या डोळ्यांतले अश्रू पुसायचे यासाठी मोठं मन लागतं."

"आणि बरं का हर्षवर्धन, काही वेळा एका घटनेमुळेच नैराश्य येतं असं नाही, तर बऱ्याच छोट्याछोट्या गोष्टी मिळून एक भ्रम (बबल) तयार होतो."

"माझ्या बाबतीत असंच झालं असेल."

"यासाठी तुला तुझा शोध घ्यायला हवा. तू तुझ्यावर खूश नाहीस, तू हरत चाललाआहेस असं तुला वाटतंय आणि हे वाटणं तुझ्या जीवनाचा भाग बनलंय, त्याला तुझ्या व्यक्तिमत्त्वाचा अविभाज्य भाग बनू देऊ नकोस. यावर मात करणं फक्त आणि फक्त तुझ्याच हातात आहे आणि यावर तू लवकरात लवकर काम सुरू करशील हा मला विश्वास आहे."

"म्हणजे काय करू? मला मार्गदर्शन कराल का तुम्ही?"

"नक्की. पण सध्यातरी आपण तुझ्या मनात उद्भवणाऱ्या भावना कशा हाताळायच्या हे बघू या!"

"म्हणजे नेमकं काय करू?"

"तू हुशार आहेस, तुझं वाचन चांगलं आहे. तुला खूप कमी वेळात हे साध्य होईल. आपण ते काम आधीच सुरू केलं आहे."

"प्रार्थना, दीर्घ श्वसन आणि बाकी गोष्टी केल्याने त्याचा मला खूप फायदा होतोय."

"खरं आहे, म्हणून तर आज तू एका कठीण विषयावर चर्चा करण्याची आणि तो विषय जाणून घ्यायची इच्छा दाखवलीस."

"आणि मला ते सगळं नीट समजलं. आत्महत्येच्या प्रयत्नानंतर मी इतका सुन्न झालो होतो की, कोण काय म्हणतंय, हे कळत नव्हतं. आता मात्र मी ठरवलंय, स्वतःवर काम करायचं."

"उत्तम विचार. एक सुचवते. स्वतःवर काम करायचं तर आधी स्वतःला जाणून घे."

"कसं?"

"त्यासाठी आरसे असतात, मनाचे आरसे. त्यांत स्वतःचं प्रतिबिंब शोध. कोणीही परिपूर्ण नाही; पण आपल्या प्रगतीच्या मार्गात अडथळा येत असेल, तर सर्वांत आधी आपलं काय चुकतंय, हे शोधण्याची गरज असते. आपण सध्या जसे आहोत, त्या आपल्या व्यक्तिमत्त्वावर खूश नसलो तर आपल्याबद्दल आपली आदर्श प्रतिमा काय आहे, हे जाणलं तर नेमकं काय करायचं आणि कुठल्या बाबतीत दुरुस्ती करायची हे समजेल."

"आपण लगेच सुरुवात करू या."

"हर्षवर्धन, घाई नको. थोडं धीराने घेऊ या. अजून तुझी मनःस्थिती स्थिर होऊ दे!"

"खरं तर झाली आहे!"

"बघू आपण! दोन-तीन सत्रं अजून जाऊ देत. काही दिवस आपण तुझ्या शारीरिक-मानसिक स्वास्थ्याकडे जास्त लक्ष देऊ या. पुढच्या सत्रात आपण आहार, व्यायाम याबद्दल बोलू या!"

"चालेल. पण आपण आज अजून कशाबद्दल तरी बोलू या. मला एवढ्या लवकर सत्र संपवायचं नाही. फार मजा येते आहे.'

"ओके, मी तुला, 'फिश! फिलॉसॉफी' सांगते."

जवळजवळ दीड तास आम्ही त्याबद्दल बोललो. त्याला फार मजा आली. शेवटी म्हणाला, "ग्रेट, भन्नाट आणि टू गुड. यापेक्षा भारी काही असू शकत नाही. ठरलं तर, माझ्या मनात मी 'फिश मार्केट' तयार करणार!"

"मग सांग बरं काय शिकलास तू या 'फिश! तत्त्वज्ञानापासून?"

"म्हणजे बघा ना, ते लोक गरीब होते, शिकलेले नव्हते, घरदार मामुली होतं, त्यांना अनेक अडचणी असणार, विवंचना असणार, कामही एकसुरी आणि कंटाळवाणं होतं. पण कोणीही हार मानली नाही. जीव द्यायचा विचार तर केलाच नाही, उलट हसत-खेळत, गाणी म्हणत आनंदी राहिले. मग माझी परिस्थिती तर किती चांगली आहे. आर्थिक विवंचना बिलकूलच नाहीत. आईबाबा सर्व पुरवतात, मला हवं ते देतात आणि आता मला समजलं आहे की, ते जे काही करतात ते माझ्यावरील प्रेमाने आणि माझ्या प्रगतीसाठीच करतात. यूपीएससी पार करू शकलो नाही तरीही बाकी बरेच विषय आवडतात. मग मी का म्हणून

दुःखात राहावं? मी आता सतत आनंदातच राहणार. नेहमी सकारात्मक विचारच करणार.”

“आता कसं बोललास; आणि हर्षवर्धन, मला एका गोष्टीसाठी तुझी माफी मागायची आहे.”

“माफी?”

“हो, मी तुला एक प्रश्न विचारला होता, आजपर्यंत तुझ्या आयुष्यातली तुला वाटणारी तुझी उत्कृष्ट कामगिरी कोणती? तू सुरुवातीला बोलायला तयार नव्हतास; पण नंतर ‘मी सांगतो, म्हणालास; पण मी दुसरा विषय काढून तुला गप्प केलं; का?”

“नक्की माहीत नाही. पण मी सुरुवातीला तुमच्याशी उर्मटपणे वागलो त्यामुळे!”

“तू उर्मटपणे वागलास? मला तर वाटलं, तुला अजून माझ्याशी मोकळेपणाने बोलावंसं वाटत नाही. म्हणजे बघ हं, हर्षवर्धन, मला नक्की कळलंच नाही तुझ्या मनातलं!”

“हं, म्हणजे आईबाबांचासुद्धा माझ्याबद्दल गैरसमज होत असेल.”

“आत्ता सांगतोस माझ्या प्रश्नाचं उत्तर!”

“येस, मला आवडेल.”

तो उत्साहाने बोलत होता. मला वाटलं होतं, त्यापेक्षाही तो हुशार होता.

“शाब्बास, आता मला तुझी काही काळजी नाही. बऱ्याचदा तू समजुतदार मुलासारखा वागला आहेस. त्या आत्मविश्वासू मुलाचं बोट धर, म्हणजे तू योग्य मार्गावरून निश्चित चालशील.”

“नक्की, घरी गेल्यावर मी आईबाबांना सांगेन की, आता मी असा वेडा विचार कधीच करणार नाही.”

“योग्य वेळ पाहून, अजून एक गोष्ट कर. तुला यूपीएससी परीक्षा आणि त्याचे विषय आवडत नाहीत, त्यात तुला गती नाही, ही गोष्ट आईबाबांना नीट समजावून सांग, त्यांच्याशी चर्चा कर, त्यांचं मत, त्यांचे विचारही समजून घे. त्यांना जगाचा अनुभव आहे, ते तुझ्या हिताचाच विचार करतील. मग तुम्ही सर्वजण मिळून तू काय करावंस हे ठरवा आणि मग त्यात स्वतःला झोकून दे. आवडीचं क्षेत्र मिळालं की, तू नक्की यशस्वी होशील ही मला खात्री आहे.”

“पण आईबाबांना पटेल माझं म्हणणं?”

“बघ, आपलं ठरलंय ना की, सतत सकारात्मक विचार करायचा म्हणून? मग सुरुवातीलाच असा नकारात्मक विचार नको. आत्मविश्वासाने तुझं मन त्यांच्यासमोर मोकळं कर. त्यातूनही तुमचं एकमत झालं नाही, तर मी जरूर तुम्हा सर्वांशी एकत्र बोलेन. मग तर झालं? पण त्याची गरज पडणार नाही, असा मला विश्वास आहे.”

“अजून काही तरी सांगा ना!”

“चल पळ आता. एका दिवसात इतकं शहाण्यासारखं नाही वागायचं! थोडं वेडंही

असायला हवं माणसाने. बेधुंद होऊन जगावं रे प्रत्येकाने! फक्त तो बेधुंदपणा हा सकारात्मक हवा. ''व्हाय वुई शुड डाय बीफोर टाईम?'' मी हसत-हसत म्हटलं. त्यावर पठ्ठ्या म्हणतो कसा, ''पण तुम्ही मी आत्मविश्वास कसा वाढवू हे सांगणार होतात!''

''खरं तर आजच्या सत्राचा विषयच तो होता.''

''मग सांगा!''

''अरे मुला, तू आधीच आत्मविश्वासाने वागायला सुरुवात केली आहेस.''

''पण मला ते तुमच्याकडून ऐकायचंय!''

''एकाच दिवसात सगळी सत्रं शक्य नाहीत रे बाळा!''

''मग राहतो इथेच. दोन-तीन तासांनी परत पुढचं सत्र घेऊ या!''

''फटकेच देते तुला, तुझ्यासारखे अजून बरेच हर्षवर्धन माझी वाट बघताहेत, त्यांचं काय करू?''

आता मला त्याची काळजी नव्हती.

No Agenda म्हणता म्हणता सहजपणे एका मोठ्या संकल्पनेची ओळख त्याला झाली होती.

आजचा हर्षवर्धन

तीन वर्षांपूर्वीची ही माझी आवडती उपचारपद्धती असं मी वर्णन करीन. एखाद्याने ठरवलं की राखेतून नंदनवन निर्माण करायचं, तर त्याला ते सहज शक्य आहे; हे त्याने सिद्ध करून दाखवलं. खरं तर या सत्राबरोबर त्याचा मानसिक प्रथमोपचार संपला; पण त्याने नंतर समुपदेशनाची आठ सत्रं घेतली, जगायला आवश्यक असं मानसशास्त्र समजून घेतलं. आता त्याची स्वत:ची आंतरराष्ट्रीय भाषांची भाषांतर करण्याची फर्म आहे; आणि फर्मच्या पाटीवर मोठ्या अक्षरांत लिहिलंय 'Don't die before time.'

सत्र सातवे

आशा !
(Hope)

तिची माझी ओळख अपघाताने झाली. रस्त्यावरून चालताना मी कशाला तरी अडकून पडले. अवतीभोवती शंभर माणसं तरी होती; पण ही धावत आली, मला आधार देऊन तिने उठवलं. स्वतःच्या पिशवीतलं पाणी काढून मला प्यायला दिलं. मला फारसं लागलेलं नाही, हे जाणवल्यावर मी तिला म्हटलं, "Thank you. मी बरी आहे. मला रिक्षा बघून देशील प्लीज!"

तिने रिक्षा बघून दिली आणि मी नको नको म्हणत असताना, "मावशी, तुम्ही एकट्या नाही जायचं. मी येते सोडायला," असं म्हणत मला सोडायला घरी आली. मी घरात व्यवस्थित स्थिरस्थावर झालीये हे बघून म्हणाली, "मी निघते."

"अग मुली, असं बरं सोडीन तुला. चहा-नाश्ता तर करावाच लागेल."

त्यानंतर गप्पा मारताना मला जाणवलं की, ही मुलगी निराश आहे. डोळ्यांतलं कारुण्य लपत नव्हतं.

"आनंदी..."

"माझं नाव आनंदी नाहीये."

"मला माहीत आहे. पण मला आपलं वाटलं तुला आनंदी म्हणावं."

"खरं तर मी अगदी त्याच्या विरुद्ध, माझ्या जीवनातला आनंद संपून गेलाय."

वय वर्ष साधारण तिशीच्या आत. असं काय घडलंय हिच्या आयुष्यात की, ही एवढी निराश झालीय? खरं तर हे वय यश खेचून आणण्याचं.

"का ग? मला सांगायला आवडेल?" माझी ओळख मी करून दिली.

"तुम्ही माझ्याकडे निरखून बघितलं नाहीत का?"

"बघितलं की. तुझे डोळे सुंदर आहेत; पण त्यांत वेदना जाणवते मला!"

"म्हणजे तुम्ही नीट लक्ष देऊन बघितलं नाहीये. माझा हा काळा रंग, माझा वैरी आहे. शिवाय कुरूप तर मी आहेच....'

"अग, असं कोणी स्वतःची ओळख करून देतं का?"

"मी जशी आहे तशीच देणार!"

"हे तुझं बाह्यरूप आहे. मुली, तुझी खरी ओळख तू मला करून देशील का प्लीज?"

"मी डेंटिस्ट आहे."

"हं, ही तुझी खरी ओळख; पण अपूर्ण..."

तिने मला तिची ओळख करून दिली. आईवडील, चार बहिणी आणि एक भाऊ. ही मोठी. मध्यमवर्गीय घर. बहिणी फारसं शिकल्या नव्हत्या, भाऊ तर उनाड होता. पण लाड... ही सोडून सगळ्यांचे लाड, कॉलेजमध्ये चुकीच्या मुलाच्या प्रेमात पडली, मग प्रेमभंग.

"माझ्या बहिणी सुंदर आहेत; पण मी मात्र कुरूप आणि माझा एक पाय तोकडा आहे. म्हणून मी लंगडत चालते."

"ओके, पुढे?"

"एव्हढंच."

"तू हुशार आहेस, मायाळू आहेस हे नाही सांगितलंस."

"त्यात काय सांगायचं. ते तर सगळेच असतात."

"नसतात."

"माहीत नाही. पण माझा तर अनुभव असा आहे की मायाळू, प्रेमळ या शब्दांना काहीही अर्थ नाही."

"असं का वाटतं तुला?"

"कॉलेजमध्ये तीन वर्षं माझं एक प्रेमप्रकरण होतं. माझ्या नोट्स वापरून त्याने अभ्यास केला. आमची खूप स्वप्नं होती. मी गोल्ड मेडलिस्ट आहे. आम्ही दोघं मिळून क्लिनिक काढणार होतो. जागा बघितली. अनुभव आणि पैसे मिळवण्यासाठी मी दोन वर्षं नोकरी केली. पण एके दिवशी माझ्या लक्षात आलं. माझी बहीण आणि तो, दोघंही मला फसवत होते. त्याने शेवटी माझ्या बहिणीशी लग्न केलं.''

"अरेरे, हा तर विश्वासघात! पण हा दोष तुझा नाही."

"दोष कोणाचाही असला तरी नुकसान माझं झालं. त्याने मला नाकारून माझ्या बहिणीला जवळ केलं."

"मग?"

"मग काही नाही. मला हा धक्का पचवता आला नाही. लहानपणापासून मला सगळ्यांनी दूर केलंय. आईवडील, समाज, नातेवाईक, बहिणी तर म्हणतात, 'तू आमच्या जवळ नको येऊस, तुझा रंग लागेल आम्हांला!''

"आनंदी, मला माहीत आहे तुझं नाव आनंदी नाहीये. पण मी तुला आनंदी म्हणणार. सध्या काय करतेस?"

"काहीच नाही. त्या आघाताने मी फार कोलमडून गेले. नोकरी सोडून दिली आहे."

"का ग, तू खूप हुशार आहेस."

"मी कोणालाच आवडत नाही."

"आनंदी, उद्या येशील का माझ्याकडे. आपण तुझ्यावरून जादूची काडी फिरवू या."

उद्या यायचं आश्वासन देऊन ती गेली.

मी तिच्याकडे केस म्हणून बघायचे ठरवले. मला तीन गोष्टी प्रखरतेने जाणवत होत्या.

- ती सतत नकारांना बळी पडत होती.
- आपल्या रूपाविषयी तिच्या मनात एक न्यूनगंड तयार झाला होता.

● चांगल्या जगण्याची आशा तिने सोडून दिली होती.

या तीनही गोष्टी एकमेकांत गुंतलेल्या असतात. बघू, ती येईल ही खात्री नव्हती, पण आतमध्ये कुठेतरी तिच्याविषयी ओढ वाटत होती. एका हुशार मुलीचं आयुष्य वाया चाललं होतं. ही केस मानसिक आधाताची नव्हती, तरीही मानसिक क्लेशाची होती. लहानपणापासून तिला हवं तसं जपलं गेलं नव्हतं. रोजच्या जगण्यात मिळणाऱ्या नकारामुळे ती कोलमडून गेली होती.

तरुण वयात प्रेमाच्या अंकुराने आनंदी जीवनाची आशा निर्माण झाली होती, पण चुकीच्या माणसावर विश्वास ठेवल्याने तीही संपून गेली. आता तर पार कोसळली होती. मध्यंतरी पाच-सहा वर्ष अशीच गेली. क्लेश वाढत गेले. चांगल्या जगण्याची दिशा मिळाली नाही आणि आज, आपलं आयुष्य असंच असणार आहे, यावर तिचा विश्वास बसत चालला होता.

वेळेच्या आधी अर्धा तास आली. मी जेवत होते.

"मावशी, मी बसते बाहेर!"

"तू पण ये जेवायला."

संकोच करत तिने नकार दिला.

"आपल्याकडे 'अतिथी देवो' म्हणतात, म्हणजे तू देवीच्या रूपात आज माझ्याकडे आलीस. आपण मस्त जेवू या आणि मग निवांत सत्र करू या. चालेल? आहे ना वेळ तेवढा?"

"मला काय वेळच वेळ. घरी जाऊन तरी आढ्याकडे बघत बसणार!" तिच्या बोलण्यात खंत जाणवत होती.

"आढ्यापेक्षा मी जेवण बरं करते.'' हसतहसत मी म्हटलं!

"काका?"

"ते जेवले आणि मित्राकडे कामाला गेलेत. काम म्हणजे गप्पा!"

मला वातावरण हलकं ठेवायचं होतं.

"मॅडम...!"

"हे काय नवीन? काल तर चांगलं मावशी म्हणत होतीस."

"तुम्ही खूप ज्ञानी आहात.

"म्हणजे मग मीही तुला मॅडम म्हणायला हवं, कारण तुझ्या विषयातली तू ज्ञानी आहेस. तर मग मॅडम सांगा बरं...!"

"नको! नको! मी तुम्हांला मावशी म्हणते!"

"पोटभर जेव बरं का!"

तिने मान डोलावली. थोडा वेळ इकडचं-तिकडचं बोलल्यावर मला साधारण तिच्या

मानसिकतेची कल्पना आली.

माझं उद्दिष्ट ठरलं. तीनही गोष्टींकडे वेगवेगळं म्हणून न बघता एक समस्या म्हणून बघायचं. सर्व प्रथम तिची जगण्याची आशा जागृत करायची.

"मी तुला माझ्या एका अनुभवाबद्दल सांगते," असं म्हणून मी तिला एक सत्य गोष्ट सांगितली.

एकदा एका उपक्रमासाठी एका अनाथाश्रमात गेले असताना, त्यांच्या कार्यालयात व्यवस्थापकाची वाट बघत बसले होते. एक आठ-दहा वर्षांची छोटी मुलगी हातात फडकं घेऊन फर्निचर पुसत होती. मला बघताच तिने नमस्कार केला. पटकन एक खुर्ची पुसली आणि मला म्हणाली, "मावशी, इथे बसा! या खुर्चीवर अजिबात धूळ नाही. मी छान पुसली आहे."

"तू इकडे राहतेस?"

"हो, मी अनाथ आहे ना!"

माझ्या अंगावर काटा आला. या मुलीचं हसण्याबागडण्याचं वय. 'अनाथ' वगैरे शब्दांचे अर्थ समजायची आताच काय गरज? जीवनाचं वास्तव कळण्याचं ते वय नव्हतं."

"तुझं नाव काय?" मी तिला विचारलं.

तिचा चेहरा प्रफुल्लित झाला. मगाची उदासीनता पार निघून गेली. कदाचित 'अनाथ' या शब्दामुळे तिच्या चेहऱ्यावर उदासीनता आली असं आपलं मलाच वाटत असेल.

आनंदाने तिने नाव सांगितलं.

"सोनिया रमेश कदम!"

असंच काही तरी! नक्की काय नाव सांगितलं, ते माझ्या आजही लक्षात नाही.

"किती छान नाव आहे ग!"

"आवडलं तुम्हांला?"

"हो तर आणि तू नावाप्रमाणेच आहेस सोनसळी!"

ती हसली. आपलं पुसण्याचं काम तिने सुरू ठेवलं.

तेवढ्यात तिथल्या व्यवस्थापिका आल्या.

कामाचं बोलून मी परतले.

परत त्या आश्रमात जायची वेळ २-३ महिन्यांनी आली. तोपर्यंत मी तिचं नाव विसरून गेले होते. तिने आपलं नाव सांगितलं. असं दोन-तीन वेळा झालं. मला लाज वाटली. एवढी कशी मी विसराळू!

"सॉरी ग, मी तुझं दरवेळी नावं विसरते. आज सांग, यापुढे मी नक्की लक्षात ठेवीन!"

"पण माझं एक नाव कुठंय? मी रोज वेगळं नाव घेते. तुम्हांला लक्षात राहिलं, तरी काही उपयोग नाही."

"म्हणजे? असं रोज नाव कसं बदलेल?"

"माझं बदलतं."

"अग मुली, आपल्याला एकच नाव जन्मभर असतं." मी म्हटलं.

"ह्याँऽऽ असं कुठे असतं? मला जे आवडतं ते नाव मी रोज घेते."

"का?"

"कारण मला नावच नाही. मी स्टेशनवर जन्मले!" तिने आनंदाने सांगितलं.

मला नावच नाही, हे सांगताना तिच्या चेहऱ्यावर तसूभरही दु:ख नव्हतं, उदासी नव्हती. होता तो फक्त आनंद!

"मावशी, मला वेगवेगळी नावं खूप आवडतात. मग मी रोज सकाळी माझं नाव ठरवते आणि सगळ्यांना सांगते. गेल्या वेळी तुम्ही येऊन गेल्यावर दुसऱ्या दिवशी मी तुमचं नाव घेतलं होतं.''

"तू तुझं नाव काहीही ठेव, मी मात्र तुला आनंदी म्हणणार!"

"माझ्याकडे समुपदेशनासाठी येणाऱ्या सगळ्यांना मी सांगते. आपल्यावर आलेल्या आणि त्यांत आपली काहीही चूक नसलेल्या परिस्थितीला स्वीकारा. यातला स्वीकार हा शब्द खूप महत्त्वाचा असतो. स्वीकार होत नाही तोपर्यंत आपले विचार आणि कृती यांचा केंद्रबिंदू (Focus) समस्या, त्यात आपल्यावर झालेला अन्याय यावर राहतो.

परिस्थिती स्वीकारली की केंद्रबिंदू समस्येऐवजी तिच्या तोडग्यावर, आपण यावर काय करायचं यावर येतो. म्हणूनच कुठलीही गोष्ट स्वीकारली की मगच त्यातून उत्तम मार्ग निघू शकतो, जसा त्या मुलीने काढला होता. आपण अनाथ आहोत, आपल्या आई-बापाने आपल्याला नाव ठेवलं नाही हे आपण हसतमुखाने स्वीकारायला शिकलं पाहिजे, हे या मुलीला शिकवायला कोणाही समुपदेशकाची मदत लागली नाही.

आपल्याला 'एक नाव' नसण्याचा आनंद तिच्या चेहऱ्यावर होता. आपल्याकडे काय नाही याचं दु:ख करण्यापेक्षा जे आहे त्यात आनंद शोधायचा हे आपल्याला लहानपणी शिकवलं होतं, पण आपल्याकडे जे नाही, ते नाही म्हणून त्यात आनंद शोधायचा हे तिला फार लहान वयात कळलं होतं; कोणीही न शिकवता." मी गोष्टी सांगून संपवली.

"ग्रेट मुलगी." आनंदी म्हणाली.

"असे विविध अनुभव येतात. खूप काही शिकवून जातात. माझ्या कितीही उत्तम सत्रापेक्षाही ती मला तिच्या जगण्यातून एक शिकवण देऊन गेली. एक विचार मनात आला तो सांगते. आपण जन्माला येताना बरोबर काय घेऊन आलो याचा विचार केला तर वाटतं, दोन अत्यंत महत्त्वाच्या गोष्टी आपल्याला मिळाल्या. निरोगी तन आणि सशक्त मन. आपल्याला मिळालेली ही संपत्ती आपण जपली पाहिजे."

"हं, मावशी, ती गोरी होती का?"

"ती गोरी होती की काळी होती, कुरूप होती की सुस्वरूप होती हे मला आठवत नाही; पण ती खूप सुंदर होती हे मात्र नक्की. व्यक्ती सुंदर आहे का, हे तिच्या रूपावरून ठरत नाही, तर तिच्या जगण्यातून ती सुंदरता आपल्याला जाणवली पाहिजे आणि म्हणून ती मुलगी सुंदर आहे."

"मावशी, मला जमेल चांगलं जगायला?"

"शंभर टक्के. चांगलं जगण्यासाठी एकच गोष्ट आवश्यक असते आणि ती म्हणजे, आपली इच्छा."

"मी परत प्रयत्न करू?"

"नको."

"हं...."

तिला माझ्याकडून या उत्तराची अपेक्षा नव्हती.

"प्रयत्न करू नकोस. उत्तम जगून दाखव. थोडी मजा केली तुझी.. प्रयत्न महत्त्वाचे असतातच; पण ते कधीतरी तोकडे पडू शकतात. पण निर्धारात एक प्रकारची धार असते. प्रयत्नांमध्ये जर-तर असतं, निर्धारात फक्त आणि फक्त आत्मविश्वास असतो. ते एक व्रत असतं, तो एक वसा असतो, जो कधी टाकायचा नसतो आणि निर्धार करून त्या दिशेने वाटचाल करायला सुरुवात केली की आपलं व्रत संपूर्ण होतं."

"मावशी, माझा निर्धार झालाय."

"हे बघ, तुला कोणीतरी त्यांच्या आयुष्यात तुझ्या दिसण्यामुळे दुय्यम स्थान दिलं, त्यात तुझा दोष नव्हता ज्याची तू लाज बाळगावीस. त्यांनी कोणाला कसं वागवावं, हा त्यांचा प्रश्न. तो चुकीचा आहे यात शंका नाही; पण विचार कर हं, तुला ज्यांनी नाकारलं त्यांचं आयुष्य चांगलं चालू आहे आणि तू मात्र जगणं सोडून दिलंस."

मी अंदाज घेत घेत बोलत होते.

"पण त्रास होतोच नं?"

"अर्थात त्रास होणं स्वाभाविक आहे; पण आवश्यक नाही."

"मी कुठून सुरुवात करू? मला स्वतःच्या पायावर उभं राहायचंय. मला खरं तर खूप आशा होती की, मी छान जीवन व्यतीत करीन; पण ती वेडी ठरली."

"आशा वेडी कधी होते माहीत आहे?"

"कधी?"

"जेव्हा आपल्यावर ओढवलेली परिस्थिती अटळ आहे असं आपण मानतो आणि यातून आपली सुटका नाही असं ठाम ठरवतो, तेव्हा आशा ही खुळी, वेडी वाटते."

"शंभर टक्के बरोबर. मलाही असंच वाटतंय. मी हेच अनुभवत आहे सध्या."

"तुझ्या आयुष्यात काही तरी चांगलं घडावं ही तुझी अपेक्षा आहे आणि त्यामुळे तुझं आयुष्य उत्तम होईल ही तुझी आशा आहे. म्हणजे बघ हं, अपेक्षेमध्ये स्वतःची किंवा इतरांची कृती अपेक्षित असते आणि आशेमध्ये त्या कृतीचा सकारात्मक परिणाम अपेक्षित असतो. अपेक्षा पूर्ण नाही झाली तर आपण असमाधानी होतो; पण आशा पूर्ण नाही झाली तर आपण निराश होतो."

"हं, मला वाटतं, माझ्या दिसण्याला कोणीही महत्त्व देऊ नये."

"आणि त्यांना वाटतंय म्हणून तुलाही तो न्यूनगंड वाटतो. वाटतो ना?"

"हो."

"पण म्हणजे तुझं आयुष्य तू कोणातरी दुसऱ्यांच्या विचारावर अवलंबून ठेवलं आहेस."

"हं..."

"म्हणजे तुझ्या चांगलं जीवन जगण्याच्या आशेची पूर्तता होणं न होणं दुसऱ्यांच्या हातात."

"पण मग करू काय? मला सुचत नाही."

"जेव्हा आपल्याला काही सुचत नाही, तेव्हा मस्त गोड खायचं."

मी हसत म्हटलं. तिला कळलं की मी तिची मज्जा करतेय.

"मला दोन गुलाबजाम," खिलाडूपणाने ती म्हणाली.

"ब्रेव्हो!"

"मी अजून दोन खाऊ शकते बरं का आणि मी ते खाणार आहे."

"बालिके, तथास्तु. बघ तुझा तू निर्णय घेतलास, माझ्या परवानगीची वाट न बघता."

"तुमच्या बोलण्याने मला इतका आत्मविश्वास आला की वाटलं...."

"अरे वा! तर मग मुली, आता तो घट्ट पकडून ठेव. आशेला कधीही विझू देऊ नकोस. कायम धगधगती ठेवणं जरुरी आहे. नाही, तर मग उरते ती जीवनाबद्दलची अनिच्छा. जगण्यातली असमर्थता. खरं तर आपल्याला अपेक्षित असलेल्या परिणामांची आशा करणं हे आपल्या जीवनाला आधार देत असतं. आपल्या आयुष्याचं ते उद्दिष्ट (Purpose of Life) बनतं. पण आनंदी, जर आपल्याला आपली आशा खोटी, खुळी, वेडी ठरवायची नसेल, तर नुसतं मनाशी आशा बाळगून उपयोग नाही, तर ती आशा मूर्त स्वरूपात कशी येईल, यासाठी मनाशी निग्रह करून, स्वतःवर विश्वास ठेवून जोमाने त्या दिशेने कूच केलं पाहिजे."

ती एक एक शब्द जिवाचे कान करून टिपत होती.

"काय गंमत आहे बघ मावशी, माझी आशा वेडी आहे असं वाटत असतानाच आता मात्र परत तिला कोंब फुटले."

"हो ना, मग लवकर ते रुजव, खत-पाणी, अन्न दे, मग बघ कसं रोपटं तरारेल. आनंदाने

डुलायला लागेल. पण मुली, आपण फक्त आशावादी राहून भागत नाही, तर आशेला ठोस आणि भौतिक स्वरूप देण्यासाठी प्रयत्न केले पाहिजेत आणि त्यासाठी निर्धार हवा. आपली आशा प्रत्यक्षात उतरवण्यासाठी चार गोष्टी लक्षात ठेवायच्या.”

“कुठल्या गोष्टी?”

- आपण जो मार्ग निवडलाय त्यावरून चालताना काही वेळा अनिश्चितता जाणवेल आणि म्हणून असुरक्षित वाटेल. पण अनिश्चितता म्हणजे असुरक्षितता हे समीकरण बरोबर नाही. कारण अनिश्चिततेवर मात करणं आपल्या हातात नाही; पण असुरक्षिततेवर मात तर आपल्याच हातात आहे. आता, असुरक्षितता वाटत असेल तर त्यावर काम करणं सर्वप्रथम गरजेचं आहे.

- कशाची आहे असुरक्षितता? आपल्या प्रगतीच्या मार्गातले तीन मोठे शत्रू आहेत. शंका, चिंता आणि भीती. कसली शंका वाटते, आपले शत्रू कोण आणि कसली भीती वाटते? ते एकदा शोधलं की त्यावर मात कशी करायची, हे बघता येईल. या परिस्थितीत टिकून राहण्याची गरज आहे. पाय घट्ट रोवून एकदा का उभं राहिलं तर अर्धी लढाई आपण जिंकलीच.

- तर मग सर्वप्रथम ठेवू या स्वतःवर विश्वास, की आपण आपली आशा आपल्या प्रयत्नांनी पूर्ण करणार. तोपर्यंत मानसिकरीत्या खंबीर राहिलो की, त्यानंतर येणाऱ्या काळात आपण जोमाने दामदुपटीने काम करून, आहे त्यापेक्षाही पुढे जाऊन प्रगतीच्या मार्गावरून पळत जाऊ शकू हा विश्वास आहेच आपल्या जवळ. प्रगतीच्या कितीतरी नवीन संधी आपली वाट बघणार आहेत. अर्थात, त्या ओळखून आपण त्यासाठी सज्जही असायला हवं. या तिन्ही शत्रूंना आपल्या मनातून हुसकावून बाहेर काढणार, हा आत्मविश्वास बाळगून होणार आम्ही आत्मनिर्भर. असं झालं तरच आपण मोकळेपणाने श्वास घेऊन मन शांत आणि स्थिर करू शकू; आणि मग आपल्या मार्गावरील असलेल्या विविध संधी पाहू शकू.

- आणि शेवटची आणि अत्यंत महत्त्वाची गोष्ट म्हणजे, हातावर हात धरून नशीब बदलेल याची वाट न बघता सकारात्मक आणि आनंदी होऊन आपल्या आशेला अनुसरून कृती करणं. नाहीतर ‘नुसतंच बोलाचा भात आणि बोलाची कढी.’ आपण उठून काम केल्याशिवाय यशाचा कळस कसा गाठता येईल आपल्याला?”

“हं. फार मौल्यवान सल्ला.”

“हा सल्ला नाही, हा प्रगतिपथाचा राजमार्ग आहे. आनंदी, या मार्गावर चालण्यासाठी कदाचित गरज लागेल एका सहप्रवाशाची, ज्याचा हात धरून आपण न डगमगता निर्भयपणे चालू शकू; असा प्रवासी जो आपल्याबरोबर चालताना आपल्याला मानसिक बळ देईल. जरा आजूबाजूला बघितलं तर लक्षात येईल की, आपल्या अगदी जवळ आहे अशी व्यक्ती,

कदाचित आईवडील, बहीणभाऊ, नवरा-बायको, मैत्रीण-मित्र किंवा अजूनही कोणीतरी. आणि असं काय हवंय आपल्याला अजून? जिद्द, इच्छाशक्ती, ध्यास या प्रसंगातून सहीसलामत बाहेर येण्याचा मार्ग, आशा 'Hope' एका सुंदर जीवनाची! हे सगळं शक्य होईल जर आपली मानसिक वृत्ती (Attitude) उत्तम असेल तर आणि तरच.''

"मावशी, मला तर आताच स्फुरण चढलंय. खूप वेळ वाया गेला आयुष्यात. ठरलं तर. कशी करू सुरुवात?''

"स्वत:ला त्या प्रगतिपथावर झोकून देऊन टाकायची छोटी छोटी पावलं (बेबी स्टेप्स), कारण रडतराऊसारखं रडत बसलो तर आशा ही नुसती नावापुरती राहील. त्यासाठी चार पायऱ्या आहेत.

- सर्वप्रथम हे ठरवणं गरजेचं आहे की, आपल्याला कुठे पोहोचायचं आहे, आपलं ठिकाण कुठलं आहे, काय आहेत आपली स्वप्नं, आपली ध्येयं. दोन वर्षांनी आपण स्वत:ला कुठं बघतोय?
- मग बघायचं आपलं ध्येय, स्वप्न पूर्ण करण्यासाठी कुठल्या कौशल्याची, गुणांची गरज आहे?
- त्यासाठी लागणारी कौशल्यं आपल्याकडे आहेत का?
- असली तर उत्तम आणि नसली तरीही मागे नाही हटायचं. आपल्याला कुठलं कौशल्य किंवा कुठले गुण आत्मसात करण्याची गरज आहे आणि ते कसं करायचं?

हे एकदा ठरलं की मग लागायचं कामाला. त्या मार्गावरून चालताना लक्षात येईल की, आपण जी स्वप्नं बघितली आहेत ती फॅन्टसी (Fantasy) आहे की वास्तव (Reality) स्वप्नं आहेत की नुसत्याच भ्रामक कल्पना आहेत मनात; आणि तसं असेल तर मग बदलायचं स्वप्न, बदलायचं ध्येय, किंवा कदाचित मार्गही बदलावा लागेल. ध्येय आपलं, स्वप्नंही आपली, मार्गही आपला, तर मग जे करायचं ते उत्कंठतेने (Passionately).''

आनंदी जिवाचा कान करून ऐकत होती.

"आनंदी, करायची का एका नवीन जीवनाची सुरुवात?''

"मी तय्यार आहे.''

"चल तर मग, एक शेवटचा गुलाबजाम टाक पटकन तोंडात.''

"तुम्ही म्हणताय म्हणून हं फक्त. बाप रे मावशी, मी पाच खाल्ले.''

"मोजू नकोस ग, आज मी खूप आनंदात आहे. तुझ्यासारख्या गोड मुलीची कंपनी मिळाली जेवायला. मस्त जेवण झालं, हात धुऊन पळा घरी.''

"सत्र?''

"मुली, मग मी जेवताना काय केलं असं वाटलं तुला?''

त्यावर ती जोरात हसली. म्हणाली, "मावशी, मला सत्र वाटलंच नाही. असं वाटलं की, आपल्या जिवाभावाच्या माणसाने आपल्यावर जादू केली. आपल्याला हात धरून आशेच्या मार्गावरून नेलं. एका स्वप्नांच्या दुनियेची अनोखी सफर घडवलीत तुम्ही मला."

पुढच्या सत्राची तारीख ठरवून ती गेली. तिच्या मनात आशेची ज्योत पेटली होती. पुढचं सत्र नकार, संवेदनशीलयावर घ्यायचं असं मी ठरवलं.

आजची आनंदी

मी तिला अजूनही आनंदी म्हणते. दोन वर्षांपूर्वी तिने एका डॉक्टरशी लग्न केलंय. एका क्लिनिकमध्ये पार्ट टाइम जॉब करते. आज सहा महिन्यांच्या मुलीची आई आहे.

नकार संवेदनशीलता

(Rejection Sensitivity)

पंचाहत्तर वर्षांच्या, प्रकृतीने सडपातळ, अशक्त, अंगात जीव नाही अशा वत्सलाबाई अतिशय कमी बोलायच्या. कळलं ते असं होतं की, एकेकाळी त्या खूप बोलक्या होत्या, जीवन रसरसून जगणाऱ्या होत्या. एकुलत्या एका मुलाने अमेरिकेत स्थायिक व्हायचा निर्णय घेतला, तोही यांनी स्वीकारला. दहा वर्षांपूर्वी पतीचं निधन झालं तरीही त्यांनी धीर सोडला नाही.

त्या म्हणायच्या, "एका दृष्टीने माझ्या आधी हे गेले ते योग्य आहे. आम्ही बायका कसंतरी करून स्वतःचा स्वयंपाक करून पोट भरू शकतो; पण यांना अजिबात जमलं नसतं. माझ्यानंतर त्यांचं कोणी केलं असतं?"

अशा धीराने त्यांनी पतीचं निधन मान्य केलं. पण हल्ली मात्र जीवनातला रस संपून गेल्यासारख्या वागत होत्या. मनातलं कोणाशीही मनमोकळेपणाने बोलत नव्हत्या. पूर्वी भिशी, गीता चर्चा अशा अनेक ग्रुपमध्ये आवडीने जायच्या.

गेल्या आठ वर्षांत मुलगा एकदाही भारतात आईला भेटायला आला नाही. हळूहळू फोन कमी झाले. सात वर्षांच्या नातवाचं तोंड यांनी फक्त फोटोत बघितलं.

त्यांच्या बहिणीने त्यांना उपचारासाठी आणलं.

पहिल्या दिवशी नुसत्या भिरभिर नजरेने बघत होत्या. आजचं त्यांचं आठवं सत्र होतं; पण प्रगती फारशी नव्हती. प्रार्थना, दीर्घ श्वसन यांना प्रतिसाद दिला; पण इतर प्रयत्नांना फारसा प्रतिसाद देत नव्हत्या. मनातलं बोलत नव्हत्या, त्यामुळे अंदाजानेच बोलावं लागत होतं. वजन दरदिवशी कमी होत होतं.

कुठलाही प्रयत्न करायची तयारी नव्हती.

पण मी प्रयत्न सोडणार नव्हते. कितीही सत्रं करावी लागली तरी चालतील या निर्धाराने मी आजचं सत्र घेतलं.

"मावशी, आज सकाळपासून काय केलंत?"

"नेहमीप्रमाणे स्वयंपाक, अंघोळ आणि इथे यायची तयारी."

"आज विशेष तयारी केलेली दिसत्येय. साडी मस्त आहे."

"हं. मला आवडतं इथे यायला."

"का?"

"माणसांत बसल्यासारखं वाटतं."

मला थोडा अंदाज आला.

"आज कॉफी नको, तुम्हांला?"

"चालेल," बहुतेक नाराजीने म्हणाल्या.

"म्हणजे तुम्हांला हवी आहे. पिऊ या; पण आधी एक चॉकलेट खायचं."

"मला आवडतं. पूर्वी मुलगा अमेरिकेतून आणायचा माझ्यासाठी."

"अरे वा, खूप प्रेम दिसतंय आईवर!"

"होतं."

मला एक संकेत मिळाला.

मी त्यांच्या बोलण्याकडे लक्ष न देता म्हटलं, "चॉकलेट खाताना एक गंमत करायची, तुम्ही माझी एक इच्छा पूर्ण करायची आणि मी तुमची."

"म्हणजे?"

"माझी अशी इच्छा आहे की, तुम्ही आता मला छान हसून दाखवायचं."

"मग मला तुम्ही एक मिठी माराल?" त्यांनी मला विचारलं.

मी एक मिनिट स्तब्ध झाले. ही मागणी वेगळी होती. आजपर्यंतच्या त्यांच्या वागण्याला अनुसरून नव्हती.

दुसरा संकेत मिळाला.

मी काही बोलत नाही असं बघून त्या म्हणाल्या, "नको नाही तर."

"अरे वा, का नको? माझ्या मावशीची एक छोटीशी इच्छा मी पूर्ण करणार."

मी एक चॉकलेट त्यांना खाऊ घातलं आणि एक मिनिट त्यांना घट्ट मिठी मारली! माझ्या लक्षात आलं की, माझा खांदा त्यांच्या अश्रूंनी भिजतोय. मी त्यांना तसंच मिठीत घेऊन पाठीवर थोपटत राहिले. काही वेळाने त्या सावरल्या.

"थँक यू!"

"मावशी, 'माय मरो आणि मावशी जगो,' हे आज खरं झालं. माझ्या आईच्या मिठीत मला एक प्रकारचा शांतपणा मिळायचा, आज तोच अनुभव मी परत घेतला. माझी आई गेल्यापासून तिच्या मिठीला मी पारखी झाले होते.''

"आज तू मला जे काही दिलंस, ते मी शब्दांत वर्णन नाही करू शकत. गेल्या दहा वर्षांत मला कोणीही स्पर्श केला नव्हता. मला इथे यायला का आवडतं माहीत आहे? तुझा स्पर्श मला इथे खेचून आणतो."

त्यांच्या डोळ्यांत पाणी होतं. माझा अंदाज खरा ठरला होता, तरीही अजून शंभर टक्के खात्री नव्हती.

"आपण आरशासमोर उभं राहून दोघी हसू या." मी विचारलं

"चालेल."

त्यांनी पहिला टास्क पूर्ण केला.

"आता गरम गरम कॉफी?"

"चालेल."

"मला कित्येक वर्षांत कोणी मिठी मारली नव्हती. तुझ्या स्पर्शात जादू आहे."

'मावशी, तुम्हांला कधी तुमच्या पोटात कोणीतरी गुद्दे मारतंय असं वाटतं?"

"नाही. पण पोटात खड्डा मात्र खूप वेळा पडतो."

"आपण शोधू या त्याचं कारण. तुम्ही पदवीधर आहात ना?"

"हो, मराठी घेऊन मी एम.ए. केलंय."

"बाप रे, मराठी म्हटलं की मला शुद्धलेखन आठवतं."

"त्यावर तर माझी 'मास्टरी' आहे."

"तर मग मावशी मला तुमच्याकडून थोडं साह्य हवंय."

"माझ्याकडून? तू तर मराठीत खूप पुस्तकं लिहिली आहेस."

"ते खरं आहे, पण शुद्धलेखनात बोंब आहे. माझे प्रकाशक सांभाळून घेतात म्हणून निभावतं."

"काय हवंय तुला माझ्याकडून?"

मी एक छोटा प्रयोग करून बघण्याचं ठरवलं.

"झालंय असं की, एक मानसशास्त्रीय मासिकासाठी तासाभरातच मला एक लेख द्यायचा आहे. विषय वेगळा आहे, लेख तयार आहे; पण तुम्हांला म्हटल्याप्रमाणे शुद्धलेखन? तुम्ही जरा तपासून द्याल का?"

"मला काय कळणार तुझ्या विषयातलं?"

"फक्त शुद्धलेखन तपासायचं. चालेल तुम्हांला? आजचं तुमचं सत्र आपण उद्या घेऊ या?"

"चालेल. खरं तर मला आवडेल."

"ठरलं तर. तोपर्यंत मी बँकेत जाऊन येते. तुमच्या सोबतीला माझी बाई आहे. अगदी अध्या तासात येते. येताना आपल्यासाठी इडली आणते. आपण एकत्र जेवू या."

त्यांना लेख देऊन मी पसार झाले. खरं तर माझ्या प्रकाशकाने शुद्धलेखन तपासून घेतलं असतं; पण हा लेख मला त्यांनी वाचायला हवा होता. मला शंका येत होती की, मुलाने त्यांना दूर केल्यामुळे आपल्याला नाकारलं जातंय ही भावना त्यांच्यामध्ये निर्माण झाली होती. आता आपण त्याला नकोय, त्याच्या आयुष्यात आपल्याला स्थान नाही, अशा विचाराने त्या नकार संवेदनशीलतेला बळी पडल्या होत्या. हा लेख वाचून त्यांना काही जाणवतंय का, स्वतःला त्या लेखाशी जोडून घेतात का, हे मला बघायचं होतं. आणि तसं झालं असतं तर त्यांच्यावर उपचार सोपे होते, कदाचित ते त्यांनी स्वतःच केले असते.

माझं काम फत्ते झालं होतं. माझा प्रयोग यशस्वी झाला. मी तासाभराने परत आले.

"हुशार आहेस. खूप छान लेख लिहिला आहेस."

"आवडला तुम्हांला? चला तर, एक चिंता दूर झाली."

"मला काय झालंय ते कळलं मला."

"तुम्हांला?"

"मी मुलाकडून मिळालेल्या नकाराला बळी पडत होते."

"मावशी?"

"खूप सोप्या भाषेत लिहिलं आहेस, त्यामुळे मी स्वतःला त्याच्याशी जोडू शकले. मला सांग, यापुढे कसं करायचं?"

"त्यातून बाहेर यायचं, त्याच्यावर मात करायची. आपण नक्की करू या. आम्ही आहोत की तुम्हांला! मावशी, आपल्या मनावर आपल्या परवानगीशिवाय कोणीही आघात करू शकत नाही. कोणीही नाकारलं आपल्याला, तरी तो आपला जीवन-मरणाचा प्रश्न नक्कीच नाही. अगदी मुलाने नाकारलं तरीही. जो आपली पर्वा करत नाही, त्याच्यामुळे आपल्या आयुष्यात आपण दुःखी होऊन चांगल्या आयुष्याची इच्छा सोडून द्यायची?"

"पण दुःख तर होणारच."

"होऊ दे की, या दुःखाची 'ऐशी की तैशी' करायची. आपला मुलगा सुखात आहे, मुलाबाळांत रमला आहे हेच तर हवंय आपल्याला. एक दिवस त्याची चूक त्याला नक्की कळेल आणि जेव्हा कळेल त्या वेळी आपण हवं ना त्याच्या स्वागतासाठी तयार. सध्यातरी आपण त्याला माफ करायचं. त्याच्या भोवती नकारात्मक भावनांचं वलय नको. आपले आशीर्वाद देऊ या. त्याची दृष्ट इथून काढू या. मराठी गाणं आठवतंय ना तुम्हांला,

'लिंबलोण उतरू कशी, असशी दूर लांब तू
   इथून दृष्ट काढते, निमिष एक मात्र तू.'

"आठवतंय. सुलोचनाबाई डोळ्यांसमोर उभ्या राहिल्या."

"म्हणा बरं ते गाणं. जसं येईल तसं म्हणा."

"म्हणते..."

मावशीने गाणं म्हटलं. गाणं संपलं आणि त्यांना रडू कोसळलं. मी त्यांना थांबवायचा प्रयत्न केला नाही.

*

आजच्या मावशी

या सत्रानंतर त्यांची सहा सत्रं झाली. सगळे टास्क त्यांनी मनापासून पार पाडले. प्रत्येक सत्राला स्वतः पुढाकार घेऊन प्रत्येक संकल्पनेची ओळख करून घेतली.

त्यांच्यासाठी आम्ही दहा सूत्री कार्यक्रम ठरवला, तो आजही त्या पाळत आहेत. एका स्वयंसेवी संस्थेमध्ये त्यांनी काम करायला सुरुवात केली असल्याचं एका सत्रामध्ये त्यांनी सांगितलं. त्यांच्या प्रार्थनेत त्यांचा मुलगा आणि त्याचं कुटुंब सहभागी असतं. सांगितल्याप्रमाणे आठवड्यातून एकदा त्या मुलाला फोन करतात. आपली खुशाली सांगतात, त्यांची विचारतात. त्याच्याकडून फोनची अपेक्षा न करता.

आणि असं एक वर्ष गेल्यावर त्यांच्या वाढदिवसाला मुलाचा फोन आला. लवकर भेटायला येतो म्हणाला. तो असं म्हणाला यातच त्या समाधानी आहेत.

त्यांना सांगितलेली दहा सूत्रं...

- सकस खाणं (त्यांच्या वयानुसार त्यांना आहार सुचवला.), रोज चाळीस मिनिटं व्यायाम आणि सात तास झोप.
- रोज सकाळी आणि रात्री झोपताना प्रार्थना आणि स्वयंसूचना.
- रोज दहा मिनिटं माइंडफुलनेस (Mindfulness meditation).
- गाणं शिकायचं (मावशींना गाणं शिकायची इच्छा होती. कल्पना ही की आपल्या आवडत्या छंदासाठी रोज वेळ द्यायचा).
- रोज स्वत:च्या हाताने अंगाला तेलाने मालिश करायचं, त्या वेळी आपलं एखादं आवडतं गाणं म्हटलं तर उत्तम, नाही तर रेडिओ लावायचा आणि गाणं म्हणायचं.
- मनात निर्माण होणाऱ्या आणि त्रासदायक असणाऱ्या भावनांना वाट करून देण्यासाठी कोणाकडे तरी मोकळेपणाने बोलायचं.
- फोनवरून किंवा प्रत्यक्ष मैत्रिणीशी किंवा दुसऱ्या कोणाशीही गप्पा.
- आठवड्यातून किमान दोनदा तरी एखादा बोर्ड गेम; पत्ते, ल्युडो, सापशिडी, व्यापार अशा प्रकारचा किंवा एकत्र कुठलाही उपक्रम.
- आठ उद्दिष्टांपैकी (टास्क) रोज कुठलंही एक उद्दिष्ट.
- सहा महिन्यांतून एकदा तरी लांब फिरायला जायचं.

एकंदरीत आयुष्य विविध रंगांनी नटलेलं हवं, मग जगायला अगदी मज्जा येते.

***

मावशींना वाचायला दिलेला हा लेख...

नकार

नकार म्हणजे एका व्यक्तीने जाणीवपूर्वक किंवा अजाणतेपणे दुसऱ्या व्यक्तीचा अस्वीकार करणं, तिला अव्हेरणं, तिच्याकडे दुर्लक्ष करणं. काही छोटे-छोटे नकार आपण सहज पचवतो, काही नकारांचा मनावर छोटासा ओरखडा उमटतो, जो कालांतराने आपोआप बरा होतो. कारण आपल्याकडे आपल्याला झालेल्या मानसिक दुखापती सहन करायची किंवा कालांतराने विसरायची क्षमता असते. पण काही नकार मात्र आपल्या जिव्हारी लागतात, विशेषतः आपल्या माणसांकडून मिळालेले.

आपण 'नकार' इतका मनाला का लावून घेतो? याचं कारण शोधण्यासाठी आपल्याला खूप पुरातनकाळात म्हणजे अश्मयुगात डोकवावं लागेल. माणूस हा सुरुवातीपासून सामाजिक प्राणी आहे. त्या काळी एकटं एकटं राहण्यात असंख्य धोके होते. माणसं टोळ्या करून कळपात राहत असल्यामुळे जीवनाला तोंड देणं सोपं जात होतं. अन्न मिळवणं, स्वतःचं हिंस्र प्राण्यापासून संरक्षण करणं, संभोग या जीवनावश्यक मूलभूत गरजा पूर्ण करण्यासाठी कळपात राहणं सोयीचं आणि आवश्यक होतं. टोळीकडून बाहेर काढलं तर दुसऱ्या व्यक्तीशी अजिबात संपर्क नाही. यापुढे अन्न, सुरक्षा आणि संभोग यांपासून आपण वंचित होणं म्हणजे जणू मृत्युदंड होता. आपल्या सगळ्यांनाच माहीत आहे की, 'वाळीत टाकणं' ही महाभयंकर शिक्षा समजली जायची. म्हणून 'नकार' म्हणजे जीवनसंघर्ष हे समीकरण आपल्या मनात खोलवर रुतून बसलं आहे.

पण आता तशी परिस्थिती नाही. आता कोणा एका व्यक्तीचा 'नकार' हा आपल्याला समाजापासून तोडत नाही, तरीही आपण 'नकार' हा जीवन-मरणाचा प्रश्न असल्यासारखा मनाला लावून घेतो; आणि त्यासाठी आपल्या प्रियजनांनी आपल्याला नाकारल्याची भावना अतिशय दुःखदायक असते. मानसिक वेदना, राग-संताप, आत्मसन्मान (Self-esteem) खालावणं, सुरक्षित न वाटणं, अशा कितीतरी भावनांनी मनाचा उद्रेक होतो. कुठल्याही नात्यावर विश्वास उरत नाही. नोकरीत नाकारलं जाणं, प्रेमात नाकारलं जाणं, नात्यात नाकारलं जाणं असे कितीतरी नकार पचवायला कठीण वाटतात आणि अशा नकारात्मक भावनांवर मात करता आली नाही, तर परिणाम खूप वाईट होतात.

मनात अत्यंत कडवट भावना निर्माण होतात, आयुष्य संपल्याची भावना होते आणि मग परिणाम? आत्मघात किंवा दुसऱ्याचा घात. नैराश्य, सूडबुद्धीने विचारशक्ती भ्रष्ट होते. असहायतेमुळे (Learned Helplessness) मनाला इजा-जखम होते, मनावर व्रण उमटतात. दूरवरचा विचार केला तर त्यातून ताणतणाव, आघातजन्य स्थिती निर्माण होते

आणि अशा जखमांवर लगेच मलमपट्टी नाही झाली, तर त्या मनाच्या तळाशी खोलवर अडकून राहतात. निर्माण होणाऱ्या नकारात्मक भावनांचा निचरा नाही झाला तर मनाची कायमस्वरूपी हानी होऊ शकते आणि मग आत्मविश्वास गमावणे, निराशाजनक विचार आणि इतरही बऱ्याच हानिकारक भावनांना आपल्याला सामोरं जावं लागतं.

आता जर आपण जाणून आहोत की 'नकार' हा मग कोणाचाही असेल, तो आपल्या मानसिक हितासाठी पचवायलाच हवा, तर मग कळीचा प्रश्न निर्माण होतो, नकार कसा स्वीकारायचा?

अशा वेळी विचार करायचा की, आपल्याला 'नकार' का मिळाला?

आता नोकरी किंवा यश मिळणं किंवा परीक्षेत 'अपयश' येत असेल, तर आपल्यात काही त्रुटी आहेत का, यावर विचार करणं योग्य ठरेल.

जर 'नकार' व्यक्तीकडून असेल तर विचार करा, दुसरी व्यक्ती आपल्याला का नकार देते?

- *त्या व्यक्तीला आपण आता आवडेनासे होतो,*
- *त्या व्यक्तीला आपण भरवशाचे वाटत नाही,*
- *त्या व्यक्तीला आपण तिच्या योग्यतेचे वाटत नाही,*
- *त्या व्यक्तीला आपल्यापेक्षा इतर कोणीतरी जास्त महत्त्वाचं वाटतंय.*

अनेक कारणं; पण एक लक्षात घ्या की, ही कारणं त्या व्यक्तीला वाटतात. पण म्हणजे ती बरोबर असतीलच असं नाही. हा त्या व्यक्तीचा विचार आहे, ही त्याची धारणा आहे. हा त्याच्या भावनिक अवस्थेचा परिणाम आहे.

तर मग, त्याच्या भावनिक स्थितीला आपण इतकं महत्त्व का देत आहोत? त्याचा नकार हा आपला पराभव आहे असं का मानतो?

कदाचित हा त्याचा विचार चुकीचा किंवा भ्रष्ट असू शकेल. त्याची भावनिक मनःस्थिती वाईट असू शकेल, त्या व्यक्तीची आपल्याला समजून घ्यायची कुवत नसेल, किंवा त्याला तुमच्यापेक्षा जास्त चांगला पर्याय मिळाला असेल. आपल्याला नाकारायला जे काही कारण असेल तो त्याचा विचार आहे आणि त्याला निवडीचा पूर्ण अधिकार आहे.

मग? करायचं काय? म्हणजे दुःख होणार नाहीच का? नक्कीच होणार आणि ते योग्यही आहे. आपण ज्या व्यक्तीवर मनापासून प्रेम केलं, इतक्या दिवसांचा सहवास आहे, तर त्या व्यक्तीने आपल्याला का नाकारलं? या प्रश्नाचं उत्तर शोधताना, यावरचा उपायही आपल्याचकडे आहे याची खात्री बाळगा. त्याच्या नकारामुळे आपलं मन तात्पुरतं कमकुवत झालं आहे; पण उपायही आपल्याच हातात आहे.

कुठलीही नकारात्मक भावना नष्ट करायची असेल, तर तीन पायऱ्या महत्त्वाच्या असतात.

१. भावनेचा स्वीकार,

२. त्यामागच्या कारणाचा विचार,

३. आणि त्या कारणावर उपाययोजना.

कदाचित पुढे जाऊन आयुष्यात आपल्यासाठी काही तरी अजून चांगला पर्याय वाट बघत असेल असा विचार करून, या नकारातून आपण काय शिकलो याचा विचार करून, आता यापुढे आपण उत्तम आयुष्य कसं जगणार आहोत, याचा विचार करणं आपल्याला नक्कीच जमेल. आणि जर अजूनही मानसिक जखम बरी होत नसेल, तर समुपदेशकाच्या मदतीने आपण आपलं हित, मानसिक स्वास्थ्य नक्कीच जपू शकतो.

चला तर मग,

आपणच आपल्या मानसिक आरोग्याची काळजी घेऊ या

नकाराला पचवू या आणि आनंदाने जीवन जगू या.

कारण

आता तर आपलं ठरलंय

उत्तम जगायचं आणि तेही आनंदाच्या मार्गाविरून

अंतिम सत्र

मानसिक प्रथमोपचाराची सांगता

(End of Psychological First Aid)

साधक बऱ्यापैकी आपल्या मानसिक क्लेशातून बाहेर आलाय, त्याच्यावर आलेली परिस्थिती स्वीकारण्याची त्याची मानसिकता झालेली आहे अशी मार्गदर्शकाची खात्री झाली की, त्यापुढचं सत्र म्हणजे अंतिम सत्र.

या सत्रामधील काही महत्त्वाचे मुद्दे :

- सत्रामध्ये शिकवली गेलेली तंत्रे आणि काही संकल्पना, वातावरण, स्पर्शातील जादू, कॉफीपान, दीर्घ श्वसन, Relaxation, प्रार्थना, अंतर्मनाचं व्यवस्थापन करण्याचं तंत्र, वर्तमान क्षणावर मन एकाग्र करणं, आहार आणि व्यायाम, ताण-तणाव, फिश! फिलॉसॉफी, बुद्धिबळाचा खेळ, प्रत्येक सत्रामध्ये आखलेली एक-एक कामगिरी (आठ टास्क), जीवनातील आशेचं महत्त्व, नकार संवेदनेला हाताळण्याची रीत याबद्दलचे मार्गदर्शन साधकाला दिलेलं असतं, तरीही साधकाला त्याबद्दल काही शंका असतील किंवा ती तंत्रं वापरताना काही अडथळे येत असतील, तर त्याबद्दलची चर्चा मार्गदर्शक साधकाबरोबर करतो.

- स्वतःची ओळख स्वतःशी कशी करायची याबद्दल मार्गदर्शन दिलं जातं. 'स्व'ची ओळख म्हणजे आपलं स्वतःचं व्यक्तिमत्त्व जाणून घेण्यासाठी जागरूक असणं, आपल्या वैयक्तिक आवडीनिवडी माहीत असणं. आपण स्वतःकडे कसं पाहतो? आपल्याला स्वतःबद्दल किती आदर आणि प्रेम आहे? आपण जसे आहोत तसं स्वतःला स्वीकारतो का? आनंदी राहण्यासाठी, प्रगती करण्यास सक्षम होण्यासाठी या प्रश्नांची उत्तरं शोधणं अत्यावश्यक आहे आणि त्यासाठीची पहिली पायरी म्हणजे काही गोष्टींचा विचार करणं. 'स्व'चे पैलू कोणते? मी यात समाधानी आहे का? आणि नसलो तर मी काय करू शकतो की, जेणेकरून माझ्यात सकारात्मक बदल होईल? याची चर्चा या सत्रामध्ये केली जाते. आत्म-सन्मान, स्वाभिमान, आत्म-सह-अनुभूती, आत्मविश्वास, 'स्व'प्रेरणा, स्वावलंबन, आत्म-धैर्य, आत्म-शौर्य, आत्मनिर्भरता आणि दृढ निश्चय या सगळ्या संकल्पनांची तोंड-ओळख करून दिली जाते.

- मानसिक प्रथमोपचारातील साधकाला आवडणारे आणि उपयुक्त वाटणारे उपचार कोणते हे जाणून घेतलं जातं, त्यामुळे मानसिक प्रथमोपचारांत अजून काही वेगळं करण्याची गरज आहे का, हे बघता येतं.

- साधकाला यापुढे समुपदेशन घेण्याची गरज आहे का आणि असली तर ती का आहे, हे त्याला समजावलं जातं.

- त्याच्या मानसिकतेचे असे कुठले कंगोरे किंवा दोष आहेत, जे त्याला पुढील आयुष्यात त्रास देऊ शकतात किंवा त्याची प्रगती थांबवू शकतात, अशा बाबी त्याच्या निदर्शनास आणून दिल्या जातात.

- यापुढे साधकाला भावनिक, शारीरिक, मानसिक, सामाजिक, आर्थिक बाबतीत अजून

सक्षम होण्यासाठी काय करायची गरज आहे याचं थोडक्यात मार्गदर्शन केलं जातं आणि त्यासाठी समुपदेशनाची गरज का आहे हे सांगितलं जातं.

मौल्यवान मार्गदर्शक रत्नं (Jewels Of life) साधकाच्या पोतडीत ठेवली जातात.

- कठीण काळात आपली निर्णयक्षमता कोंडीत सापडू शकते. आपण जे करत आहोत ते बरोबर की चूक, ही शंका आपल्याला भेडसावते. अशा परिस्थितीत आपला आतला आवाज ऐकायला हवा. आपल्याला शंका असल्यास, थोडा वेळ थांबून जेव्हा आपण योग्य निर्णय घेण्याच्या मनःस्थितीत असू, तेव्हाच निर्णय घेणं योग्य होईल. 'योग्य वेळ' ही अतिशय महत्त्वाची बाब आहे.

- समस्या का निर्माण झाली आणि त्यात कोणाची किती चूक आहे यावर लक्ष केंद्रित करण्याऐवजी समस्येवर मात कशी करायची याचा विचार आणि त्यानुसार कृती व्हायला हवी.

- समस्या कशी आहे?

  १. तुमच्या नियंत्रणामध्ये आहे का? असेल तर सर्व क्षमता वापरून अथवा क्षमता संच (skill set) वाढवून तो प्रश्न सोडवून टाका. का, कसं घडलं, अशा प्रश्नांवर नंतर विचार करा.

  २. जर समस्या तुमच्या नियंत्रणाच्या बाहेर असेल (नैसर्गिक आपत्ती, आजार, नातेसंबंधांत इतरांनी त्यांच्या सोयीने घेतलेले निर्णय), तर ती परिस्थिती स्वीकारून त्यातल्या त्यात तुम्ही कसे आनंदी राहू शकाल ते पाहा.

  ३. जर समस्या अंशतः तुमच्या नियंत्रणात असेल तर तुम्ही तुमच्याकडून पूर्ण प्रयत्न करा आणि तरीही अपयश आल्यास ते हसत खेळाडू वृत्तीने स्वीकारा. भगवद्गीता हीच शिकवण देते.

- परिस्थितीत अडकून बसण्यापेक्षा वस्तुस्थिती स्वीकारून पुढे जाणं हे केव्हाही चांगलं. उदाहरणार्थ, लग्न करताना कोणतीही व्यक्ती घटस्फोटाचा नाही तर एकत्र आनंदी जीवनाचा विचार करते. पण, जर काही कारणाने कोणाला घटस्फोटाला सामोरं जायला लागलं, तर ते स्वीकारून पुढे जाण्यात तथ्य आहे. आपल्याला दुःख होणं, वाईट वाटणं स्वाभाविक आहे; मात्र त्यात अडकून पडणं आवश्यक नाही. आपल्या जीवनात जर कुठली पोकळी आपल्याला जाणवत असेल, तर ओळखून ती भरून काढण्यासाठी काय करता येईल, याचा सकारात्मक विचार केला पाहिजे.

- नकारात्मक भावनांमधून मार्ग काढण्यासाठी सतत प्रयत्नशील राहा. स्वतःला विचारा, त्रासदायक गोष्टींचा वारंवार विचार करण्याने मला माझ्या उन्नतीसाठी काही मदत

मिळणार आहे का? उत्तर 'नाही' असंच असेल. कठीण प्रसंग हा आयुष्याचा शेवट नाही, तर पुढच्या उत्तम आयुष्याची ती सुरुवात असू शकते यावर विश्वास ठेवा.

- कधीही स्वतःचं दुःख मनातल्या मनात कोंडून आणि दाबून ठेवू नका. कोणाजवळ तरी ते व्यक्त करा. उदाहरणार्थ, जवळचा विश्वासू वाटणारा मित्र, गुरू, नातेवाईक किंवा समुपदेशक.

- बऱ्याच वेळा कठीण प्रसंगात आपल्या व्यक्तिमत्त्वाच्या एका नवीन पैलूचा शोध लागतो. तो तुमच्या आयुष्याचं सोनेरी अस्त्र बनू शकतो. आपल्या प्रत्येकामध्ये सोन्याची खाण दडलेली आहे, ती शोधा. कठीण प्रसंगातून आपण तावून-सुलाखून, खूप काही शिकून बाहेर पडलो आहोत. मिळालेला अनुभव आपल्याला नवीन मार्गावर मार्गदर्शक ठरेल हे निश्चित. हा काळ शारीरिक आणि मानसिक आरोग्यासाठी आणि सर्जनशीलतेसाठी अनुकूल असतो, त्याचा फायदा घेऊन स्वतःवर मेहनत करा.

- स्वतःला आनंदात ठेवण्यासाठी तुम्हांला काय आवडतं, याचा शोध घ्या. उदाहरणार्थ, प्रवास, छंद, पुस्तक वाचणं, गाणं, डान्स अशा बऱ्याच गोष्टी जीवनाला एक वेगळी दिशा देतात. उत्तम आणि आनंददायी जीवनाचं ते एक रहस्य आहे.

- मित्र बनवा, जे तुमचे छंद आणि आवडी शेअर करतात. आपल्या सामाजिक सीमा विस्तृत करा. नवीन नातेसंबंध शोधा. आयुष्य सुंदर आहे, त्याचं स्वागत करा आणि खुल्या हातांनी त्याला स्वीकारा.

- आपला देह हे एक मंदिर आहे, त्याची पवित्रता जपणं हे आपलं परमकर्तव्य आहे, अशी भावना ठेवून स्वतःची शारीरिक, मानसिक, भावनिक काळजी घेणं हे अत्यंत जरुरीचं आहे. हे ठामपणे ठरवा आणि त्याप्रमाणे वागा.

- आपला आतला आवाज ऐकायचा प्रयत्न करा. विचारांमध्ये प्रचंड शक्ती असते, आपले विचार प्रत्यक्षात येण्याची दाट शक्यता असते. कारण आपण जसा विचार करतो त्याप्रमाणे वागतो. म्हणून, आपल्या विचारांचे परीक्षण करा. नकारात्मक विचार आपली ऊर्जा नष्ट करतात. आपल्या आयुष्यात चांगल्या गोष्टी घडणार आहेत, हा सकारात्मक विचार आपली ऊर्जा वाढवतो.

- दुसऱ्यांना बदलणं हे सर्वात कठीण काम. त्याची अपेक्षा ठेवून आपल्या प्रगतीची वाट अडवण्यापेक्षा, आपण आपलं सैन्य गोळा करून आयुष्याचा सामना करणं हे सर्वात शहाणपणाचं आणि या सैन्यामध्येही जास्तीत जास्त मोहरे आपले स्वतःचे असतील तर यश निश्चित.

- सौंदर्य या शब्दाचा खरा अर्थ समजून घ्या. सौंदर्य केवळ दिसण्यातच असतं असं नाही, तर सौंदर्याचा खरा अर्थ म्हणजे विचारांतील सौंदर्य आणि वर्तनातील सौंदर्य असा असतो.

● जसा काळ जातो तशा मनावर झालेल्या जखमा अजून त्रासदायक होत जातात. पण हे पक्कं लक्षात ठेवा, ही दुर्बलतेची लक्षणं आहेत. कठीण प्रसंगांना सामोरं जाताना काही वेळा राग, क्रोध, द्वेष, कटुता, अपमान, सूड बुद्धी, लाज, अपराधीपणा या भावना मनात ठाण मांडून बसतात आणि आपला ताबा घेतात. तत्सम भावनांमुळे अल्सर किंवा रक्तदाब वाढणं असे अनेक प्रकारचे आजार होतात. त्यावर प्रभावी उपाय म्हणजे क्षमा आणि कृतज्ञता हे दोन उदात्त (sublime) विचार. मानसिक प्रथमोपचारात या दोन्हीही विचारांना खूप महत्त्व आहे. जाणीवपूर्वक आणि अचेतन मनातून नको असलेले विचार काढून टाकून क्षमाशीलतेचा आणि कृतज्ञतेचा सराव करणं आवश्यक आहे. जेव्हा एखादी व्यक्ती क्षमा मागते, तेव्हा जखमा वेगाने बऱ्या होतात. अन्याय झालेल्या व्यक्तीच्या मनातील अपमानाची तीव्रता कमी होण्यास मदत होते. कृतज्ञता माणसाला नम्रपणा शिकवते. रोज रात्री जर आपल्या मनातला कचरा बाहेर फेकून दिला, तर आपण सुखी आणि आनंदी जीवन जगू हे निश्चित.

प्रार्थना करू या!
ज्यांना मी माझ्या कळत-नकळत दुखावलंय, त्यांची मी माफी मागते,
ज्यांनी मला त्यांच्या कळत-नकळत दुखावलंय, त्यांना मी माफ करते,
माझं आयुष्य सुंदर करणाऱ्या
विश्वातल्या प्रत्येक गोष्टीचे आणि माणसाचे मी आभार मानते.

मानसिक प्रथमोपचार अस्वस्थ मनाला शांत करून उत्तम जगण्याची प्रेरणा देणारा मार्गदर्शक आहे. न घाबरता, मनात शंका न आणता त्याचा स्वीकार करायला हवा, मग जीवन आनंदी असणारच ही खात्री बाळगा.

मॅन इन सर्च ऑफ मीनिंग
या पुस्तकात डॉ. व्हिक्टर फ्रँकल म्हणतात,
ऑशविट्झ छळछावणीमध्ये अनेकांचा प्राणांतिक छळ केला गेला.
त्यांतले बहुतेक जण मारले गेले. काही मोजके जण जिवंत राहिले.
कारण त्यांची जगण्याची आशा टिकून राहिली होती.
ज्यांनी आशा सोडून दिली होती, ते मात्र जिवंत राहू शकले नाहीत.

— ✦ —

लेखक परिचय

डॉ. प्रतिभा देशपांडे

डॉ. प्रतिभा देशपांडे यांनी 'समुपदेशन मानसशास्त्र' (Counseling Psychology) या विषयात एम.ए. केले आहे. यासंबंधी ऑस्टिन, प्रिन्सटन आणि स्टॅनफोर्ड या आंतराष्ट्रीय विद्यापीठांमधून अनेक ऑनलाइन अभ्यासक्रम त्यांनी पूर्ण केले आहेत. समुपदेशन हे डॉ. प्रतिभा यांचे आवडते काम असल्याने त्यांनी 'मानसिक प्रथमोपचार' यामध्ये पीएच.डी. संपादन केली आहे.

नातेसंबंधांतील गुंतागुंत, वैवाहिक समस्या आणि मानसिक आघातांचे व्यवस्थापन याविषयीच्या समुपदेशनामध्ये त्या कार्यरत आहेत.

मानवी नातेसंबंध आणि भावभावना समजून घेण्याला समर्पित असलेली पुस्तकांची मालिकाच त्यांनी प्रसिद्ध केली आहे. त्यांची पुढील १२ पुस्तके प्रकाशित झाली आहेत : 'आई', 'तो आणि ती', 'रायन', 'एका घराची गोष्ट', 'मी NRI', 'चला आयुष्य घडवू या', 'झंप्याची डायरी', 'गुंतता नात्यांत मी', 'मनः स्पर्शी', 'तुझ्यासवे', 'शुभ आणि मंगल', 'हसरा संघर्ष'.

डॉ. प्रतिभा यांचे आनंदी जगण्यावर मनापासून प्रेम आहे; आणि इतर अनेकांना आनंदी जगण्याच्या मार्गावर घेऊन येण्यासाठी त्या सातत्याने प्रयत्नशील असतात.

डॉ. प्रतिभा यांना आंतरराष्ट्रीय पर्यटनाची आवड असून देशविदेशांतील खाद्यपदार्थांमध्ये त्यांना विशेष रुची आहे.